வாராணசி

# வாராணசி

## பா. வெங்கடேசன்

எண்பதுகளின் இறுதியில் எழுதத் தொடங்கிய பா. வெங்கடேசன் மதுரையில் பிறந்து கல்லூரிக் காலம் வரை அங்கேயே வளர்ந்தவர். கவிதைகள், குறுங்கதைகள், சிறுகதைகள், சிறு புதினங்கள், புதினங்கள், படைப்பாய்வுக் கட்டுரைகள், மொழிபெயர்ப்புகள் ஆகியவை நவீனத் தமிழ் இலக்கியத்திற்கு இவருடைய பங்களிப்புகள். படைப்பிலக்கியத்திற்கான புதுமைப்பித்தன் நினைவு விருது – 2017 ('விளக்கு', அமெரிக்கா), ஸ்பாரோ இலக்கிய விருது – 2018 ('ஸ்பாரோ', மும்பை), தமிழ் திரு விருது – 2019 ('இந்து தமிழ்', சென்னை) ஆகிய விருதுகளைப் பெற்றவர். மனைவி, இரண்டு மகன்களுடன் பணி நிமித்தமாக இப்போது ஒசூர்வாசி.

## ஆசிரியரின் பிற படைப்புகள்

'இன்னும் சில வீடுகள்' (கவிதைகள், 1992)
'ஒரிஜினல் நியூஸ் ரீல் சிறுகதைகள்' (சிறுகதைகள், 1996)
'எட்டிப் பார்க்கும் கடவுள்' (கவிதைகள், 2000)
'ராஜன் மகள்' (சிறுபுதினங்கள், 2002)
'தாண்டவராயன் கதை' (புதினம், 2008)
'நீளா' (கவிதைகள், 2014)
'பாகீரதியின் மதியம்' (புதினம், 2016)
'உயிர்கள் நிலங்கள் பிரதிகள் மற்றும் பெண்கள்' (கட்டுரைகள், 2017)

பா. வெங்கடேசன்

# வாராணசி

புதினம்

காலச்சுவடு பதிப்பகம்

அன்பார்ந்த வாசகருக்கு,

வணக்கம்.

காலச்சுவடு நூலை வாங்கியமைக்கு நன்றி.

நூலின் உள்ளடக்கம், உருவாக்கம், அட்டைப்படம் இன்ன பிற அம்சங்கள் பற்றிய உங்கள் கருத்துகளையும் ஆலோசனைகளையும் காலச்சுவடு வரவேற்கிறது. தகவல், எழுத்து, வாக்கியப் பிழைகள் தென்பட்டால் கட்டாயம் தெரிவித்து உதவுங்கள். நூல் தயாரிப்பில் கடும் குறைபாடு இருப்பின் மாற்றுப் பிரதி உங்களுக்குக் கிடைக்கக் காலச்சுவடு ஏற்பாடு செய்யும்.

மின்னஞ்சல்: publisher@kalachuvadu.com

காலச்சுவடு நாகர்கோவில் தலைமையகத்துக்கும் கடிதம் அனுப்பலாம்.

தங்கள்
எஸ்.ஆர். சுந்தரம் (கண்ணன்)
பதிப்பாளர் – நிர்வாக இயக்குநர்

வாராணசி ❖ புதினம் ❖ ஆசிரியர்: பா. வெங்கடேசன் ❖ © பா. வெங்கடேசன் ❖ முதல் பதிப்பு: டிசம்பர் 2018, மூன்றாம் (குறும்) பதிப்பு: ஜூலை 2020, நான்காம் பதிப்பு: பிப்ரவரி 2021 ❖ வெளியீடு: காலச்சுவடு பப்ளிகேஷன்ஸ் (பி) லிட்., 669, கே.பி. சாலை, நாகர்கோவில் 629001

**vaaraaNaci** ❖ Novel ❖ Author: Ba. Venkatesan ❖ © Ba. Venkatesan ❖ Language: Tamil ❖ First Edition: December 2018, Third (Short) Edition: July 2020, Fourth Edition: February 2021 ❖ Size: Demy 1 x 8 ❖ Paper:18.6 kg maplitho ❖ Pages: 192

Published by Kalachuvadu Publications Pvt. Ltd., 669 K.P. Road, Nagercoil 629001, India ❖ Phone: 91-4652-278525 ❖ e-mail: publications @kalachuvadu.com ❖ Printed at Mani Offset, Chennai 600077

ISBN: 978-93-88631-13-6

02/2021/S.No.881, kcp 2821, 18.6 (4) ass

அத்வைத் முகுந்தன் வரவுக்கு

# நன்றி

**நித்யா** (கிரியா ஊக்கி)
**ராஜன் குறை** (முதல் வாசிப்பு)
**பத்மபாரதி** (கதைக்கான விதைச் சொல்)
**மோனிகா** (வடிவச் செழுமைக்கான ஆலோசனைகள்)
**ராமானுஜம்** (கதைமீதான விவாதங்கள்)
**முகமது ரியாஸ்** (கதைமீதான விவாதங்கள்)
**கார்த்திகா யக்ஞநாராயணன்** (காகிதச் சுருள் விளையாட்டு)
**சு. துரைக்குமரன்** (மெய்ப்புத் திருத்தம், செம்மையாக்கம்)
**மனோமோகன்** (ஃபிரெஞ்சு உச்சரிப்பு)
**சசிகலா** (ஃபிரெஞ்சு உச்சரிப்பு)
**த. ராஜன்** (மெய்ப்புத் திருத்தம்)
**மணல்வீடு** (பகுதிக் கதை பிரசுரம்)
**கலா** (நூலாக்கம்)
**பிரேமா** (நூலாக்கம்)
**மணிவண்ணன்** (அட்டை வடிவமைப்பு)
**காலச்சுவடு** (நூல் வெளியீடு)

*"Arranging narrative is bourgeois mania"*

*- Jeorges Battaile*

*(மகத்துவம் என்பது புலன்கள் சமத்காரமான வாதங்களால் கட்டியெழுப்புபவற்றின் பின்னால் மறைக்கப்பட்டிருப்பவற்றையும் காலம் என்கிற ஊகத்தால் பிரிக்கப்பட்டுச் சிதறியவற்றையும் டோப் தன் மந்திரத்தால் இணைத்துப் பகிரங்கப்படுத்தும்போது நாளங்களில் ஊடுருவும் உணர்வு, புருவ மத்தியில் மின்னும் தரிசனம்).* அந்த அறையில் நடுத்தர வயதைச் சில வருடங்களுக்கு முன்பே கடந்துவிட்ட இரண்டு ஆண்கள் அவர்கள் முன் தேநீர் மேசையின் மேல் கிடந்த லெ ஃப்லர் பூர் லெ சொம் என்கிற ஒரு பழைய ஃபிரெஞ்சு மஞ்சள் பத்திரிகை 1950களில் வெளிக் கொணர்ந்திருந்த சில பருவ இதழ்களின் நடுப்பக்கங்களில் வேறு வேறு நிலைகளில் எடுக்கப்பட்டு வெளியாகியிருந்த பெண்ணொருவளின் புகைப்படங் களை முன்வைத்துத் திருமணமான ஒரு பெண்ணின் உடலுக்குச் சொந்தக்காரன் அவளுடைய கணவனா அல்லது ஒரு விபத்தாக அந்த உடலைப் பராமரிக்கும் பொறுப்பை ஏற்றுக்கொண்ட நண்பனா என்கிற விக்கிரமாதித்யன் காலத்து விடை தெரியாத கேள்வியை மீண்டும் துவக்கித் தீவிரமாக விவாதித்துக்கொண் டிருக்கிறார்கள். உயிர் கொடுத்துக் காப்பாற்றியவனுக்குச் சொந்தம் உண்டென்பது நியாயவான்களுடைய வாதமாயிருக்கலாம், ஓர் ஆண் தன் கணவன் என்கிற ஸ்தானத்தைச் சரிவரக் காப்பாற்றிக்கொண்டிராதிருந் திருந்தால் மனைவியின் உடலுக்கு அவன் எப்படிச் சொந்தக்காரனாக முடியுமென்பதும் அது சார்ந்த வாதம்தான், ஆனால் மனைவியினுடைய உடலுக்குத் தந்திருக்க வேண்டிய மரியாதையைத் தரவில்லையென்ப தால் மட்டும் ஒரு கணவன் அவள்மீதான உரிமையை இழக்க வேண்டுமென்கிற விதி, அதை அந்தப் பெண்ணே விரும்பாத வரையில், விரும்பியே தன் தாலியைக் கடைசிவரை கழுத்தில் அணிந்துகொண் டிருக்கிற வரையில், எந்தச் சட்டத்திலும் இல்லை,

தர்மத்திலும் இல்லை, தத்துவத்திலும் இல்லை, உலோகங்கள் அவற்றின் இயல்பினாலேயே பணமாகின்றன என்று கார்ல் மார்க்ஸ் சொல்லவில்லையா, விருப்பப்பட்டோ விதிவசமாகவோ ஓர் ஆணும் பெண்ணும் தம்பதிகளாக இருக்கச் சம்மதித்து விட்ட கணத்திலேயே அவர்களுக்குக் கணவன் மனைவியென்கிற உரிமை கிடைத்துத்தான்விடுகிறது, மகனாகப் பிறப்பதனாலேயே தந்தையின் சொத்துகளில் ஒருவனுக்கு உரிமையிருப்பதைப் போல, பிரஜையாகப் பிறப்பதனாலேயே தேசத்தின் மீது ஒருவனுக்கு இருக்கும் உரிமையைப் போல, கடமைதான் உரிமைக்கு அடிப்படையென்றால் தேசத்திற்காக எதையேனும் செய்தவர்களைத் தவிர வேறு யாரும் ஒரு நாட்டின் பிரஜைகளென்று தங்களைச் சொல்லிக்கொள்ளவே முடியாது, வரி செலுத்துபவர்களைத் தவிர வேறு யாரும் ஓட்டுப் போடவே முடியாது, பந்தங்கள் மூலமாகவே ஏற்பட்டுவிடும் உரிமையென்று ஒன்று உண்டு, அங்குக் கடமையென்பது விருப்பத் தேர்வுதான், பந்தத்திற்கு வெளியிலிருப்பவன்தான் அந்த உரிமையைப் பெறுவதற்குச் சில விசேஷக் கடமைகளைச் செய்து அதற்குத் தகுதியுள்ளவனாகத் தன்னை ஆக்கிக்கொள்ள வேண்டிய நிர்பந்தம் இருக்கிறது என்று வாதிடுகிறார் அவர்களிருவரில் ஒருவர். அவர் புகைப்படங்களிலிருக்கும் அந்தப் பெண்ணுடைய கணவர். அவர் பெயர் விஸ்வநாதன். இன்னொருவர் அவளுடைய நண்பர். அவர் பெயர் லோத்தர். அவர் ஒரு ஃபிரெஞ்சுப் புகைப்படக்காரர். அந்தப் புகைப்படங்களை எடுத்தது அவர்தான். விஸ்வநாதன் ஒசூரிலிருந்து வாராணசிக்கு வந்து ஒன்றரை மாதங்களாக விடுதியொன்றில் அறையெடுத்துத் தங்கித் தன் மனைவியின் புகைப்படங்களை லோத்தரிடமிருந்து அவற்றின் மறிநிலைப் படிமங்களோடு சேர்த்து வாங்கிக்கொண்டு போய் எரித்துப்போடுவதற்காகக் காத்துக்கொண்டிருக்கிறார். லோத்தர் அவற்றைத் தர மறுத்துக்கொண்டிருக்கிறார். புகைப்படங்கள் யாரிடம் இருக்க வேண்டும் என்பதுதான் ஆதார வழக்கு. ஆனால் இந்த வழக்கு அவர்களிருவருமே பிரஸ்தாபப் பெண்ணின் உடலுடன் நேரடிப் பரிச்சயம் கொண்டவர்களில்லையென்கிற பின்னணியைக் கொண்டதாகையால் விவாதம் ஒரு நீர்த்தாவரமாக

வேர்ப் பிடிப்பற்று வெற்று வாதங்களின் சலம்பல்மேல் நண்பகல் தொடங்கி மணிக்கணக்காக மிதந்துகொண் டிருக்கிறது. அந்தப் புகைப்படங்களனைத்துமே வாராணசியிலும் வாராணசியைச் சுற்றியுள்ள இடங்களிலும் எடுக்கப்பட்டவை. புகைப்படத்தி லிருக்கும் அந்தப் பெண்ணின் பெயர் பவித்ரா. அந்த அறையில் அவர்களைத் தவிர இன்னொரு இருபத்தைந்து வயது மதிக்கத்தக்க யுவதியும் வார்த்தைப் போருக்குச் செவிகளை மட்டும் அளித்துவிட்டு வாதிடுபவர்களையும் புகைப்படங்களையும் மாறி மாறிக் கவனித்தபடி சற்றுத் தள்ளி ஒரு நாற்காலியில் உறுதியாக உள்ளடங்கி ஆனால் பொறுமையின் விளிம்பில் நிலைகொள்ளாமல் தத்தளித்தபடி அமர்ந்திருக்கிறாள். அவள் பெயர் இதா. அவள் விஸ்வநாதனுடைய மகள். ஆனால் பவித்ராவின் மகளல்ல. பவித்ராவினுடைய தங்கையின் மகள். விவாதம் ஒரு கட்டத்திற்கு மேல் நகர முடியாமல் வட்டமடித்து மீண்டும் துவங்கிய இடத்திற்கே வந்து சேர்வதாகத் தோன்றியபோது ஆண்களிருவரும் சலித்துப்போய் அவளைப் பார்த்து அந்த வழக்கில் அவளுடைய அபிப்பிராயம் என்ன என்று கேட்கிறார்கள் (அவர்கள் முதலிலேயே அந்த வீட்டிற்கு வாடிக்கையாக வந்துசெல்லும் ஓர் அதிமுதியவரை மத்தியஸ்தராக இருக்க அழைத்துப்பார்த்தார்கள். ஆனால் அவர் தன்னால் லோத்தருடைய விருப்பத்திற்கு மாறாக எதையும் பேச முடியாது என்று சொல்லி அந்த அழைப்பை மறுத்துவிட்டுப் போய்விட்டார். அவர் பெயர் கேவத்). மகளென்கிற முறையில் இதா தனக்குச் சாதகமாகத்தான் பேசுவாளென்று விஸ்வநாதனும் ஓஷோவைப் படித்தவளென்றும் அவருடைய போதனைகளை நம்புகிறவளென்றும் முதல் சந்திப்பில் தன்னை அறிமுகப்படுத்திக்கொண்ட அந்த ஹிப்பி இளைஞியால் தன்னுடைய வாதங்களின் நியாயத்தைப் பாரபட்சமின்றிப் புரிந்துகொள்ள முடியுமென்று லோத்தரும் நம்புகிறார்கள். இதாவோ அவர்கள் எப்படியும் தன்னிடம் வருவார்களென்று ஏற்கெனவே தெரிந்துவைத்திருந்தவளைப் போலவும் ஆனால் கேள்விகள் இன்னும் கேட்கப்படவேயில்லை யென்பதைப் போலவும் முகத்தை வைத்துக்கொண்டு தன் கையிலிருந்த, சாவித்ரி என்ற தலைப்பில்

வெளியாகியிருந்த, தன் கணவனை மரணத்தின் கடவுளான எமனிடமிருந்து மீட்பதற்குத் தயாராகும் பௌராணிகப் பதிவிரதைகளில் ஒருத்தியான அந்தப் பெண்ணாகப் பவித்ரா வெளிப்பட்டிருக்கும் ஒரு புகைப்படத் தொகுப்பை லோத்தரிடம் காட்டி அவை எடுக்கப்பட்ட இடம் அஸி கட்டமா என்று அவரை வினவுகிறாள். ஆம், அஸி கட்டம்தான், அப்போது அது அத்தனை பிரபலமான படித்துறையில்லை, சிதிலமடைந்திருந்த அதன் விஸ்தீரணத்தில் ஆள் நடமாட்டம் அதிகமிருந்திராத காலம் அது, எனவே தான் சாவித்ரி தொகுப்பிற்கு அந்த நதிப் பகுதி தேர்ந்தெடுக்கப்பட்டது, அதை அடுத்திருந்த நக்வாவும் அப்போது ஒரு பாழ்நிலம்தான், அங்கிருந்து பார்த்தால் இந்து பல்கலைக்கழகத்தின் முகப்பு தெரியும், படத்திலும் பின்னணியில் புகைமூட்டமாக அது தெரிவதைப் பார்க்க முடியும், அஸி கட்டத்திலிருந்து மட்டும்தான் அதை அப்படிப் புகைப்படத்தின் உள்சட்டகத்திற்குள் கொண்டுவர முடியும், அதற்குப் பிறகு கட்டடங்களெதுவும் அப்போது கிடையாதாகை யால் சில நூறு தப்படிகள் நடந்தால் வாராணசி நகரத்தின் வெளி விளிம்பைத் தொட்டுவிடலாம். லோத்தர் இதைச் சொல்லி முடித்த கணத்தில் அதற்குத்தான் காத்துக்கொண்டிருந்தவளைப் போல இதா, அப்படியானால் கேளுங்கள், இது அஸி கட்டம்தானென்றால் பெரியம்மாவின் உடலுக்கு நீங்களிருவருமே உரிமை கொண்டாட முடியாது, அது அவளுடையது, அவள் அதைத் தன்னிஷ்டப்படி பயன்படுத்திக்கொள்ள விட்டுவிடுவதுதான் நியாயம், ஏன், ஒரு மனைவியினுடையதாகவோ அல்லது தோழியினுடையதாகவோ, கடந்தகாலத்தின் நினைவாகவோ அல்லது கற்பனையாகவோ இல்லாமல் அவள் உடல் வெறுமே அவளுடைய வாழ்தடமாக மட்டுமே இந்த மண்ணில் எஞ்சியிருந்தாலென்ன, யமனிடமிருந்து கணவனை இந்தப் பௌராணிகச் சாவித்ரி மீட்கத் துடிப்பது, அவனுக்காக மட்டுமல்லாமல் அவளுக்குத் தெரிந்த வழியில், அவனுக்குப் பிறகு விதவை என்கிற பெயரில் தனிமையில் வாடவிருக்கும் தன் அழகிய உடலை அப்படி அழுகி மட்கிப்போகவிருப் பதைத் தடுத்துத் தன்னிடமே தக்கவைத்துக்கொள்ளும் தன்னையறிந்த தவிப்பினால்கூட இருக்கலாமல்லவா,

இந்தப் புகைப்படங்களை அழிக்கவும் வேண்டாம், தனிச் சொத்தாகச் சொந்தம் கொண்டாடவும் வேண்டாம், அதைப் படைத்தவனுடையது பராமரித்தவனுடையது அழித்தவனுடையது என்கிற தளைகளிலிருந்து விடுவித்துத் தன்னாட்சி பெற்ற ஒரு படைப்பாகக் காலத்தின் தீர்ப்புக்கு, லோத்தரின் அறையிலிருந்து பொதுவெளிக்கு, தனிப்பட்ட வாழ்க்கையிலிருந்து சரித்திரத்திற்கு, கலையிலிருந்து கலையின் பயனுக்கு, நகர்த்தினாலென்ன, அங்கே தன் விடுதலையைப் பெரியம்மா தானே தேர்ந்துகொள்ள மாட்டாளா, வெறும் புகைப்பட பிம்பமென்பதற்கப்பால் அவளுடைய நினைவுகளின் தடங்கள் நிலைத்திருப்பதற்குத் தக்கவொரு காரணம் கால வெளியில் தானாகவே முகிழ்த்துவிடாதா, லெ ஃப்லர் பூர் லெ சொம் இதழின் வழியே ஏற்கெனவே பவித்ராவின் இருப்பு பொதுவெளியில்தானே முன்வைக்கப்பட்டிருக்கிறதென்று லோத்தர் வாதிடுவாரேயானால் அந்த இடங்களெல்லாம் பொதுவெளிகளில் சேர்த்தியேயில்லை, அவை யாவும் படுக்கையறைகள், தனிப்பட்ட வாசிப்பறைகள் அல்லது அதிகம்போனால் கலை பற்றிய விவாதங்கள் நடக்கும் பூர்ஷ்வாப் பயிலரங்கங்கள், இவை யாவுமே வீடு என்பதன் விஸ்தரிக்கப்பட்ட உருவகங்கள்தான், பெரியம்மாவைக் கொண்டுபோய்ச் சேர்க்க வேண்டிய இடம் இவற்றுக்கு வெளியே, புகைப்படக் கலையென்பதன் அட்சரத்தைக் கூட அறிந்திராத சாமானியர்களின் பார்வைவெளி, பொதுவெளியென்பதன் பகிரங்கமான அர்த்தத்தில், லோத்தரின் புகைப்படங்கள் கலைப் படைப்புகளாகவே இருந்தாலும்கூட ஒருவகையில் முதலாளிகளின் லாப ஈட்டிற்கான சந்தைப் பண்டங்களாகவேதான் வெளிப்பட்டனவென்கிற கறையை நீக்கிக்கொள்ள ஒரு வாய்ப்பும் அந்தச் சுதந்திரத்தின்மூலம் அவளுக்குக் கிட்டலாம், இதைத் தீர்ப்பாக அன்று, மாறாக ஒரு முகமறியாத சக பெண்ணுயிரின் சார்பில், பிள்ளைப் பிராயம் தொட்டுக் கேட்டுவந்த அவளுடைய கதைகளின் சாராம்சத்தைத் தனதேயான தன் உடலைப் பிறருக்கான அடையாளமாக உருவாகும் ஆபத்திலிருந்து காப்பாற்றிக்கொள்ளுதலை நோக்கிய ஒரு சுயசிந்தனையுள்ள பெண்ணின் போராட்டமாகவே உருவகித்துப் புரிந்துகொண்டதன் அடிப்படையில் அந்த உடலுக்கான

விடுதலையைக் கோரும் ஒரு மூன்றாவது வாதமாக உங்களுடைய பரிசீலனைக்கும் உங்கள் வாதங்களுடன் இணைத்துக்கொள்ளும் முகமாகவும் முன்வைக்கிறேன் என்று, அங்கே வருவதற்கு முன் விடுதிக் கழிப்பறை யினுள் சென்று உட்பக்கத் தாளிட்டுக்கொண்டு முதுகுத் தண்டுவடம் எரிய ஒரு ஆழ்ந்த இழுப்பில் உள்ளே நிரப்பிக்கொண்டு வந்திருந்த டோப்பின் மகிமை காற்றுக் குமிழாக அவளைத் தாங்கி மிதத்திக் கொண்டிருப்பது வார்த்தைகளின் பெருங்குளமொன்றில் என்பதே இறுதியில் அவள் உரையின் இறைச்சியென்று எதிரிலிருந்தவர்கள் கவலையுடனும் குழப்பத்துடனும் எரிச்சலுடனும் கற்பனை செய்துகொள்ளும்வண்ணம் பிரவாகமாய்ப் பேசிக்கொண்டேயிருக்கிறாள். கணவரென்கிற பந்தத்தினடிப்படையில் விஸ்வநாதனும் புகைப்படக் கலைஞரென்கிற தகுதியினடிப்படையில் லோத்தரும் (கலையுணர்வு கொண்ட சிறுபான்மை யினரைத் தவிர்த்துப் பிற வெகுஜனக் கூட்டத்தின் கண்களில் அந்தப் புகைப்படங்கள் தங்களின் பிரதான நோக்கத்தையும் மகத்துவத்தையுமே இழந்துவிடுமே) ஆகயிருவருமே, அவர்களிருவருடைய நோக்கம் வேறு வேறாக இருந்தாலும், பொதுவெளியில் பவித்ராவின் புகைப்படங்களும் அவற்றின் வழியே பவித்ராவின் அந்தரங்கமும் பகிரங்கப்பட வேண்டுமென்கிற இதாவின் தீர்ப்பை (அவள் அதை வேண்டுகோள் தொனியிலேயேதான் முன்வைத்திருந்தாளென்றாலும் அவர்களுக்கு அது ஏனோ தீர்ப்பாகவே தோன்றுகிறது) ஒரே குரலில் கடுமையாக ஆட்சேபிக்கிறார்கள். இதா இல்லையென்கிறாள். வெளிப்படப்போவது புகைப் படங்கள் மட்டும்தான், பெரியம்மா அல்லள், நான் இதை இப்படிச் சொல்கிறேன், உங்களிருவருக்குமே புகைப்படங்களில் தோன்றும் உங்கள் மனைவியும் மற்றும் இவரின் தோழியுமான ஒரு பெண்ணின் இருப்புதான் பிரச்சனையே தவிர புகைப்படங்களின் இருப்பு அல்ல, அந்தப் புகைப்படங்களில் இந்தப் பெண் இல்லையென்றால், அதாவது இந்தப் புகைப் படங்களிலிருந்து பெரியம்மாவை அப்புறப்படுத்திவிட முடியுமானால், அவற்றின் இருப்பு குறித்து அப்பாவுக்கு ஆட்சேபணையோ அக்கறையோ இருக்கப்போவதில்லை (இதா சொன்னது உண்மைதான், பவித்ராவை பட்டுப் புடவை மற்றும் பாரம்பரிய நகைகளோடு சர்வாலங்கார

பூஷிதையாக லோத்தர் எடுத்த புகைப்படங்களை அவளுடைய ஞாபகார்த்தங்களென்று நெகிழ்ச்சியுடனும் நன்றியுடனுமேதான் அவரிடமிருந்து பரிசாகப் பெற்றுத் தன் கைப்பைக்குள் பத்திரமாக வைத்துக்கொண்டிருந்தார் விஸ்வநாதன்). ஆனால் பவித்ராவின் புகைப்படங்களில் பவித்ரா இல்லாமல்போவதென்பது எப்படிச் சாத்தியம். சாத்தியம்தான். இதா லோத்தரை இரண்டாம்முறை சந்தித்தபோது (இதா லோத்தரைத் தன் தந்தைக்காகக் கிட்டத்தட்ட கடந்த ஒன்றரை மாதங்களாக வாராணசி யிலும் அதன் சுற்றுவட்டாரங்களிலும் சோனு என்கிற ஓர் உள்ளூர்ப் படகோட்டியின் உதவியோடு தேடிச் சில நாள்களுக்கு முன்தான் கண்டுபிடித்தாள். பிறகு தந்தையின் உடல்நிலையைக் கருத்தில் கொண்டு அவரை லோத்தரிடம் அழைத்துவருவதற்கு முன் எச்சரிக்கையாக அவரைப் பிறகொரு தடவையும் தனியாகச் சந்தித்துப் பேசினாள். முதல் தடவை வாராணசிக்கு வடக்கே ஆள் நடமாட்டம் குறைந்த தொலைவில், சாரநாத் புகைவண்டி நிலையத்தின் பின்புறம், கைவிடப்பட்ட ஒரு பழைய வீட்டில் அவரைக் கண்டுபிடித்தபோது தேடல் காலங்களில் சோனுவிடம் லோத்தர் ஒரு புகைப்படக் கலைஞர் என்பதைத் தவிர மற்றபடி அவர் என்ன மாதிரியான புகைப்படங்களை எடுத்துக்கொண்டிருந்தா ரென்பதையோ அவர் மூலமாகத் தான் தேடுவது உண்மையில் ஒரு பெண்ணைத்தான் என்பதையோ அவள் அவருடைய புகைப்படப் படிமியாக இருந்தவள் என்பதையோ சொல்லாமல் லெ ஃப்லர் பூர் லெ சொம் இதழ்ப் புகைப்படங்களின் பொதுவான கருப்பொருளிலிருந்து அவற்றில் விலைமாதர்களின் பங்களிப்பு தவிர்க்கவியலாததாய் இருக்குமென்று ஊகித்து (லோத்தரைச் சந்தித்துப் பேசும்வரை விஸ்வநாதனைப் போலவே இதாவும் பவித்ரா வாராணசியில் வேசித் தொழில் செய்து பிழைத்துக் கொண்டிருக்கிறாளென்றுதான் நம்பிக்கொண் டிருந்தாள்) லோத்தரை ஒரு பழைய ஸ்திரீலோலனாக வர்ணித்து வயதான முன்னாள் வேசிகளிடம் பேசி அவர்கள்மூலமாக அதிமுதியவர் கேவத்தின் இருப்பை அறிந்து அவரைத் தேடி அவர் தன் தள்ளாமைக்குப் பிறகு சென்று தங்கிவிட்டிருந்த, அவருடைய சொந்த ஊரான ஓர்ச்சாவுக்குச் சென்று அவரைப் பார்த்து

வெளியே காத்துக்கொண்டிருந்த சோனுவுக்குத் தெரியாமல் தன்னைப் பவித்ராவினுடைய பெண் என்று ரகசியமாக அறிமுகப்படுத்திக்கொண்டுதான் (நினைவுகள் மங்கிப்போன மூப்பிலும் (85) கேவத்தின் ஞாபகங்களைப் பவித்ரா என்கிற அந்தச் சீமாட்டி அதிசயக்கத்தக்க நுணுக்கத்துடன் ஆக்கிரமித்துக்கொண் டிருந்தாள்) அந்தக் கண்டுபிடிப்பைச் சாத்தியப்படுத்த முடிந்திருந்ததால் சோனு அருகிலிருப்பது குறித்த எச்சரிக்கை உணர்வு காரணமாகச் சம்பிரதாயமான அறிமுகத்திற்கும் பவித்ராவைப் பற்றிய பொதுவான விசாரிப்பிற்குமப்பால் (பவித்ரா இறந்து பல வருடங்களாகிவிட்டதென்று அவளிடம் லோத்தர் தெரிவித்தபோது அவளுக்கு அடப்பாவமே என்கிற இரக்கவுணர்விற்கு மேலாகப் பெரிய அதிர்ச்சியோ துக்கமோ உண்டாகிவிடவில்லை. பதிலாகப் பவி பவி என்று புலம்பிக்கொண்டும் அவள் கங்கைக்கரையில் தன்னை அழைப்பதைப் போலவும் தன்னை வந்து சேர்வதைப் போலவும் கற்பனை செய்தபடி அவளைச் சந்திப்பதற்காகக் காத்துக்கொண்டிருக்கும் தன் தந்தையிடம் அவளுடைய மரணச் செய்தியை எப்படிச் சொல்லப்போகிறோமென்கிற கவலைதான் அவளைப் பெரிதாக வாட்டிக்கொண்டிருந்தது. அதைத் தெரிவிக்கும் தருணத்தைப் பலமுறை பலவிதங்களில் கற்பனை செய்துபார்த்து எந்த வகையிலும் தைரியம் கூடாமல் கடைசியில் தன்னைப் போலவே அவரும் லோத்தரைச் சந்திக்கும்போது தானே தெரிந்து கொள்ளட்டும் என்று சொல்லாமலே விட்டுவிட்டாள்) அவரிடம் அதிகம் பேசவில்லை. இரண்டாவது தடவை சோனுவை அவனுடைய உதவிகளுக்காகவும் சிருங்கியென்னும் கால யந்திரத்தின் வழியே அவன் அவளுக்குக் காட்டிய அற்புத உலகத்திற்காகவும் ஒரு பாதுகாவலனாய் வாராணசியின் பலதரப்பட்ட மனிதர்களும் பலதரப்பட்ட நம்பிக்கைகளும் உலாவும் தெருக்களில் அவளுடன் ஒரு நிழலைப் போல அலைந்துதிரிந்த பொறுப்புணர்ச்சிக்காகவும் இனிமை யானதும் தீர்க்கமானதுமான அந்தி நேரத்து உரையாடல்கள், குறிப்பாக நொடிக்கொரு தடவை அவளை ராஜகுமாரி என்று விளித்து மயக்கிய அவனுடைய ரசவாதக்குரல் மற்றும் பாடல்களுக்காகவும்

தன் நன்றியையும் அவர்களுடைய நட்பு கடிதங்களாயும் அவ்வப்போதான அவளுடைய வருகைகளாயும் எப்போதும் தொடருமென்கிற உறுதிமொழியையும் தெரிவித்து அவளைப் போலவே தனக்கும் அவளுடன் அலைந்துதிரிந்த காலங்கள் தனிப்பட்ட சந்தோஷத்தை யும் மனவழுத்தங்களிலிருந்து சிறிதேனும் விடுபட்டிருந்த உணர்வையும் அளித்ததால் தன்னுடைய சேவையைத் தன்னுடைய பரிசாகவே வைத்துக்கொள்ளச் சொன்னவனை வற்புறுத்தி அவன் கையில் அவனுடைய பெருந்தன்மைக்கும் சேர்த்தே ஒரு கணிசமான தொகையையும் திணித்து வாராணசியிலிருந்து கிளம்பும் நாளில் அவனை மீண்டும் சந்திப்பதாகச் சொல்லி விடைகொடுத்து அனுப்பிவைத்த பின் இரண்டு நாள்கள் பொறுத்து விஸ்வநாதனை லோத்தரிடம் அழைத்துச்செல்வதற்கு முன் ஒருமுறை தான் அவரிடம் சில விஷயங்களை (குறிப்பாக விஸ்வநாதனின் மனநிலை மற்றும் பவித்ராவின் மரணச் செய்தியை அவரிடம் எப்படிப் பக்குவமாகத் தெரிவிப்பது போன்றவற்றை) விரிவாகப் பேசித் தெரிந்துகொள்வது நல்லது என்கிற திட்டத்துடன் மணிகர்ணிகா படித்துறையில் வைத்துச் சந்தித்தாள். அப்போதே தன் மனைவியின் இறப்பையே இனிமேல்தான் அறியவிருக்கிற நிலையில் அவளுடைய புகைப்படங்களை ஒப்படைக்குமாறு தன் தந்தை அவரை வற்புறுத்தக்கூடுமென்கிற ஊகத்தையும் தெரிவித்திருந்தாள்) பெரியம்மாவுடனான அவருடைய ஏழு வருட, நட்பார்ந்த தனிப்பட்ட வாழ்க்கையைப் பற்றி மட்டுமல்லாமல் அவளிடமிருந்த சிருஷ்டிபரமான இயல்பூக்கத்தைப் பற்றியும் அதன் வழிகாட்டுதலில் தொழில்ரீதியாக இருவரும் இணைந்து புகைப்படங் களின் தன்மை, கரு, அவை உருவகமாக வெளிப்படுத்த வேண்டுமென அவர்கள் விரும்பிய செய்திகள், பார்ப்பவரிடம் அவை கிளர்த்த வேண்டிய உணர்வுகள், வழக்கமான புகைப்படங்களிலிருந்து அவை கொண்டிருக்க வேண்டிய விலக்கம், வித்தியாசம் ஆகியவற்றை விவாதித்து முடிவெடுத்துச் செயற் பட்டதைப் பற்றியும்கூட அவர் வாயாலேயே ஏராளமாகச் சொல்லக் கேட்டிருந்தவற்றை வைத்துப் பார்த்தால் அவர்களிருவருமே பெரியம்மாவின்

புகைப்படங்களில் அவள் வெறும் பிம்பமாகப் பார்க்கப்படுவதற்கப்பால் அவளுடைய இருப்பு தூலமாக உணரப்படவும் வேண்டுமென்று முயன்றிருக்கிறார்கள், இந்த உணர்வு என்பது பெரியம்மா அங்கே நின்றுகொண்டிருப்பதால் மட்டுமே விளைவதில்லை, அவள் நின்றுகொண்டிருக்கும் இடம், பின்னணியில் இடம்பெறும் வாராணசி மற்றும் அதையொட்டிய பிரதேசங்களின் தனித்துவமான நிலக்காட்சிகள், நிறத் தேர்வு, படத்தின் தலைப்பு, துணைவரிச் சட்டத்தின் அளவு, அதன் நேர்த்தி இத்தனையும் சேர்ந்துதான் உணர்தல் என்கிற செயல்பாட்டைப் பார்ப்பவர் மனதில் தோற்றுவிக்கின்றன, அதாவது பெரியம்மாவின் புகைப்படங்களில் அவள் மட்டும் தனியாக இல்லை, அவளுடன் கூடவே வாராணசியென்கிற நிலம் மற்றும் புகைப்படம் என்கிற ஒரு கலை வடிவம் ஆகியவற்றின் பிரத்யேக அம்சங்களும் பார்ப்பவர் முன் படிமிகளாக நின்றுகொண்டிருக்கின்றன, அவளை மட்டுமே முன்னிறுத்திப் பார்த்துக்கொண்டிருக்கும்வரையில் பார்ப்பவர்களின் கவனத்திற்கு வராமல் புகைப்படங் களினுள் மறைந்துகொண்டிருக்கிற அம்சங்களை (உதாரணமாக சாவித்ரி தொகுப்பில் வாராணசியையோ அல்லது அஸி கட்டத்தையோ) பிரதான படிமங்களாக்கி முன்னுக்கு இழுத்து வந்துவிட்டால் ஒருவேளை அதில் இடம்பெற்றிருக்கும் பெண்ணின் உருவம் வாராணசி யென்கிற புகைப்படத்தின் உருவகமாகிக் கரைந்துபோய் விட வாய்ப்பிருக்கிறதல்லவா. ஆனால் லோத்தரைப் பொறுத்தவரை அதுவொரு லட்சியவாதப் பார்வை, கண்களைக் கவரும் வனப்புடன் ஒரு பெண்ணின் உடல் வினைப் படிமமாக முன்னே துருத்திக்கொண்டு நிற்கும்போது அவளைப் பார்க்கவோ அல்லது அவளை முன்னிலைப்படுத்திக்கொண்டிருக்கும் வினைப்படு படிமங்களான நிலம் மற்றும் வஸ்துக்களின் இருப்புநிலையைப் படித்து அவற்றின் வழியே அவளுடைய துயரங்களை உணரவோ செய்வதை விட்டுவிட்டு அவற்றைப் பற்றி மட்டுமே யோசிப்பதற்குப் பார்வையாளர் தயாராக இருப்பாரா, அல்லது ஒரு படைப்பை அப்படிப் பார்க்காதீர்கள் இப்படிப் பாருங்களென்று அதைப் பார்த்த, பார்க்கிற, பார்க்க

விருக்கிற, ஒவ்வொருவரிடமும் தனித்தனியாகப் போய்த்தான் சொல்லிக்கொண்டிருக்க முடியுமா, பலதரப்பட்ட பார்வையாளர்களையும் ஒரு புகைப் படம் எப்படிப் பார்க்கப்பட வேண்டும் என்பதை விளக்கும் புகைப்படக் கலை சார்ந்த தேற்றங்களின் வழியே பயிற்றுவித்துக் கலைஞனுடைய உத்தேசங்களுக் குள்ளாக அவர்கள் பார்வையை நிழற்படத்தின் பல பரிமாணங்களை நோக்கி விரியச் செய்வது என்கிற செயல்ரீதியான சாத்தியங்களுக்கு அப்பாற்பட்டதாக இருக்கிறது இதா சொல்வது. ஆனால் லோத்தர் குறிப்பிடும் அந்தச் சாத்தியங்களெல்லாமே மற்றெல்லா கல்விகளையும் போலவே மாணவர்களைப் புத்தகங் களை நோக்கிக் குவிக்கும் ஒரு வழக்கமான செயல்பாடு தான், இதில் பார்வையாளர் எவ்வளவு முயன்றாலும் வாராணசி பெரியம்மாவையும் பெரியம்மா வாராணசி யையும் சார்ந்து எந்தெந்த தனிப்பட்ட மற்றும் பல்வேறு பட்ட அர்த்தங்களையும் அழகையும் கொடுக்கிறார் களென்பதற்குமேல் நகர்ந்துவிட முடியாது, அவள் இல்லாத வாராணசி அல்லது வாராணசி இல்லாத அவள் அல்லது ஒரு புள்ளியில் அவளும் வாராணசியுமே யில்லாத ஒரு வெற்றுத்தாளாக லோத்தர் உத்தேசிக்கும் பயிற்சியின்கீழ் அவரால் அந்தப் புகைப்படத்தை ஒருபோதும் பார்க்கவே முடியாது, லோத்தரின் பார்வை கலை அடிப்படையிலானது, இதற்கப்பால் வாழ்க்கை அல்லது வரலாற்றின் அடிப்படையிலான பார்வையென்று ஒரு சாத்தியமும் இருக்கிறது, ஒரு புகைப்படத்தைப் பார்ப்பது தனிமனிதரின் பார்வையென்பதோடு முரண்பட வாய்ப்பிருக்கும் கணங்களில் உருக்கொள்வது அது, அந்தப் பார்வை ஓர் உருவிலியினுடையது, அதாவது தனிமனிதர்களின் கண்களின் வழியே வரலாறுதான் அதைப் பார்க்கிறது, ஆகவே ஒவ்வொரு மனிதனிடமும் போய் இந்தப் புகைப்படங்களை அப்படிப் பார்க்காதீர்கள் இப்படிப் பாருங்களென்று யாரும் சொல்லிக்கொண்டிருக்க வேண்டியதில்லை, அந்தப் படங்கள் பார்க்கப்படும்போது எந்தப் புள்ளியில் வரலாறு தன்னை இருத்திக்கொண் டிருக்கிறதோ அந்தப் புள்ளியிலிருந்து தனி மனிதர்களால் அந்தப் படங்கள் எப்படிப் பார்க்கப்பட வேண்டுமென் பதை அதுவே தீர்மானித்துக்கொள்ளும், அது நிச்சய

மாக அதற்கு வழிகாட்டும் பாடநூல்களின் வழியில் இருக்காது, நிர்வாணமும் சாவும் மண்டையோடுகளும் விலங்குகளுடனான நித்தியப் போராட்டங்களும் மலிந்த ஓர் அடர்வனப் பழங்குடி மனிதனின் மனதில் கலையென்கிற பெயரில் அதீதப்படுத்தப்பட்ட ஒரு பெண்ணின் அந்தரங்கமும் அச்சமும் துயரமும் வாராணசியின் பிரத்யேக நிலச்சூழலும் வாழ்ந்து பழகி அன்றாடமாகி மரத்துப்போன ஒரு வெறுமை யுணர்ச்சிக்குமேல் என்ன பாதிப்பை ஏற்படுத்திவிட முடியும், அல்லது கற்பழிக்கப்பட்டுச் சிதைக்கப்பட்ட உடல்களையும் சாவுகளையும் தினசரி நிகழ்வுகளாகவே காட்டிக்கொண்டிருக்கக்கூடிய ஒரு போர் நிலத்தின் மனிதனுடைய உதடுகளை ஒரு பரிகாசம் கலந்த விரக்திச் சிரிப்பின் சிறு கீறலுக்குமேல் அதிகமாக விரியச் செய்துவிட முடியுமா அஃதால், அதேசமயத்தில் வல்லுநர்களும் பிரத்யேகப் பார்வையாளர்களுமாக இல்லாத மற்றவர்களுக்குப் பெரியம்மாவின் புகைப்படங்கள் வக்கிரங்களை வடித்துக்கொள்ளும் ஓர் இலக்குயென்பதற்குமேல் அதிகமாகப் பயன்படா தென்கிற லோத்தரின் அச்சமும் புறந்தள்ளத் தக்கதன்று தான், அவை பொதுவெளியில் கரமைதுனத்திற்கான இலக்காகத் தாழ்ந்துபோகவும் வாய்ப்பிருக்கிறது என்பதை மறுப்பதற்கில்லை, ஆனால் அதையும் சேர்த்ததுதான் அவளுடைய இருப்பு, அவளுடையது மட்டுமன்று, ஒவ்வொருவருடைய இருப்புமே பிறருடைய ஏதோவொரு வக்கிரவுணர்வின் உருவகமாக இருப்பதற்கான எல்லா வாய்ப்புகளும் இந்த உலகில் இருக்கின்றனதானே, ஆனால் அந்தப் புகைப்படங்களைப் பொதுவெளிக்குக் கொண்டுவர வேண்டுமெனச் சொல்லும்போது அவற்றை எல்லோர் கண் முன்னும் பகிரங்கப்படுத்த வேண்டுமென்பதாக அதை அர்த்தப்படுத்திக்கொள்ளவும் வேண்டியதில்லை, அவற்றைத் தேவைப்படும்போது தேவைப்படுவோர்க் கான ஆவணங்களாக மாற்றுவது என்கிற இதழியல் அர்த்தத்தில்தான் அது சொல்லப்படுகிறது, பெரியம்மா வின் புகைப்படங்கள் தெரிந்தோ தெரியாமலோ லோத்தரும் அவளும் அவை வழக்கமான இச்சையைத் தூண்டும் படங்களாக அமைந்துவிடக் கூடாது என்று கவலைப்பட்டதனால் அவருடைய கலைக்கூடத்தையும்

திரைச்சீலைப் பின்னணிகளையும்விட்டு வெளியேறி வாராணசியையும் கூடச் சேர்த்துக்கொண்டதன் வழியே அந்தக் காலக்கட்டத்தில் அந்த நிலத்தில் நிகழ்ந்த ஏதோவொரு (அல்லது எத்தனையோ), இப்போது கண்களுக்குப் புலப்படாமல் பின்னாளில் மனித உணர்ச்சி மோதல்களின் ஏதோவொரு உச்சக் கட்டத்தில் வரலாறாக ஆகவிருக்கிற நிகழ்வுகளுக்குச் சாட்சிகளாகிவிட்டிருக்கின்றன, அதன்மூலம் அவள் ஒரு தனிமனுஷியென்கிற நிலையிலிருந்து சமூக மனுஷியென்கிற தகுதியை அடைந்திருக்கிறாள், இனி அவளுடைய புகைப்படங்களை அழிப்பதற்கோ அவை தன்னுடையவையென்று சொந்தம் கொண்டாடு வதற்கோ அவளுடைய ஆண்களிருவருக்கும் தார்மீக ரீதியாகவே உரிமையில்லை, அவற்றைக் காலத்திடம் கையளித்துவிட வேண்டும். காலத்திடம் கையளிப்பது என்றால் என்ன, பவித்ராவின் உடலின் பிரசன்னத்தைக் கொச்சைப்படுத்தாமல் அவற்றை ஓர் ஆவணமாக மட்டுமே கையாளக்கூடிய அந்த நபர் யார், யார்தான் காலத்தின் அந்தப் பிரதிநிதியாக இருக்கப்போவது. யாருக்கு அது வாழ்வின் இருப்பிற்கு ஆதாரமாகத் தேவைப்படுகிறதோ அவர்தான் அந்த நபர், வேறு யார், மேலும் அவர் ஒருவரன்று, பல தருணங்களில் பலர், எப்போது தங்களுக்கு அநீதி இழைக்கப்படுவதாக அவர்கள் கருதுகிறார்களோ அப்போது நியாயத் தராசின் தட்டில் தங்கள் சார்பாக நிறுத்திவைக்கக் கூடுதலாக ஒரு படிக்கல் எங்காவது கிடைக்குமா என்று தவிப்பவர்கள். விஸ்வநாதனும் லோத்தரும் இதா சொன்னதை ஏற்றுக்கொண்டார்களா இல்லையா என்பது ஒருபுறமிருக்க சாவித்ரி புகைப்படத் தொகுப்பில் அஸி கட்டத்தைக் கண்கள் பார்க்கும்வரை பவித்ரா குறித்த ஆண்களின் வழக்காடலில் தான் சொல்வதற்கு இவ்வளவு விஷயங்கள் இருக்கின்றன வென்றோ அது குறித்து இத்தனைத் தீவிரமாகத் தன்னால் பேச முடியுமென்றோ அவளுடைய உடல் விடுதலை குறித்த தன் உரையாடல் வரலாறு, புகைப்படம், சமூகம் என்று இத்தனைக் கருத்துகளைத் தனக்குள்ளிருந்து வெளியே இழுத்துப் போடுமென்றோ, அவற்றைச் சிந்தித்து வாதங்களுடன் கோர்த்துச் சொற்களை உற்பத்தி செய்து வாய் வழியே இத்தனை

வேகத்தில் தன் மூளை வெளிக்கொணருமென்றோ கற்பனையே செய்து பார்த்திராத இதா அது குறித்துத் தானே ஆச்சரியப்பட்டுக்கொள்கிறாள். ஏனென்றால் சாவித்ரி புகைப்படங்களைப் பார்க்கும்வரை தான் பிறப்பதற்குச் சில மாதங்களுக்கு முன்பே வீட்டைவிட்டு வெளியேறிவிட்ட, திரும்பத் திரும்பச் சொல்லப்பட்ட கதைகளின் மூலமாகவல்லாமல் வேறெப்படியுமே அறிமுகமாகியிராத பவித்ரா என்கிற வார்த்தையுருவைக் குறித்துப் பெரிதாகவோ ஆர்வத்துடனோ எதையுமே சிந்தித்துப் பழக்கமில்லாதவளாயும்தான் அவள் இருந்தாள். ஆனால் அஸி கட்டத்தைப் புகைப்படத்தில் கண்கள் கண்ட அந்தக் கணத்தில், தன்னுடைய அறியா பருவத்திலிருந்து லோத்தரைச் சந்தித்துப் பேசிய நாள்வரையில் தன்னிடம் சொல்லப்பட்ட பவித்ரா குறித்த கதைகள் யாவும் தன்னைக் குறித்தவையேதானென் பதைப் போலவும் அவை தன்னைப் பவித்ராவாய் மட்டுமல்லாமல் அவளுடைய குணாதிசயங்களுடன் தான் முரண்படுகிற ஒவ்வொரு முறையும்கூட பவித்ரா யாராய் இருந்திருக்க வேண்டுமென்று தன் மனம் விரும்பியதோ அந்த விருப்பத்தின் தூல உருவாய்த் தன்னையேதான் சொற்களின் கண்ணாடியில் பிரதிபலித்துக்கொண்டிருந்தனபோலவும் வருடக்கணக் காகத் தான் கவனியாமலே விட்டுவிட்ட, ஆனால் தன் ஆழ்மனதில் தனக்கே தெரியாமல் உள்ளே நுழைந்து வண்டலாகத் தேங்கியிருந்த ஓர் இரண்டு தலைமுறைக் கதைகளனைத்தின் மேலும் அந்த ஒற்றை நொடி சரேலென முற்றிலும் புதிதான நிறத்தைப் பாய்ச்சிவிட்டதைப் போலவும் திடீரென உணர்ந்து திடுக்கிட்டுப்போனாள். உதாரணமாக 1952ம் வருடத்தின் சிசிர ருதுக் காலத்தில் பவித்ரா வாராணசிக்கு ஒற்றை மனுஷியாய்க் கிளம்பிவந்து ஒரு புலர்காலைப் பொழுதில் பஞ்சகங்கா படித்துறை யின் மேல் கங்கையின் அலைத்தூவல்களை வெறித்துப் பார்த்தபடி நின்றுகொண்டிருந்தபோது அவள் மனதில் அவள் அப்போது இன்னும் சற்று நேரத்தில் சந்திக்கவிருக்கிற லோத்தரை அப்படிச் சந்திக்க வேண்டுமென்கிற திட்டமெதுவும் அந்தக் கணம்வரை இல்லை (யாரையுமே சந்திக்க வேண்டுமென்கிற திட்டத்தோடு அவள் தன் ஊரிலிருந்து (ஓசூர்)

புறப்பட்டு வந்திருக்கவில்லை. சொல்லப்போனால் யாரையாவது சந்திக்க வேண்டுமென்கிற விருப்பத்தை விட அதிகமாக அதற்குச் சில மாதங்களுக்கு முன் குடும்பத்தினருடன் அதே வாராணசிக்கு வந்து கங்கையில் மூழ்கியபோது நீருக்குள் ஒளிந்திருந்து கையைப் பிடித்திழுத்துத் தன்னுடன் வரும்படி அழைத்த அழகனை மீண்டும் சந்தித்துவிடவே கூடாதென்கிற வைராக்கியம்தான் அப்போது அவள் மனதை நிறைத்துக்கொண்டிருந்தது) என்று அவளைப் பற்றிய லோத்தரின் விவரிப்புகளில் சொல்லப்பட்டிருந்தால் அவளுக்கு இருபத்தைந்து வருடங்களுக்குப் பிறகு, 1977ன் சிசிர ருதுவிலேயே, ஒரு தெளிவான திட்டத்தோடு, பவி பவி என்று தன்னை மறந்து புலம்பிக்கொண்டேயிருக்கும் தன் நோயாளித் தந்தையுடன் ஓசூரிலிருந்து புறப்பட்டுவந்து அவள் நின்றுகொண்டிருந்த படித்துறையிலிருந்து ஓர் ஆறேழு படித்துறைகள் தள்ளிக் கேதார் கட்டத்துப் படிக்கட்டுகளின் மேல் தன் முன்னே சிரித்தபடிச் சுழித்து ஓடிக்கொண்டிருந்த, தன்னையும் தனக்கு முந்தினவளையும் தன்மேல் நிரந்தரமாகப் பிரதிபலித்துக்கொண்டிருந்த வானத்தின் பிம்பத்தாலும், கரையில் உறைந்து நிற்கும் பழைய கட்டடங்கள் மற்றும் ஆயிரக்கணக்கான வருடங்களாய்த் திரும்பத் திரும்ப ஒரேபோல நிகழ்ந்துகொண்டிருந்த சடங்குக் காட்சிகளாலும் (சில சமயம் நதியின் ஆழ்ந்த தரைப்பரப்பில் காலங்கள் துவங்குவதற்கு முன்பே படிந்துபோய்விட்ட சடங்குகளின் நினைவுகள்தான் அதன் மேற்பரப்பிலும் பின்பு கரையிலும் காட்சிகளாய்ப் பிரதிபலிக்கிறதோ என்றுகூட அதை உற்றுக் கவனிக்கிறவர் பிரமைகொள்ள முடியும்) காலத்தின் கண்களுக்குப் புலப்படாத நேர்கோட்டில் இணைக்கிற நதியின் பிரவாகத்தில் ஒரு சில நிமிடங்கள் தன் மனதை லயிக்க அனுமதித்ததற்குமேல் வாளாயிராமல் தனக்கு உதவுவானென்கிற நம்பிக்கையுடன் தானே தேர்ந்தெடுத்திருந்த சோனுவைப் படகோட்டிகளின் குழுமத்திலும் யாத்ரீகர்களின் கூட்டத்திலும் கண்களால் தேடிச் சலித்தபடி நின்றுகொண்டிருந்த தன்னைப் பவித்ரா குறித்த ஒன்றரை மாதத் தேடலுக்குள் அந்தப் பயணத்தின் துவக்கநிலைத் திட்டங்களிலிருந்து

பிறழ்த்தித் தான் அங்கே இருக்கும் அந்த மிகக் குறுகிய கால அவகாசத்திற்குள் சாத்தியப்படுமென்று கனவிலும் நினைத்திராத, மறுநாள் காலையில் நிகழ்த்தியே விடுவதென்று முடிவெடுத்துவிட்ட ஒரு செயலை நோக்கி உந்திச்சென்ற விதியின் விளையாட்டை அந்தக் கதைளோடு இணைத்துத் தன்னைப் பவித்ராவென்னும் இறந்தகாலத்திற்குள்ளும் தன் விடுதலையைத் தேடி ஆனால் அது எந்த வகையில் சாத்தியப்படுமென்றெல்லாம் யோசிக்காமலேயே வாராணசிக்கு வந்துசேர்ந்த பவித்ராவின் வாழ்க்கையை ஒரு கச்சிதமான, தெளிவாகத் திட்டமிடப்பட்ட விடுதலையை வாக்களிக்கும் தன்னுடைய எதிர்காலத்திற்குள்ளும் சாவித்ரி புகைப்படத் தொகுப்பின் அஸி கட்டப் படிமம் ஒரு நொடியில் இடம் மாற்றி வைத்துவிட்டதாக இதா உணர்ந்தபோது உண்டான திடுக்கிடல். பவித்ரா சந்திக்கப் பயந்து ஊரைவிட்டு ஓடிவரக் காரணமா யிருந்த அழகனின் பெயர் மரணம். பஞ்சகங்கா படித்துறையின் மேல் கருக்கல் பொழுதின் மயக்கத்தில் யாருமற்ற அனாதையாக நின்றுகொண்டிருந்தபோது அவளுக்கும் இதாவைப் போலவே வயது இருபதுகளைத் தாண்டியிருக்கவில்லை (முப்பதுக்குச் சமீபத்திலிருந்தது). பஞ்சகங்கா படித்துறையில் வைத்துத் தன்னுடன் இன்னும் சற்று நேரத்தில் பேசவிருக்கிற லோத்தரைப் பவித்ராதான் அந்தக் கணத்தில் முதன்முதலாகச் சந்தித்தாளே தவிர அவன் அவளை அதற்கு முன்பே, மூன்று நாட்களாக, அதாவது அவள் வாராணசிக்கு வந்துசேர்ந்த இரண்டாம் நாளிலிருந்தே, தொடர்ந்து யாருக்கும் சந்தேகமெழாதபடி தொலைவிலிருந்து பார்த்துக்கொண்டும் அவளுடைய நடமாட்டத்தை உன்னிப்பாகக் கவனித்துக்கொண்டும் அவளை அணுகுவதற்குத் தோதான ஒரு சந்தர்ப்பத்திற்காகக் காத்துக்கொண்டும்தானிருந்தான். அவனுக்குப் பவித்ராவினுடைய, அல்லது அவளைவிட இரண்டு மூன்று கூடுதலான, வயது இருக்கலாம். இதாவைவிட நான்கு வயது இளையவனான, அவளால் இன்னும் சற்று நேரத்தில் சந்திக்கப்படவிருந்த சோனுவிற்கோ அதற்கு இரண்டு நாள்களுக்கு முன் தான் சந்தித்து வியந்த அந்த அழகி (இதா பவித்ராவின் சாயலில் இருப்பதாக அவளைப் பார்ப்பவர்கள் எல்லோருமே

சொல்வதுண்டு. லோத்தர்கூட அவளை முதல் தடவை தன் வீட்டின் வாயிலில் பார்த்தபோது பவித்ரா என்றுதான் திகைப்புடன் அழைத்தார்) வெகு நேரமாகக் கேதார் படித்துறையின் மேல் தனக்காகத் தாமதித்துக் கொண்டிருக்கிறாளென்பது அவளாலோ அல்லது வேறு யாராலுமோ தெரிவிக்கப்படவேயில்லையாகை யால் தன் போக்கில் இரட்டைப் பாலத்திலிருந்து தலைகீழாக ராஜ் கட்டத்தின் நீரோட்டத்திற்குள் குதித்துத் தொலைந்துபோன பிணமொன்றைக் காவல்துறைக்காகத் தேடிக்கொண்டிருந்தான். புகைப்படக் கலைஞனான லோத்தர் பவித்ராவை அணுகிப் பேச நினைத்தது தொழில் முறையில் அவளால் தனக்கு உதவ முடியுமா என்று கேட்டுக் கொள்வதற்காக. இதாவால் எதிர்பார்க்கப்பட்டுக் கொண்டிருந்த சோனு பிறந்ததிலிருந்தே வாராணசிக் காரன். கங்கைக்கரைப் படகோட்டிகளில் ஒருவன். எல்லாம் அதனதன் கதியில் சரியாக ஓடிக்கொண்டிருந் திருந்தால் ஆறேழு படகுகளுக்குச் சொந்தக்காரனாயும் அஸி கட்டத்தின் காட்வாராயும் ஆகியிருக்க வேண்டியவன் (இப்போது அது அவனுடைய தகப்பனாரின் மைத்துனர். அவர் பெயர் கிருஷ்ணா. இவரைத்தான் லோத்தரைக் கடைசியாகச் (மூன்றாம் முறை, தந்தையுடன்) சந்தித்ததற்கு மறுநாள் காலை யாருக்கும் தெரியாமல் அவர் வீட்டிற்கே சென்று சந்திப்பாள் இதா). அவனுக்காக இதா காத்திருந்தது நாற்பதுகளிலிருந்து அறுபதுகள்வரை ஏறக்குறைய ஓர் இருபதாண்டு காலம் பாரீஸைத் தலைமையகமாகக் கொண்டு வெளிவந்துகொண்டிருந்த, ப்ளேபாய் மற்றும் அதைத் தொடர்ந்து பெருகிய லூய், ச்சிக், லோலிடா போன்ற இன்னும் பல மஞ்சள் பத்திரிகைகளுடன் போட்டியிட்டாக வேண்டிய நிர்பந்தம் இயக்குநர்களின் மனதிலிருந்து தொடர்ந்து நடத்தும் சிரத்தையைக் குறைத்துவிட்டிருந்ததால் அறுபதுகளின் பிற்பகுதியில் நிறுத்தப்பட்டுவிட்ட லெ ஃப்லர் பூர் லெ சொம் இதழின் முன்னாள் ஊழியரென்றும் பல வருடங்களுக்கு முன் வாராணசிக்கு வந்து சதா சாவை நோக்கியே துரிதப்படும் மனிதப் பிறப்பின் விதியை நினைவுபடுத்தி வாழ்வை அந்தக் கணத்திலேயே வாழ்ந்து தீர்த்து விடுமாறு வற்புறுத்திக்கொண்டேயிருக்கும் அதன்

வசீகரத்தில் மயங்கி அங்கேயே தங்கிவிட்டவரென்றும் ஆனால் வேகமான விற்பனைச் சரிவைத் தொடர்ந்து நிர்வாகத் தரப்பிலிருந்தே அதன் ஊழியர்களுக்கு வழங்கப்பட்ட அறிவுரையின்படி வேறு வழியின்றிக் குழுமத்திலிருந்து விலகிய பின் தன் செயல்பாடுகளை நிறுத்திக்கொண்டுவிட்டதோடு தன் இருப்பையும் ஜனங்களின் கண்களிலிருந்து மறைத்துக்கொண்டு அமைதியாகிவிட்டவரென்றும் பவித்ராவின் நெருங்கிய நண்பரென்றும் அதன் ஓய்ந்துபோன இயக்குநர்கள் சிலரிடமிருந்து ஆறு மாத காலம் முயன்று துளித் துளியாகத் திரட்டிய தகவல்களின் அடிப்படையில் லோத்தர் என்கிறவொரு வயதான ஃபிரெஞ்சுப் புகைப்படக் கலைஞரை வாராணசியின், தன் நிழலைத் தன்மீதே போர்த்திக்கொள்ளும் உயர்ந்த கட்டடங் களாலும் ஒருபோதும் வாய்விட்டுக் கத்தாத கால்நடை களின் ஒலியறுந்த நடமாட்டத்தாலும் சடங்குக் கழிப்புகளின் குப்பைகள் மற்றும் சிதையெரியும் வாடையாலும் அடைந்து கிடக்கும் புதிர்வழித் தெருக்களினூடே தேடிக் கண்டுபிடிக்கும், நினைத்தாலே மலைப்பை ஏற்படுத்தும், ஆனால் மிக விரைந்து முடித்தாக வேண்டிய வேலையில் அவன் தனக்கு உதவ முடியுமா என்று கேட்டுக்கொள்வதற்காக. ஏனென்றால் அவளுக்கு அந்தத் தேடல் பணியில் பிரமாதமான சிரத்தையும் இல்லை, அதை நிதானமாகச் செய்யும் பொறுமையும் இல்லை. எத்தனை விரைவாக அதை முடிக்க முடியுமோ அத்தனை விரைவாக முடித்துக்கொண்டு உடனே வாராணசியைவிட்டு வெளியேறும் மனநிலையில்தான் அப்போது அவள் இருந்தாள். அவளுடைய இருபத்துச் சொச்ச நண்பர்கள் அவளுக்காகப் பூனாவில் காத்திருந்தார்கள். மெட்ராஸ் பல்கலைக்கழகத்தில் இளங்கலை இதழியல் பட்டப்படிப்பை முடித்துவிட்டு எக்ஸ்பிரஸ் இதழுக் காகச் சில காலம் விருப்புசார் நிருபராகப் பணியாற்றிய பின் அவள் அங்கிருந்தே அவர்களுடன் கிளம்பி ஓஷோவின் காலடிகளைச் சென்றுசேர்ந்துவிடும் திட்டத்தில் இருந்தாள். ஆனால் அதற்குள் அவளுடைய இளைய பெரியம்மாவான சுமதியின் சாவுச் செய்தி அவளை ஓசூருக்குக் கிளம்பும்படி செய்துவிட்டது. நண்பர்கள் அவளுக்காக மெட்ராஸில் காத்திருப்பதாயும்

அல்லது அவளுடனேயே ஓசூருக்கு வந்து சாவுச் சடங்குகளில் பங்குகொண்டுவிட்டு பெங்களூரிலிருந்து அப்படியே பூனா கிளம்பிவிடலாமென்றும் தெரிவித்தார்கள். அவள்தான் தன் பொருட்டாக அவர்கள் சிரமப்படத் தேவையில்லையென்றும் காரியங்களை முடித்துக்கொண்டு அதிகம்போனால் இரண்டு வாரங்களுக்குள் தானே வந்து சேர்ந்து விடுவதாயும் சொல்லி அவர்களுக்குத் தற்காலிக விடைகொடுத்து அனுப்பிவிட்டு ஓசூர் வந்தாள். ஆனால் வந்த பிறகுதான் பெரியம்மாவின் சாவு, இயற்கையானதுதானென்றாலும், சாதாரணமாக நிகழ்ந்ததில்லையென்பதையும் தகப்பனின் கைகளில் பிச்சைப்பாத்திரத்தைப் போல ஒட்டிக்கொண்டிருந்த லெ ஃப்லர் பூர் லெ சொம் என்கிற பத்திரிகையொன்றில் வெளியாகியிருந்த மூத்த பெரியம்மாவின் படங்கள்தான் அவளைக் கொன்றது என்பதையும் நெடுங்காலமாகத் தன் குடும்பத்தைத் தாக்கிச் சிதறடிக்கும் சம்பவமெதாவது நடந்துவிடாதாயென்று எதிர்பார்த்துக் காத்திருந்த, 1975ல், ஜமீன்தாரி முறையெல்லாம் ஒழிக்கப்பட்ட பிறகும் தன் பரம்பரைப் பெருமையைப் பிரிட்டிஷ் ஆட்சி காலத்திலேயே நிறுத்திக்கொண்டு தன்னைச் சுற்றியிருப்பவர்களும் அப்படியே தன்னைப் பார்க்க வேண்டுமென்று ஆசைப்பட்டுக்கொண்டிருந்த ஓசூரின் பழைய ஜமீன்தாரும் தன் வயதை (60) காலத்திற்கு விட்டுக்கொடுக்கப் பிடிவாதமாக மறுத்துக் கொண்டிருந்தவரும் மஞ்சள் பத்திரிகைகளைச் சேகரித்து வைப்பதில் ஆர்வம் மிகுந்தவரும் தாதுபுஷ்டி லேகியங்களுக்கும் சோமபானத்திற்கும் (அயல்நாட்டு மது வகைகள் அப்படித்தான் அவரால் குறிப்பிடப்படும். இந்திய வகைகள் எல்லாமே அவருக்குச் சுராபானம் தான்) அடிமையானவரும் தகப்பனுடைய சம வயதினரும் அவருடைய ஏறக்குறைய நான்கு தசாப்தகால எதிரியுமான ரெகுபதி நாயக்கர் என்பவரால் அது அவர் கைகளில் கெடுமதியோடேயே வலிந்து திணிக்கப்பட்டது என்பதையும் அதுவே சுமதி பெரியம்மாவைப் பிணமாக்கியதோடு அவள் கணவரையும் படுத்த படுக்கையாக்கியது என்பதையும் அவள் தெரிந்துகொண்டாள். விஸ்வநாதனும் ரெகுபதி நாயக்கரும் அவர்களிருவருடைய யவ்வனப் பருவத்தில்

சில வருடங்கள் (1935–39) முறையே வேலையாளும் எசமானுமென வர்க்கவுறவு கொண்டிருந்தவர்கள். அது, அதாவது அந்த எசமானன் வேலையாள் உறவு, அதன் காரணமாகவே பின்பு விஸ்வநாதனுக்குச் சிறிதும் விருப்பமின்றி நடந்தேறிய பவித்ராவுக்கும் அவனுக்குமான திருமணமாயும், கர்னூர் அரண்மனை யில் விஸ்வநாதனுக்கு முன்பும் நான்கைந்து தலைமுறை களாக (ஆனால் பின்பொருநாள் சாராட்சியர் அலுவலக வரவேற்பறையின் மர நாற்காலியில் அமர்ந்து தான் அழைக்கப்படுவதற்காகக் காத்திருக்கு மாறு சாராட்சியரின் உதவியாளரான விஸ்வநாதனால் ரெகுபதி நாயக்கர் எந்த உள்நோக்கமுமின்றி நடைமுறை வழக்கமாகக் கேட்டுக்கொள்ளப்பட்டபோது அது தன்னை அவமானப்படுத்துவதற்காகவே மேற்கொள்ளப் பட்ட போலிச் சம்பிரதாயமென்று எடுத்துக்கொண்டு விட்ட அவர் விஸ்வநாதனுக்குச் சொல்லப்பட்ட அவனுடைய தந்தையின் தலைமுறைக் கணக்கு தவறு, அந்த மூதாதையர்கள் தன்னுடைய முன்னோர்களிடம் வேலைக்காரர்களாக இருந்தது வெறும் நான்கைந்து தலைமுறைகள் அல்ல, மாறாக அதற்கும் முன்பிருந்தே, அதாவது கிருஷ்ணதேவராயர் ஆட்சியின்கீழ் பலிஜார்களின் அரசியல் ஆதிக்கமும் செல்வப் பெருக்கமும் தென்னிந்தியாவில் பரவத் தொடங்கிய காலகட்டத்திலிருந்தே அது தொடங்கிவிட்டது என்று தன் தந்தையார் தன்னிடம் சொல்லியிருக்கிறாரென்றும் ஆனால் அந்தக் கணக்குமேகூடத் தவறு என்று அரண்மனையின் புழக்கமற்றுப்போன குதிரை லாயத்தில் போட்டுவைக்கப்பட்டிருந்த பழைய ஆவணங்களில் அரண்மனைக்கும் விஸ்வநாதன் குடும்பத்திற்குமான எசமானர் வேலையாள் உறவு காகதீயர்கள் காலத்திலிருந்தே துவங்கி பல தலைமுறை களாகத் தொடர்ந்து வந்துகொண்டிருந்ததென்று தான் வாசித்தபோது கண்டுபிடித்ததாயும் அங்கிருந்த குமாஸ்தாக்கள் யாவரும் விஸ்வநாதனைத் திரும்பிப் பார்க்கும்படியும் அதனால் அவர் முகம் சிவக்கும்படியும் உரக்கச் சொல்லிவிட்டு ஆட்சியரைச் சந்திக்காமலேயே வெளியேறினார்) கணக்குப்பிள்ளை உத்யோகத்தில் நீடித்துவந்த அந்தப் பிராமணக் குடும்பம் ஜமீனுடன் பேணிக்கொண்டிருந்த கனதியான உறவுச் சங்கிலியின்

(ஜமீனின் ஆதரவில் அந்தப் பிராமணர்களின் குடும்ப விருட்சம் செழிப்பாகத்தான் வளர்ந்திருந்தது. அவர்களுடைய பொருளாதாரத் தேவைகளுக்கு ஜமீன் பொறுப்பேற்றுக்கொண்டிருந்தது. அரண்மனையிலும் சமூகத்திலும் அவர்களுடைய உரிமையும் பொறுப்பும் ஸ்திரமாக நிலைநாட்டப்பட்டிருந்தது. யார் வீடுகளுக்கும் போயறியாத ஜமீன் குடும்பத்துப் பெண்கள் சுந்தரேசய்யருடைய (விஸ்வநாதனுடைய தகப்பனார்) வீட்டிற்கு மட்டும் லஜ்ஜையில்லாமல் வந்துபோவதென்பது, அவர்களுடைய ஒவ்வொரு வருகையின்போதும், அந்த வீட்டாரின் அந்தஸ்தைக் கிராமத்தினர் மத்தியில் உயர்த்திக்கொண்டேயிருந்தது. கிட்டத்தட்ட அவர்களும் ஒரு ஜமீன் குடும்பத்தைப் போலத்தான் ஊராரால் பார்க்கப்பட்டுக்கொண் டிருந்தார்கள்) கடைசிக் கண்ணியாயும் சீரழிந்து முடிந்தது. துவக்கத்தில் அந்தக் குடும்பத்தின் (ஏதோவொரு எண்ணிக்கைக்குட்பட்ட) வம்சாவளியின் ஒவ்வொரு தந்தையும் அந்தந்தப் பிராயத்திற்கேயுரிய அறியாமையைக் கொண்ட எந்தவொரு மனிதனையும் போல காலம் என்பது தான் வாழ்ந்துகொண்டிருக்கும் நாள்கள்தானென்றும் தன் சந்ததிகளும் தனக்குப் பின்னால் தன்னுடைய நாள்களிலேயேதான் சுபிட்சமாக வாழ்ந்துகொண்டிருப்பார்களென்றும் நம்பி எப்போதும் பின்னோக்கியே சுழலக்கூடிய மானசீகக் காலக் கடிகையையும் ஜமீன் கணக்குகளையும் விசுவாசத்தையும் பிள்ளைகளுக்குக் கைமாற்றிவிட்டு நிம்மதியாகத் தன் வாழ்வைப் பூர்த்தி செய்துகொண் டிருந்ததான குலவழக்கப்படி (ரெகுபதியோ அவனுடைய மூதாதையர்களோ விஸ்வநாதன் அதை மறுப்பதற்கான காரணமெதையும் வைத்திருக்கவுமில்லை யாதலால்) விஸ்வநாதனுமேகூடக் கடமையுணர்வோடும் நன்றியறிதலோடும் ஜமீன் உத்தியோகஸ்தன் என்கிற பெருமையோடுமேதான் அரண்மனைக்குள் நுழைந் தான். ஜமீனும் அய்யர் குடும்பத்துக் கணக்குப்பிள்ளை களிடம் எதிர்பார்த்த தகுதி என்பது விசுவாசம், குலத் தகுதியினடிப்படையில் நாள் கிழமைகளைப் பார்த்துக் காரிய பலன்களைக் கணிப்பதற்கும் குடும்ப வழிபாடு களை மந்திரங்களைச் சொல்லிச் செவ்வனே நடத்திவைப்பதற்குமான புரோகித அறிவு, அப்புறம்

தப்பில்லாமல் கூட்டவும் கழிக்கவும் பெருக்கவும் வகுக்கவும் தெரியுமளவிற்குக் கணக்கில் தேர்ச்சி இவற்றின் தொகையாக மட்டும்தான் இருந்தது. தலைமுறை வழக்கப்படி விஸ்வநாதனிடம் இந்தத் தகுதிகள் இருந்தன. கூடுதலாக ஒரு தகுதியையும் அவன் தன் கையில் வைத்திருந்தான் (அதுதான் பின்னாளில் பிரச்சனையாக உருவெடுத்தது). அது அவனுடைய மெட்ராஸ் பல்கலைக்கழகப் பட்டப் படிப்பு. அவனுக்கு முன்னால் அவனுடைய முன்னோர் அல்லது உடன்பிறந்தவர்கள் என்று யாருமே ஓசூரைத் தாண்டிப் படிப்பை எட்டிப்பார்த்ததில்லை. வேதாத்யாயனம் ஒன்றே அவர்களுக்கு எல்லா தகுதிகளையும் கொடுத்துக்கொண்டிருந்தது. ஆனால் விஸ்வநாதனோ பள்ளிப் படிப்பின்போதே தங்களூர்க்காரரான ராஜாஜியின் பிரம்மாண்டமான வளர்ச்சியின் மேல் ஈர்க்கப்பட்டு (அவர் படித்த அதே ஓசூர் அரசுப் பள்ளியில்தான் அவனும் படித்தான்) தன்னுடைய எதிர்காலத்தையும் அவ்வண்ணம் அமைத்துக்கொள்வதைக் கனவுகண்டான். ஜமீன்தார்களின் ஆளுமையைத் தாண்டிச்செல்லும் உத்தேசமேதும் அதில் இல்லையென்றாலும்கூட அவனுடைய அந்தக் கனவு சுந்தரேசய்யருக்கு மலைப்பைக் கொடுக்கத்தான் செய்தது. ஆனால் ரெகுபதியின் தந்தை உதார குணமும் பொறாமையில்லாத மனமும் கொண்டிருந்தவராதலாலும் ஒரு படித்த பிராமணனைத் தனக்குக் கீழே வேலையாளாக வைத்திருப்பது தன் அந்தஸ்தை வெள்ளைக்காரர்கள் மத்தியில் உயர்த்தி வைக்குமென்கிற யோசனையும் வயலில் எலி பிடிப்பதைப் போல நிலங்களைப் பிடிக்க அலைந்துகொண்டிருக்கும் அவர்களுடைய தந்திரங்களுக்குப் பதில் சொல்ல வெறும் கூட்டல் கழித்தல் அறிவு மட்டும் போதாது என்கிற கவலையும் அவருக்கு இருந்ததாலும் விஸ்வநாதன் அவருடைய ஆதரவிலேயே மெட்ராஸ் சென்று சேத்துப்பட்டுக் கிராமத்தில் ஜமீன் தங்கள் உபயோகத்திற்கென்று கட்டிக்கொண்டிருந்த ஒய்வில்லத்தையும் அங்கிருந்த படாடோபமான கூண்டு வண்டியையும் மூன்றுவேளை வயிறாரச் சமைத்துப்போடும் பரிசாரகர்களையும் உபயோகப் படுத்திக்கொண்டு ஆங்கில இலக்கியத்தை விருப்பப்

பாடமாகத் தேர்ந்தெடுத்துத் திருப்தியாகப் படித்தான். பாடங்களுக்கு வெளியே ஆங்கிலத்தால் பெற்ற உந்துதலோடேயே சுயவிருப்பத்தின்பேரில் தமிழ் இலக்கியத்திலும் நல்ல பரிச்சயத்தைச் சம்பாதித்துக் கொண்டு நான்கு வருடங்களுக்குப் பின் ஊர் திரும்பி ஜமீனில் தயாராகக் காத்திருந்த தந்தைக்கு ஓய்வளித்து விட்டுக் கணக்காளர் வேலைக்குள் தன்னைப் புகுத்திக்கொண்டான். அப்போது ரெகுபதியின் தந்தை காலமாகியிருந்தார். தாத்தா உயிரோடுதானிருந்தா ரென்றாலும் செயல்திறன் ஓய்ந்துபோயிருந்தார். எனவே வெறும் ரெகுபதி ரெகுபதி நாயக்கராகியிருந்தான். அவனும் தன் மூதாதையர்களைப் போலவே படிப்பை ஒரு நிர்வாகத் தகுதியாகக் கருதியவனில்லை (பள்ளிப் படிப்பு என்பது குமாஸ்தா உத்தியோகஸ்தர்களுக்கானது). எனவே தந்தை பாட்டன் முப்பாட்டன்களைப் போலல்லாது சிறுவயதிலேயே பெரியவர்களின் துணையோ அறிவுரைகளோ இன்றித் தனியாக ஏராளமான நிலபுலன்களின் மீது இயங்கும் நிர்வாகப் பொறிக்குள்ளும் அரண்மனை ஆடம்பரத்திற்குள்ளும் சிக்கிக்கொண்டுவிட்ட அவனுக்கு விஸ்வநாதனுடைய படிப்பும் திறமையும் நட்பும் அதிகமாகத் தேவைப்படும் என்றும் அதனாலேயே தன் முன்னோர்களைவிட அதிகமான நெருக்கம் ஜமீனுடன் விஸ்வநாதனுக்கும் உண்டாகுமென்றும் அது பிற்காலத்தில் கூடுதலான வசதிகளையும் அந்தஸ்தையும் தங்கள் வாழ்க்கைக்குப் பெற்றுத் தரப்போகிறதென்றும் சொல்லி சுமதியும் விஸ்வநாதனின் பகல் விழிப்பிலேயே (தன்னைப் பற்றிய சிருங்காரச் சொப்பனங்களோடு சேர்த்து) காரியார்த்தமான கனவுகளைத் தூவியிருந்தாள். அவள் கணித்தது பிசகிப்போகவில்லை, விஸ்வநாதனுக்கு ரெகுபதி அனுமதித்த நெருக்கம் அவனுடைய தந்தை பாட்டன்களுடன் ரெகுபதியின் தந்தை பாட்டன்கள் கொண்டிருந்த நெருக்கத்தைவிட அதிகமாகத்தான் இருந்தது. ஆனால் அதீத நெருக்கத்திற்கு எப்போதுமே ஆயுள் குறைவு என்கிற சொலவடைக்கொப்ப வேலைக்குச் சேர்ந்த நான்கு வருடங்களிலேயே விஸ்வநாதன் ஜமீனைவிட்டு வெளியேற முடிவெடுக்கும் நிர்பந்தம் உண்டானது. அவனுடைய முன்னோர் யாரும் எடுக்கத் துணிந்திராத, ஜமீனே எதிர்பார்க்காத

முடிவுதான் அது (அதுவும் சுமதி அவனுக்குக் கொடுத்த துணிச்சலில் நிகழ்ந்ததுதான் (ரெகுபதியோடு ஒத்துவர வில்லையென்றால் வேறொரு கௌரவமான உத்தியோகத்தைப் பார்த்துக்கொள்ளேன் விச்சு, உன் படிப்பிற்கும் புத்திசாலித்தனத்திற்கும் வேறொரு வேலையுமென்ன எட்டாப்பழமா)). அவனுக்கும் பரம்பரைப் பழக்கத்தின் காரணமாகத்தான் யோசனை தோன்றாமலிருந்ததே தவிர வேறு வேலையைத் தேடிக் கொள்வதென்பது பிரம்மப்பிரயத்தனமாகவொன்றும் இருந்துவிடவில்லை. மேலும் அதையும் அவன் படிப்பறிவற்ற ரெகுபதியின் அறியாமையைப் பயன்படுத்திக்கொண்டேதான் சாதித்து முடித்தான். அரண்மனை நோட்டுப் புத்தகத் தாள்களிலேயே எழுதப்பட்டு அனுப்பப்பட்ட ரகசிய வேலை விண்ணப்பங்கள் ஆறு மாதங்களுக்குள்ளாகவே புனித ஜார்ஜ் கோட்டைக்கு நேர்முகத்திற்கான அழைப்பாணையாகக் கனிந்து அவன் கைகளை வந்தடைந்தபோது சில முக்கியமான காமச் சித்திரப் புத்தகங்களின் இருப்பு தெரிய வந்திருப்பதாயும் தானே நேரில் சென்றுதான் அவற்றை வாங்கிவர வேண்டுமென்றும் சொல்லி ரெகுபதியிடமே பயணச் செலவிற்குப் பணத்தை வாங்கிக்கொண்டு கோட்டைக்குப் போய்விட்டு வந்தான். வேலை நிச்சயம் என்கிற உறுதிமொழி கிடைத்த கையோடு (வாஸ்தவத்தில் அவனுக்கு மெட்ராஸ் சென்றுவிடும் ஆசைதான் இருந்ததென்றாலும் சுந்தரேசய்யரின் புத்திர பாசத்தையும் சுமதியின் அச்சத்தையும் தாண்டி அவனால் வெளியேற முடியவில்லையாகையால்) கல்லூரிக் காலத்தில் தன்னுடைய தமிழ் ஆர்வத்தால் ஆங்கிலப் பாட வகுப்பறைக்கு வெளியே நண்பராகச் சம்பாதித்துக்கொண்ட வையாபுரிப் பிள்ளையென்கிற தமிழ் இலக்கியத் துறைப் பேராசிரியர் ஒருவரைப் போய்ப் பார்த்ததில் ஆங்கிலேயர்கள் மத்தியில் அவருக்கிருந்த செல்வாக்கால் கிரகித்துக்கொண்ட சிபாரிசின் பேரில் ஓசூர் சாராட்சியர் அலுவலகத்தி லேயே நியமன உத்தரவும் கிடைத்துவிட்டது. எல்லாமே நினைத்ததுபோலதான் நடந்தது. ஆனால் ரெகுபதியுட னான வர்க்கவுறவு நீங்கியபோது அவனுடனான நட்பும் நிரந்தரமாகவே முறிந்துபோய்விட்டது.

விஸ்வநாதனின் வெளியேற்றம் அதன் ஒன்றுக்கு மேற்பட்ட அர்த்தங்களில் ஒரு தனிமனிதனின் வெளியேற்றம் அன்று என்பது ஜமீன் குடும்பத்தவர்க்கு நன்றாகத் தெரிந்திருந்தது. அதுவொரு தலைமுறையின் வெளியேற்றம். மட்டுமன்று, ஒரு வலி மிக்க சமூக மாற்றத்தின் துவக்கமும்கூட. ரெகுபதியின் பாட்டனார் தன்னுடைய அதிருப்தியையும் அசூயையும் மறைத்துக் கொண்டும் விஸ்வநாதனைப் படிக்கவைத்த தன் மகனுடைய முட்டாள்தனத்தை நினைத்து மனதிற்குள் நொந்துகொண்டும் ஒரு சிறு முகச்சுளிப்புடன் அவனை வாழ்த்தி வழியனுப்பிவைத்தார். ஆனால் இள ரத்தமான ரெகுபதியால் அத்தனை இங்கிதத்துடனோ பெருந்தன்மையெனும் முகமூடியைத் தரித்துக் கொண்டோ அந்தச் சடங்கைச் செய்ய முடியவில்லை. வேலைகள் தப்பும் தவறுமாயும் அரைவேக்காடாயு மிருந்தபோதிலும் அப்பன் பாட்டன்களின் உழைப்பைக் கருதி அவற்றைப் பெரிதுபடுத்தாமல் அவனைச் சகித்துக்கொண்டதற்கு விஸ்வநாதன் தன்னிடம் எவ்வளவு நன்றிக்கடன் பட்டிருக்க வேண்டுமெனக் கேட்டான். வேலைக்குச் சேர்ந்தபோதே ஜமீனுக்குச் சொந்தமான நிலபுலன்களின் கணக்குவழக்குகளைத் தெரிந்துகொண்டு பிறகு சர்க்கார் அடிமையாக மாறி அவற்றைப் பற்றி அவர்களுக்கு ஒற்றுச் சொல்லிப் பிழைக்கலாமென்கிற திட்டத்தோடேயேதானே அவன் அரண்மனைக்குள் நுழைந்தானென்றும் கேட்டு விஸ்வநாதனின் கண்களில் கண்ணீரை வரவழைத்தான். ஊதியம் போதவில்லையென்று முறையிட்டிருந்தால் அவன் கேட்கும் பிச்சைக் காசைத் தானே தூக்கியெறிந் திருக்க முடியுமேயென்றும் மற்ற சாதியினரின் பலவீனங்களை அறிந்து உபயோகப்படுத்தித் தங்களை உயர்த்திக்கொண்டு அவர்களைத் தூக்கியெறிந்துவிடும் பார்ப்பனப் புத்தியை நம்பிய தன்னுடைய மூதாதையர் களின் மூளைகளைச் செருப்பாலடிக்க வேண்டுமென்றும் பலவாறாகச் சொல்லி மண்ணை வாரித் தூற்றாத குறையாகத் தூஷணைகளைப் பொழிந்து தன் ஆற்றாமையை ஓரளவிற்காவது தணித்துக்கொண்டுதான் அவனைப் போக அனுமதித்தான் (அதாவது அவன் பேசி ஓய்ந்து மௌனமான சில நிமிட இடைவெளியை அவனுடைய விடையளிப்பாக விஸ்வநாதன் எடுத்துக்

கொண்டான்). தன்னை ஏன் ஒரு வேலையாளென்பதற்கும் மேலாகத் தன் நண்பனாகவே பாவித்துவந்த விஸ்வநாதனுக்குப் பிடிக்காமல்போனது என்பது ரெகுபதிக்குத் தெரியுமென்பதும் தன்னுடைய விலகல் அவனுடைய தனிப்பட்ட பலவீனங்களின் மேல் வைக்கப்பட்ட கடுமையான விமர்சனம் என்பதற் கப்பால் முகத்தின் மேல் உமிழப்பட்ட எச்சிலென்ப தாகவே அவனை உணரச் செய்யுமென்பதுவும் அதனால்தான் தன் முடிவு அவனுக்கு அத்தனை ஆற்றாமையைக் கொடுக்கிறது என்பதுவும் விஸ்வநாதனுக்கும் தெரியுமாதலால் அவனும் மறுவார்த்தையேதும் பேசாமலும் குனிந்த தலை நிமிராமலும் நின்று அத்தனையையும் வாங்கிக்கொண்டு வீடு வந்து சேர்ந்தான். அதோடு அந்தக் குடும்பத்திற்கும் ஜமீன் குடும்பத்திற்குமான தொடர்பு முடிவிற்கு வந்தது. அதற்குப் பிறகு முப்பத்தாறு வருடங்கள், நடுவே ஒரேயொரு தடவை விளைச்சல் சரியில்லையென்று வரிக் குறைப்புக்கு மனுச் செய்வது சம்பந்தமாக ஆட்சியரைப் பார்க்கச் சாராட்சியர் அலுவலகத்திற்கு ரெகுபதி நாயக்கர் வருகைதந்தபோது விஸ்வநாதன் தன்னை வேண்டுமென்றே வரவேற்பறையில் காக்க வைத்ததாக உறுமிவிட்டு வெளியேறிய தருணத்தைத் தவிர்த்து மற்றபடி இருவரும் ஒரே ஊரிலிருந்தும் ஒருவர் முகத்தை ஒருவர் பார்த்துக்கொள்ளவேயில்லை. துவக்கத்தில் விஸ்வநாதன் ரெகுபதி தன்மீது வெறுப்பைக் காட்டும் நடவடிக்கைகளில் ஈடுபடக்கூடு மென்றும் தன்னுடைய செல்வாக்கை உபயோகப்படுத்தி வேலைக்கு உலைவைத்துத் தன்னை மீண்டும் காலில் விழவைக்கவே முயல்வானென்றும் கற்பனை செய்து பயந்துகொண்டிருந்தான். அவனுடைய துரோகம் உண்டாக்கியிருந்த காயம் ரெகுபதியின் மனதிலிருந்து துளியளவுகூட ஆறவில்லையென்பது உண்மையும்கூடத் தான். ஆனால் அதற்காகக் கீழ்த்தரமான பழிவாங்கும் செயல்களெதிலும் ரெகுபதி இறங்கவில்லை. விஸ்வநாதன் வெளியேறிய கணத்திலேயே, பெரிய மனம் படைத்த பரம்பரையைச் சேர்ந்தவனென்பதன் அடையாளமாக, அவனை மறந்துவிட்டதைப் போலவும் புறக்கணித்தலே சிறந்த தண்டனையென்று நினைத்தவனைப் போலவும் அவன் நடந்துகொண்டான்.

விஸ்வநாதன் இருக்கிறானென்கிற ஒரே காரணத்திற்காகவே தன்னுடைய வழக்கமான சாராட்சியர் அலுவலக வருகைகளை நிறுத்திக்கொள்வதும் விஸ்வநாதனும் ரெகுபதி அழைக்கப்படுவானென்பது தெரிந்தே பொது நிகழ்ச்சிகளில் கலந்துகொள்வதைத் தவிர்த்துவிடுவதுமாக ஆண்டுகள் ஓடின. இருவருமே உள்ளுக்குள் பகைமையும் வருத்தமும் உள்ளவர்களாய்த் தத்தம் சொந்த வாழ்க்கையின் லெளகீகப் பிரச்சனைகளுக்குள் தங்களைக் கரைத்துக்கொண்டார்கள். காலப்போக்கில் இருவருமே தலை நரைத்து உடல் தளரும் பிராயத்தையும் அடைந்தார்கள். பிரிட்டிஷ் சர்க்கார் அலுவலகத்தில் உதவியாளராக (1939) வரவேற்கப்பட்ட விஸ்வநாதன் பணி ஓய்வு பெற்றபோது (1974) தலைமை அலுவலதிகாரியாக இந்திய சர்க்காரால் வழியனுப்பப்பட்டார். ரெகுபதி நாயக்கர் தன் பங்கிற்கு ஜமீன்தாரி முறை ஒழிப்பு, நில உச்சவரம்புச் சட்டம், கம்யூனிஸ்ட் எழுச்சி, நக்ஸல்பாரி பயமுறுத்தல்கள் என்று ஒரு குடியரசு அமைப்பின் பலவிதமான சவால்களுக்கும் ஈடுகொடுத்துச் சிலவற்றில் தோற்று சிலவற்றில் வென்று பழம்பெருமையைத் தக்கவைத்துக் கொள்ள முயன்றதில் கடைசியில் எழுபதுகளின் மத்தியில் ஒசூரில் நிறுவப்பட்ட தொழிற்பேட்டை ஏற்படுத்தித் தந்த வேலைவாய்ப்பில் ஈர்க்கப்பட்டு நாடு முழுவதிலுமிருந்து வந்து குவியவாரம்பித்த வந்தேறிகளின் ஆக்கிரமிப்புகளுக்கும் ஆடம்பரத்திற்கும் ஈடுகொடுக்க முடியாமல் ஒதுங்கிச் சிறுத்துப்போன ஏனைய பூர்வகுடிகளைப் போலவே தானும் பின்வாங்கி, மத்திகிரி சாலைச் சந்திப்பிலிருந்து பெங்களூரை நோக்கிப் பிரிந்து நீளும் ரஸ்தாவின் மேல் கவிந்து கிடந்த மரக்கூட்டத்தின் நடுவே பிரிட்டிஷார் காலத்திலேயே தொலைநோக்குப் பார்வையுடன் மலிவாக வாங்கிப்போட்டிருந்த நிலத்தில் அரண்மனைபோல ஒரு வீட்டைக் கட்டிக்கொண்டு சமூகத்தைவிட்டு ஒதுங்கி ஆயுளின் எஞ்சிய பகுதியை ஏகாந்தமாகக் கழிக்கும் ஏதோவொரு மரியாதைக்குரிய பழைய பணக்காரர் என்கிற படிமத்தை மட்டும் அவரால் தக்கவைத்துக்கொள்ள முடிந்தது. நடுவே கொஞ்ச காலம் திராவிட இயக்கத்தின் தீவிர அபிமானியாய் இருந்துபார்த்தார். தங்களுடைய பரம்பரைச் சலுகை

களால் படித்து சர்க்கார் அடிவருடிகளாய் அரசு அலுவலகங்களில் இடம்பிடித்துக்கொண்டு மண்ணின் மைந்தர்களையெல்லாம் ஏதோ தாங்களே அரசாங்கமென்பதைப் போல எண்ணிக்கொண்டு அதிகாரம் செய்யும் பார்ப்பனர்களின் கொட்டத்தை யடக்கி அவர்களைக் கைபர் போலன்களுக்கு அந்தப்புறம் ஆடுமாடுகளைப் போல ஓட்டிவிட வேண்டுமென்கிற ரீதியில் சில மேடைகளில் முழங்கவும் செய்தார். ஆனால் அவையெல்லாம் அவருடைய உல்லாசயியல்பிற்கு ஒத்துவராமல் சீக்கிரமே அலுத்துப் போய்விட அவற்றிலிருந்தும் தன்னையறியாமலேயே ஒதுங்கிக்கொண்டுவிட்டார். அவருடைய பழங்கதைப் புலம்பல்களும் தத்துவம் புரியாமல் வீம்புக்குத் திராவிடம் பேசும் அசட்டுத்தனமும் தன் நண்பர்களின் வெறுப்பிற்கும் கேலிக்குமுரியவையாயிருக்கின்றன வென்று அவருடைய மகனே அவற்றைப் பற்றிப் பேசுவதிலிருந்து அவரைத் தடுத்து வைத்திருந்ததும் அதற்கொரு காரணம். அந்தப் பையன் தன்னால் தடுக்க முடியாத தன் தந்தையின் ஒரேயொரு பலவீனம் என்று நினைத்தது பெண்கள் மற்றும் தன்னுடைய தனியறையில் அவர் ஏற்படுத்திக்கொண்டிருந்த, புகைப்படங்களும் ஓவியங்களும் நிறைந்த, பல மொழிகளிலும் வெளிவரும் விதவிதமான மஞ்சள் பத்திரிகைகளின் நூலகத்தை. ஆனால் எந்தப் பலவீனம் விஸ்வநாதனை ரெகுபதி நாயக்கரிடமிருந்து பிரித்து அவர் மனதில் தாழ்வுணர்ச்சியென்னும் ஆறாத காயத்தை உண்டாக்கி வைத்திருந்ததோ அதே பலவீனம்தான் பல வருடக் காத்திருப்பிற்குப் பிறகு முற்றிலும் எதிர்பாராத விதமாக விஸ்வநாதனின் அந்திமக் காலத்தில் கூட உழன்றுகொண்டிருந்த அவருடைய ஒரே வாழ்க்கைத் துணையையும் அவரிடமிருந்து பறித்து அவரை அனாதையாக்கிப் பழிவாங்க ஓர் ஆயுதமாய், வெளியே அதிகம் புழங்காத ரகசிய சஞ்சிகைகளைச் சேகரித்துத் தருவதற்கென்றே ஏற்பாடு செய்துகொண்டிருந்த சேலம் பழைய புத்தக வியாபாரி ஒருவர் மூலமாக அவர் கைகளை வந்தடைந்து தன் நோக்கத்தில் வெற்றியும் பெற்றதோடல்லாமல் தந்தையின் அனாதைமையும் அஃதால் தூண்டிவிடப் பட்ட பவித்ராவின் நினைவுகள் அவர்மேல் கவிழ்த்த

நோய்மையும் பவித்ராவைப் போய்ப் பார்த்து அவளைத் திரும்ப வீட்டிற்கு அழைத்துவர வேண்டும் அல்லது அவளுடனேயே கங்கைக்கரையில் தன் அந்திமகாலத்தைக் கழித்துவிட வேண்டுமென்கிற அவருடைய பிடிவாதமும் அவர் கைகளோடு ஒட்டி யிருந்த லெ ஃப்லர் பூர் லெ சொம்மின் 1960ம் வருடத்திய கூதிர் பருவ இதழும் தன் குடும்பத்தின் இன்னும் சொல்லப்படாத கதைகளின் மூலத்தைத் தேடிச் சென்றாக வேண்டிய கட்டாயத்திற்குள் விஸ்வநாதனின் மகளையும் தவிர்க்கவியலாமல் சிக்க வைத்து அவளை அவளுடைய பூனா செல்லும் திட்டத்திலிருந்து பிறழ்த்தி ஆறு மாதங்கள் ஒசூரிலேயே தங்கும்படி செய்ததோடு கடைசியில் அவள் விருப்ப மின்றியே வாராணசியை நோக்கித் தள்ளி கேதார் படித்துறைக்குக் கொண்டுவந்து நிறுத்தியும் விட்டது. தினமும் பஞ்சகங்கா படித்துறைக்கு வந்து அதன் கரையிலிருந்து கங்கையை வெறிக்கப் பார்த்துக் கொண்டிருந்த, மருண்ட கண்களையுடையவளாயும் குடும்பப் பெண்ணாயும் யாவரையும் சந்தேகிப்பவளாயும் தோற்றமளித்த பேரழகி தொண்ணூற்றொன்பது சதவீதம் (குறைந்தது முதல் அணுகலின்போதேனும்) தன் கோரிக்கைக்கு ஒப்புக்கொள்ளப்போவதில்லை யென்று மனதளவில் தன்னைத் தயார்ப்படுத்திக் கொண்டுதான் லோத்தர் 1952ல் பவித்ராவை அணுகி னான். ஆனால் சோனுவுக்காகக் காத்திருந்த இதாவுக்கு அவன் தன் வேண்டுகோளைத் தட்ட மாட்டானென்கிற நிச்சயம் இருந்தது. அது பெண்ணென்றால் பேயும் இரங்கும் என்கிற முதுமொழி சார்ந்தோ அல்லது பெண்களின் அழகு ஆண்களிடம் பொதுவாக ஏற்படுத்தும் மறுக்கவியலாமையென்கிற பலவீனத்தைக் கணக்கில் கொண்டோ உண்டானது இல்லை. காரணம், பவித்ரா லோத்தர் சந்திப்பைப் போல எதிர்பாராதவிதமாக நிகழ்ந்தாய் இராமல் இதா சோனு சந்திப்பு இருபத்தேழு வருடங்களுக்கு முன் பவித்ராவுக் கும் அவளை ஒசூரிலிருந்து வாராணசிவரை ரகசிய மாகத் துரத்திக்கொண்டிருந்த மரணத்திற்குமிடையே நிகழ்ந்ததைப் போல ஈர்க்கும் தன்மையதான முந்தைய இரண்டு சந்திப்புகளின் தொடர்ச்சியாயும் அவற்றின் உச்சமாயும் இருந்தது. மரணம் ஓர் அழகிய ஆண்மகனின்

உருவில்தான் பவித்ராவின் கண்களுக்குக் காட்சியளித்தது. அவனைப் பவித்ரா முதல் தடவை சந்தித்ததும் அதற்கு இருபத்தேழு வருடங்களுக்குப் பின் சோனு என்கிற வாழ்வின் உருவகத்தை இதா முதன்முறையாகப் பார்த்ததும் நீர்த்துறைகளில்தான் நிகழ்ந்தது. முன்னது ஓசூர்க் கிணற்றங்கரையிலென்றால் பின்னது வாராணசி நதிக்கரையில். பவித்ராவை இளவரசி என்றழைத்தபடி முன்பின் அறிமுகமில்லாத அந்த அழகன் (வார்த்தைக்கு வார்த்தை சாவை அழகன் என்று நான் குறிப்பிடுவது மிகை வர்ணிப்பல்லவென்று என்னால் நிச்சயமாகச் சொல்ல முடியுமென்றாலும், லோத்தர், அந்த அழகை விவரிக்கச் சொல்லி நீ கேட்கும்போதெல்லாம் ஆசிரியர் முன் மனனம் செய்ததை மறந்துவிட்டு நிற்கும் மாணவியைப் போலத்தான் நான் என்னை உணர்கிறேன், அது என் நினைவுகளில் ஒரு பாசியைப் போல வழுக்கிவிடுகிறது, வெற்று வெளியில் விழிகள் உருவாக்கும் நீர்க்கோலங்களைப் போல அது இன்றும் என் போதத்திலும் அபோதத்திலும் பார்வையை நிரப்பிக்கொண்டேதானிருக்கிறது, ஆனால் அது உருவாக்கும் கதைகளை விட்டுவிட்டு அதையே நேரடியாகக் கூர்ந்துபார்க்க முயற்சிக்கும்போது முடியவே முடியாத ஓடிப் பிடிக்கும் விளையாட்டொன்றைத் துவங்கிவிடுகிறது, அவன் உருவத்தைக் கண் முன்னே கொண்டுவரும் முயற்சியில் திரும்பத் திரும்ப ஈடுபட்டுத் தோற்றுக் களைத்துப்போய் இப்போது அந்தப் பிரயத்தனத்தையே நான் விட்டுவிட்டேன், அவனை நேரடியாகச் சந்தித்த மூன்று தருணங்களிலும் அவன் பெண்களால் மறக்கவே முடியாத ஆணுரு என்று நான் தவறாமல் எண்ணிக் கொண்டேனென்பதுவும் எனக்கு நன்றாக நினைவிருக்கிறதுதான், பின் எப்படி என்னால் அவனை மறக்க முடிந்தது என்று எனக்கே ஆச்சரியமாயும் இருக்கிறது, ஒருவேளை இளவரசி என்று அவன் என்னை விளித்ததால் உண்டான மயக்கம்தான் பதிலுக்கு அவனை ஓர் அழகனாக என் மனதில் தோற்றங் கொள்ளச் செய்திருக்குமேயானால் அவன் அங்கிருந்து அகன்றதும் என் கணவரைத் துறந்து என்னைத் தன்னுடன் வரும்படி அழைத்த அவனை நான் என் மனசாட்சியின் உறுத்தலால் வெறுக்கவே வேண்டு

மென்று விரும்பியதும் அந்த முயற்சியில் அவன் உருவம் ஒரு சிறு இடறலைப் போல என் ஞாபகத்தில் ஒட்டாமல் கரைந்துவிடுமென்பதும் இயற்கைதானில்லையா) அவள் முன் திடீரென்று தோன்றியபோது அவளுடைய இரண்டாவது தங்கையான ஊர்மிளாவின் கர்ப்பம் நான்காம் மாதத்தில் காரணமேயின்றிக் கிணற்றடியில் கரைந்து ஒழுகி வெளியேறிய பிறகு உண்டான இரண்டாம் கர்ப்பத்தின் விதியைப் பற்றித் தெரிந்துகொள்வதற்காக சுமதி உத்தனப்பள்ளி முருகன் கோவில் ஜோசியரைப் பார்க்க (ஆனால் விஸ்வநாதனுக்கு இதெல்லாம் சுத்தமாகப் பிடிக்காதென்பதால் அவன் வந்தால் சமாளிக்க வேண்டுமென்பதற்காக) அவளை மட்டும் வீட்டில் தனியாக இருத்தி வைத்துவிட்டு ஊர்மிளாவைக் கூட்டிக்கொண்டு போய்விட்டுத் திரும்பியதற்கு (ஜோசியர் என்ன சொன்னாரென்று கேட்டபோது சினை பிடித்ததாகக் கணக்கிடப்பட்ட நட்சத்திரத்தில் ஊர்மிளாவின் ராசிக்குத் தோஷமெதுவும் இல்லையென்றும் குழந்தை பெண்ணாக இருக்கும் என்றும் அவர் சொன்னதாக, ஏனோ பவித்ராவின் குருதி நாளங்களுக்குள் அச்சத்தைப் பரவச் செய்த ஒருவித உலோகக் குரலில், அவர்கள் பதில் சொன்னார்கள்) சில தினங்களுக்குப் பிறகு கூவல் கப்பியில் கயிற்றுச் சுருக்கிட்டு ஊசலாடிக் கொண்டிருந்த நீர் நிரம்பிய வாளிக்குள் தெரிந்த தன் முக பிம்பத்தை ஏதோ ஞாபகத்துடனோ அல்லது நிச்சயமான கவலையுடனோ அவள் உற்றுப் பார்த்துக் கொண்டிருந்தாள். இதா சோனுவை, பல வருடங்களுக்கு முன் ஓர் இரவு நேரத்தில் யாருமறியாமல் தன்னையும் வீட்டையும் நீங்கிச் சென்ற மனைவி கங்கைக்கரையில் தனக்காகக் காத்துக்கொண்டிருப்பதை வாராணசியில் கால்வைத்த அன்று இரவே தன் கனவில் கண்டதாகக் கூறி விஸ்வநாதன் அங்கே வந்த மறுநாளே, நெடிய தொடர்வண்டிப் பயணத்திலும் நோய்மையிலும் மாறி மாறி அலைக்கழிந்துகொண்டிருந்த அவருடைய உடல் குறைந்தபட்சம் ஒருநாள் ஓய்வையேனும் நிச்சயம் வேண்டும் என்று இதா எவ்வளவோ எடுத்துச் சொல்லியும் கேட்காமல், பவித்ராவோடும் குடும்பத்தோடும் அவர் கடைசியாக 1951ல் வாராணசி வந்திருந்தபோது அவர்கள் திதி கொடுத்துக்கொண்டிருந்த

படித்துறை மணிகர்ணிகாவாக இருந்ததால் மீண்டும் அவளைச் சந்திப்பது என்கிற அடுத்த சர்க்கம் அங்கிருந்துதான் துவங்குமென்று அவரையுமறியாமல் அவருக்கு ஒரு நிச்சயம் இருந்ததைப் போல அந்தப் படித்துறைக்கு உடனே சென்றேயாக வேண்டுமென்று அவளை வற்புறுத்திக் கூட்டிப்போகச் செய்து அங்கே நதியோட்டத்தை உற்றுப் பார்த்துக்கொண்டும் பழைய நாள்களை அசைபோட்டுக்கொண்டும் (இதாவின் கற்பனைப்படி கென் கெஸ்ஸேயின் திராவகப் பரிசோதனைக்கு ஆட்பட்ட லாஸ் ஏஞ்சல்ஸ் மாணவனைப் போல) கால் மாற்றி நின்றுகொள்ளும் பிரக்ஞைகூட இன்றி அசையாமல் மணிக்கணக்காக நின்றுகொண்டிருக்க, அவருடைய பலவீனமான உடல் குளிரில் மோசமாக நடுங்கிக்கொண்டிருப்பதைக் கவலையுடனும் சுற்றிலும் கண்களை ஓட்டிச் சற்று தூரத்தில் சிதையில் எரிந்துகொண்டும் எரிவதற்குத் தயாராகிக்கொண்டுமிருந்த ஏழெட்டு இறந்த உடல் களை மரத்த பார்வையுடனும் கவனித்தபடியும் ஏதாவது ஆத்திர அவசரத்திற்குப் பயன்படும் தமிழ்க் குரல் காதில் விழுமா என்று செவிகளைத் தீட்டியபடியும் நின்றுகொண்டிருந்தபோது முதல் தடவை பார்த்தாள். சோனுவும் இதாவை பவித்ராவின் மரணம் அவளை அழைத்ததைப் போல இளவரசி (ஆனால் இந்தியில் (ஓ, ராஜகுமாரி)) என்றுதான் விளித்தான். ஆனால் ரகசியமாக அன்று, மாறாகப் படித்துறையில் தாங்கள் எரிபடும் முறைக்காகக் காத்துக்கொண்டிருந்த பிணங் களின் அருகே வாழ்க்கைக்குத் திரும்பும் அவசரத்துடன் நின்றுகொண்டிருந்த உறவினர்கள் உள்பட, நதியலை களின் மேல் தன் மனைவியைத் தேடிப் பார்வையால் சலித்துக்கொண்டிருந்த விஸ்வநாதனைத் தவிர, மற்ற அத்தனை பேரும் அவன் அவளை அப்படி அழைத்த பின் அவள்மேல் கவனம் குவிக்கப்பட்டு அவளைப் பார்த்து அந்த அழைப்பிற்கு அவள் பொருத்தமானவளா யிருப்பதையும் கண்டு புன்னகைத்து அதை ஆமோதிக்கும்வண்ணம் உரத்த குரலெடுத்துத்தான் அவன் அவளைக் கூப்பிட்டான். லோத்தர் பவித்ராவை இளவரசி என்று அழைக்கவில்லை. ஒரு பெண்ணுக்கு அந்த வார்த்தை அழகுடனோ தகுதியுடனோ மட்டுமல்லாமல் அவளுடைய வயதுடனும் பொருந்திப்

போக வேண்டும் என்று அவனுடைய மேலைக் கலாச்சாரம் அவனுக்குச் சொல்லியிருந்ததால் அவன் அவளைச் சீமாட்டி என்றே அழைத்துக் கீழைத் தேயப் பண்புகளைப் பின்புலமாகக் கொண்ட தன்னுடைய புகைப்படங்களுக்குப் படிமியாக நிற்க முடியுமா என்று கேட்டான். இளவரசி என்றழைத்திருந்தால் ஒருவேளை பவித்ரா அவனை அந்தக் கணத்திலிருந்தே வெறுக்கத் துவங்கியிருப்பாளாயிருக்கும் (அந்த வார்த்தையிலிருந்து தப்பிப்பதற்காகத்தானே அவள் அந்த அந்திமத்தின் நிலம்வரை ஓடிவந்திருந்தாள்). இதாவைச் சோனுவும் ஏறக்குறைய அதே காரணத்திற்காகத்தான் இளவரசி (ராஜகுமாரி) என்றழைத்தான். அப்போது அவன் வாராணசியில் நிகழ்ந்ததென்று சொல்லப்பட்ட ஏதோவொரு வரலாற்றுப் புனிதக் காதல் கதையைப் படமெடுத்துக்கொண்டிருக்கிறோமென்று, ஆனால் அந்தக் கதை நடந்த களங்களென்று நம்பப்பட்ட புகழ்பெற்ற கோவில்களையும் மடங்களையும் படித்துறைகளையும் விட்டுவிட்டு நிஷாதுகள் மீன் பிடிப்பதையும் புராதனத் துடுப்புப் படகுகளைப் பிடிவாதமாக வலிப்பதையும் நதியின் கிழக்குக் கரையில் தர்பூஸ் மற்றும் வெள்ளரி பயிரிடுவதையும் அங்கிருந்து மணலெடுத்துப் படகுகளில் இக்கரைக்குக் கொண்டுவருவதையும் மாளவியா பாலத்திலிருந்து நீருக்குள் விட்டெறியப்படும் சில்லறைகளோடுகூட அதிலிருந்து பெரும் உவகையோடு (ஹரஹர மகாஆஆஆதேவாஆஆஆ) எம்பித் தலைகீழாகப் பாய்ந்து கங்கைத் தாயின் உறுதியளிக்கப்பட்ட மோட்சத்தின் மடியில் தங்களை ஜலசமாதியாக்கிக் கொள்பவர்களின் உடல்களை மரத்துப்போன முகத்தோடு வெளியே இழுத்துவருவதையுமே தங்கள் படக் கருவிகளுக்குள் ஒளிப்பதிவுகளாகச் சேகரித்துக் கொண்டிருந்த ஒரு திரைப்படக் குழுவால் சில நாள்கள் அவர்களோடிருந்து அவர்களுக்கு வேண்டிய உதவிகளைச் செய்துகொடுக்கும் ஒப்பந்தத்தில் இருந்தான். இதா தன் தந்தையின் மோனம் கலைவதற் காகக் காத்துக்கொண்டிருந்த சமயத்தில் அவர்களுக்குத் திடீர்ப் படைப்பூக்கமாகத் தங்களுடன் வந்திருந்த தொழில்முறை நடிகையின் தோழியாகவோ அல்லது அவளுடன் தற்செயலாக உரையாடுபவளாகவோ

ஒரு சில நிமிடங்கள் நடிப்பதற்கு அதிக ஒப்பனைகள் தேவைப்படாமலேயே (அவகாசமில்லை, மாலை கறுத்துப் பின்னணி ஒளி மாறிக்கொண்டிருக்கிறது, ஒளிப்பதிவின் தொடர்ச்சி கெட்டுவிடும்), நடிகையை விடக் குறைந்ததும் அதே சமயத்தில் பார்வையாளர் களுக்கு முகச்சுளிப்பை ஏற்படுத்திவிடாததுமான முக லட்சணமுள்ள யாராவது ஒரு பெண் அவசரமாகத் தேவைப்பட்டாள். தொளதொளவென்ற காற்சட்டை யுடனும் தாவரச் சாயத்தில் வண்ணம் தோய்க்கப்பட்ட, மாயத்தோற்ற மலர்கள் வரையப்பட்ட, சுத்தத்தைப் பற்றிக் கவலைப்படாத கசங்கிய மேற்சட்டையுடனும் கழுத்திலும் காதிலும் பாசிமணித் தொங்கல்களுடனும் குதிரைக் கொண்டை ஊசலாடிக்கொண்டிருந்த உச்சந்தலையை நோக்கி உயர்த்தப்பட்ட மிகப் பெரிய குளிர்க் கண்ணாடியுடனும் கையில் ஒரு வானொலிப் பெட்டியுடனும் கரையில் நின்றுகொண்டிருந்த ஹிப்பிப் பெண்ணின் படிமம் கதாபாத்திரத்திற்காக மரபான இந்தியப் பெண்ணின் தோற்றத்திற்குத் தற்காலிகமாகக் கூடுபாய்ந்திருந்த தொழில்முறை நடிகையுடன் எதிர்நிலையில் பொருந்திக் காட்சிக்கு ஓர் ஆழத்தைக் கொடுக்க முடியும் என்று அவர்களுக்குத் தோன்றியதாலும் (இதற்குக் கிட்டத்தட்ட ஒன்றரை மாதங்களுக்குப் பிறகு அஸி கட்டத்தின் காட்வார் கிருஷ்ணாவைச் சந்திக்க அவர் வீட்டிற்கு இதா செல்லும்போது அவளை வரவேற்று இருக்கையில் அமரச் சொல்லித் தன்னுடைய இருபது வயது மதிக்கத்தக்க மகளை ஏவி அவளுக்கு ஒரு குவளைத் தேநீரையும் தந்து உபசரித்த கையோடு அவர் சொல்லுவார், பிராமணப் பெண்ணா நீ, இதென்ன லம்பாடிக் கோலம், என் மகளைப் பார், நம் பாரம்பரிய அழகில் எப்படிக் கங்கையின் பிரபையைப் போல ஜொலிக்கிறாளென்று, உங்களவர்களால்தான் இப்படிச் சட்சட்டென்று தயக்கமில்லாமல் உங்களை மாற்றிக் கொள்ள முடிகிறது) அங்கே நீராடிக்கொண்டிருந்த மற்ற பெண்களைக் காட்டிலும் அவளுக்குத் தங்களுடைய நிலையும் தேவையும் புரியுமென்று அவர்கள் ஊகித்ததாலும் தங்களுக்காக அவளை அழைத்துக் கேட்கும்படி சோனுவை வேண்டிக் கொண்டிருந்தார்கள். பல வருடங்களுக்கு முன் ஒசூர்க்

கிணற்றடியில் திடீரென்று ஓர் அந்நியன் கண் முன்னே தோன்றித் தன்னை இளவரசி என்றழைத்தபோது பவித்ரா பாதாதிகேசம் பதறிப்போய்விட்டாள். மேலும் அவன் எந்தச் சம்பிரதாயமான அறிமுகமும் பீடிகையும் இன்றி உடனே அவளைத் தன்னுடன் வருமாறு அழைத்தபடி அவளைக் கடுகி நெருங்கி வந்தபோது மூச்சுக் காற்று படும் நெருக்கத்தில் அவனைக் கண்டதில் அதிர்ச்சியிலும் குழப்பத்திலும் கிலியிலும் அவள் கை கப்பிக் கயிற்றை விட்டுவிட்டது. ஆனால் கூச்சல் போட்டு ஆட்களை அழைக்க வேண்டுமென்று அவளுக்குத் தோன்றவில்லை (உண்மையில் கோடி சூரிய ஜாஜ்வல்யத்துடன் ஒளிர்ந்துகொண்டிருந்த அந்த அழகு நான் யாரையேனும் அழைத்தால் என் முன்னிருந்து அகன்றுபோய்விடுமோ என்று என் உள்மனம் அப்போது அஞ்சியிருக்க வேண்டும் லோத்தர்). யார் நீ என்றுகூடக் கேட்காமல் அவள் அவனை ஒரு ரகசியக் காதலனை எச்சரித்து வழியனுப்பும் காற்றுக் குரலில் யாரேனும் பார்ப்பதற்குள் அங்கிருந்து போய்விடுமாறு கெஞ்சினாள். ஆனால் அதைச் சொல்லி முடிப்பதற்குள் அவளுக்குப் பிரக்ஞை தப்பிவிட்டது. மொத்தச் சம்பவமும் முழுதாக ஒரு நிமிடம்கூட நீடிக்கவில்லை. நினைவு திரும்பியபோது (உடனே என் கண்கள் அவன் இன்னும் அங்கே நின்றுகொண்டிருக்கிறானா என்பதைத்தான் பாதி பயத்துடனும் பாதித் தவிப்புடனும் தேடின) அவள் உடலிலிருந்தும் உடைகளிலிருந்தும் சொட்டச் சொட்ட நீர் வடிந்து அவளைச் சுற்றிப் பரவிக் கிடந்தது. விஸ்வநாதனும் சுமதியும் ஊர்மிளாவும் அக்கம் பக்கத்தவர்களுடன் அவளைச் சூழ்ந்து நின்றுகொண் டிருந்தார்கள். கிணற்றில் நீரிறைத்துக்கொண்டிருந்த போது அவள் கால் வழுக்கி உள்ளே விழுந்துவிட்டதாயும் அடியில் அபரிமிதமாக நீர் இருந்ததால் பலமான அடியேதும் படாமலும் சத்தம் கேட்டு புழக்கடை மதிலுக்கு அடுத்திருந்த வீட்டுப்பெண் துவைக்கும் கல்லின்மேல் ஏறி எட்டிப் பார்த்துவிட்டுக் கூச்சலிட்டு எல்லோரையும் அழைத்துவிட்டதால் நீர்ப்பாம்புகள் குடியிருக்கக்கூடிய கிணற்றுப் புடவிற்குள் உடல் சென்று சிக்கிக்கொண்டுவிடாமலும் அவள் காப்பாற்றப்பட்டுவிட்டதாயும் சொன்னார்கள். கால்

வைக்குமிடத்தில் எப்படி எண்ணெய்ப் பிசுக்கு உண்டாயிற்று என்றும் அவள் எப்படி அதைக் கவனித்துத் தேய்த்துச் சுத்தமாக்காமல் சோம்பேறியாய் இருந்தாளென்றும் அவளிடமும் தங்களுக்குள்ளும் அக்கறையுடன் கேள்விகள் கேட்டு விவாதித்துக்கொண்டு மிருந்தார்கள். பவித்ராவுக்கோ அவற்றிலெதுவுமே காதுகளில் விழவில்லை. முன்பின் அறிந்திராதவொரு பரவசவுணர்வு தன்னை ஆட்கொண்டிருப்பதை அவள் ரகசியமாக உணர்ந்து அனுபவித்துக்கொண்டிருந்தாள். முறுக்கிப் பிழிந்தாற்போல அவயவங்களில் பரவியிருந்த சுகமான அசதியும் ஈரத்தோடு ஈரமாகத் தொடையிடுக்கில் இன்னும் கசிந்துகொண்டிருந்த சுரோனிதமும் உடலைப் பலமாக உலுக்கிக்கொண்டிருந்தன (அவர்கள் குளிரிலும் அதிர்ச்சியிலும் உண்டான நடுக்கமென்று அதற்கு விளக்கம் கொடுத்துக்கொண்டிருந்தனர்). நான் எவ்வளவு நேரம் தனியாகத் தண்ணீரில் கிடந்தேன் என்று பலவீனமான குரலில் அவள் அவர்களைப் பார்த்துக் கேட்டாள் (ஓர் ஆண் ஒரு பெண்ணை இத்தனை வலுவாக ஆக்கிரமித்துவிட்டு விலகுவதற்கு எத்தனை மணித்துளிகள் தேவைப்படும்). பத்து நிமிடங்களுக்கும் குறைவான கால அவகாசத்திலேயே அவள் கண்டுபிடிக்கப்பட்டு மீட்கப்பட்டுவிட்டதாக அவர்கள் கூறினார்கள். பிறகு போதுமான அளவு புத்திமதிகளைச் சொல்லி அவளைப் படுக்கையில் கிடத்தித் தனியாக விட்டுவிட்டு அகன்றார்கள். தன்னை அந்த அழகன் ஒன்றும் செய்துவிடவில்லை யென்று மனம் சமாதானமடைந்துகொண்டாலும்கூட (உண்மையில் அதில் கொஞ்சம் ஏமாற்றமும் கலந்துதானிருந்ததா லோத்தர்) மேனியில் கூடியிருந்த சுகானுபவத்தின்மேல் பவித்ராவினுடைய பயமும் ஆச்சரியமும் கூடிக்கொண்டேதானிருந்தது. அதற்குப் பிறகு கோவில் பிரகாரத்திலோ மொட்டைமாடியிலோ அதிகாலைக் கோலப் பரப்பிலோ உடை மாற்றும் அறையிலோ தனிமையின் ஏதேனும் ஒரு மறைவிடத்தி லிருந்து அவனுடைய திடீர்ப் பிரசன்னத்தை (அழைப்பையும் தீண்டலையும்கூட ஒருவேளை) மனம் எதிர்பார்க்கவும் ஆரம்பித்துவிட்டது. இதாவிற்குக் கங்கைக்கரையின் படகோட்டி தன்னை இளவரசி (ராஜகுமாரி) என்று அழைத்ததைக் கேட்டு அவள்

பெரியம்மா பல வருடங்களுக்கு முன் மரணத்தின் நெருக்கத்தில் அடைந்த மாதிரியான கிளர்ச்சியெதுவும் ஏற்பட்டுவிடவில்லை. அவள் தன் பதினேழு வயதி லிருந்து இருபத்தியோரு வயதிற்குள் இளவரசி, தேவதை, பிசாசு, ராணி, அழகி, பூனைக்குட்டி, சோமா, ஜோனி (அவளொன்றும் பிரமாதமான பாடகியில்லை யென்றாலும்கூட), மாயரூபிணி என்று பல பெயர் களால் பல ஆண்களின் வாய்கள் பல பாவங்களில் பல சந்தர்ப்பங்களில் பல தேவைகளுக்குத் தன்னை அழைப்பதைக் கேட்டுப் பழகிவிட்டிருந்தாள். எந்த ஆணின் விளி தன்னைக் கிளர்த்த அனுமதிக்க வேண்டு மென்பதையும் அவளே முடிவு செய்பவளாயிருந்தாள். பற்றாக்குறைக்கு ஒரு சிறு குப்பி யெல்லெஸ்டி அல்லது ஒரு சிட்டிகை மாரிஜுவானா அல்லது ஒன்றிரண்டு ஜாலக் காளான்களில் ஆண்கள் தேவைப்படாமலேயே தன்னை ஓர் இளவரசியாக உணரும் வித்தைகளையும் அறிந்துவைத்திருந்தவளாயிருந்ததால் கங்கைக்கரையின் அன்றைய மாலை நேரம் எந்தவொரு புகழ்ச்சியையும் உண்மையென்று நம்பவைக்கும் ஒரு மந்தகாசத் தன்மையைச் சூழலில் ஏற்றிவைத்திருந்தபோதும் அவள் அவனைப் பார்த்து வேடிக்கையாகச் சிரித்து விட்டு அவனுடைய வேண்டுகோளையும் அவனைத் தொடர்ந்து படப்பிடிப்புக் குழுவினரும் அவளை நோக்கி ஈரொரு சொற்களால் தங்களுக்கு உதவுமாறு வேண்டியதையும் கையை அசைத்து மறுத்துவிட்டு உடனே தந்தையை எழுப்பி அழைத்துக்கொண்டு விடுதியறைக்குத் திரும்பினாள். சோனு இதாவைக் கேட்டதைப் போலவே அதே கங்கைக்கரையின் வேறொரு படித்துறையில் பல வருடங்களுக்கு முன் பவித்ராவும் தான் சந்தித்த இரண்டாவது அன்னியனும் வெளிநாட்டவனுமான ஆண் தன்னைச் சீமாட்டி என்றழைத்துக் கணிசமான சன்மானத்தின் மேல் தன்னுடைய புகைப்படங்களுக்குப் படிமியாக இருக்கச் சம்மதமா என்று உடைந்த இந்தியில் கேட்ட சமயத்தில் அந்த வார்த்தை மறுபடி யோனிப் புழையைப் பிசுபிசுக்கச் செய்துவிடாத, அல்லது அவனைக் கண்டு பயந்துவிடாத, அல்லது சிரித்து அலட்சியப்படுத்திவிட்டு அப்பால் நகர்ந்துவிடாத அளவிற்குப் பக்குவப்பட்டுத் தானிருந்தாள். அவள் லோத்தர் சொன்னதைக்

காதிலேயே வாங்கிக் கொள்ளாதவளைப் போல முகத்தை வைத்துக்கொண்டு யார் நீங்கள் என்று இந்தியிலேயே (பவித்ரா தன் பள்ளியிறுதியை முடிப்பதற்கும் அரசாங்கம் அவள் ஊர்க்காரர் புகுத்தியிருந்த கட்டாய இந்தியைப் பள்ளிகளிலிருந்து விலக்கிக்கொள்ளச் சம்மதிப்பதற்கும் சரியாய் இருந்தது. அவளுக்குப் பிறகு சுமதி, ஊர்மிளா இருவருமே மூன்றாவது மொழியொன்றைக் கற்றுக்கொள்ளும் பொறுப்பிலிருந்து விடுவிக்கப்பட்டுவிட்டனர்), தன் மரணத்தை நோக்கி ஒருமுறைகூட தான் அந்தக் கேள்வியைக் கேட்காமலிருந்துவிட்டதன் விளைவுகள் ஓர் எச்சரிக்கையுணர்வாய்த் தங்கிவிட்டிருந்ததன் அடிப்படையில், வினவினாள். லோத்தர் பாரீஸிலிருந்து வெளிவரும் லெ ஃப்லர் பூர் லெ சொம் (புருஷோ கேலியே ஃபூல் (ஆண்களுக்கான பூக்கள்) என்கிற அதன் இந்தி மொழிபெயர்ப்பை அவன் அப்போது பவித்ராவிடம் சொல்லவில்லை) என்கிற ஃபிரெஞ்சுப் பத்திரிகைக்காக உலகம் முழுவதும் வேலை செய்கிற அதன் புகைப்படக் கலைஞர்களில் இந்தியாவிற்கான பிரதிநிதி, காஷ்மீரிலிருந்து கன்னியாகுமரிவரை சுற்றியலைந்து அவன் எடுத்து அனுப்பிவைத்திருந்த புகைப்படங்கள் உலக அளவில் புகழ்பெற்றவை, குறிப்பாகத் தேசப் பிரிவினைக் காட்சிகளை அவன் தன் குளோரைட் அட்டைகளில் உறையச் செய்திருந்த, உணர்வுரீதியிலமைந்த நேர்த்தி, அதற்கான பல சான்றிதழ்களாக அவனுடைய மேசை இழுப்பறையிலும் கைப்பெட்டியிலும் பரணிலுமாகப் பிதுங்கி வழிந்து கொண்டிருந்தது, இரண்டு வருடங்கள் இந்தியா முழுவதும் சுற்றிவிட்டு ஆறு வருடங்களுக்கு முன் வாராணசிக்கு வந்தவன் பிறகு வேறெங்கும் போகத் தோன்றாமல் அங்கேயே நிரந்தரமாகத் தங்கிவிட்டான், ஒரு நாணயத்தின் இரண்டு பக்கங்கள்போலத் துலங்கும் இந்தியக் கலாச்சாரத்தின் குரூரம் மற்றும் அன்பை அதன் கச்சாத் தன்மையிலேயே அறிந்துகொள்ள விரும்பும் அயல் நாட்டவர்களுக்கு வாராணசி சலிக்காமலும் தீராமலும் தயங்காமலும் தன்னைத் திறந்துகொள்ளக்கூடியது என்று தோன்றியதால் வேறெங்கும் சுற்றியலைய வேண்டிய தேவை இனி இல்லையென்று அவன் கருதினான், இந்தியப்

பாரம்பரியத்தின் ஒளி ஆண்களைவிடப் பெண்களிடமே அதிகமாகப் பிரதிபலிப்பதாக இந்தியாவிற்கு வெளியே இருப்பவர்கள் கருதுவதாகத் தலைமையகத்திற்கு ஓர் எண்ணமிருந்ததால் உண்டாகியிருந்த, அடிக்கடி பெண்களைப் படிமிகளாக நாடிச் செல்ல வேண்டிய நிர்பந்தத்தை ஒரு சவாலாக எடுத்துக்கொண்டு வேலை செய்யவும் பழகியிருந்தான். அவள் தன்னைத் தவறாக நினைக்க வேண்டாமென்றும், உள்ளூர் மள்ளர்களிடமோ பண்டாக்களிடமோ அல்லது காவல் நிலையத்திலோகூடத் தன்னைப் பற்றி விசாரித்துப் பார்க்கலாமென்றும், மேலும் கூடுதலாக, ஒரு நம்பிக்கைக்காக, பவித்ரா விரும்பினால் தான் எடுத்த புகைப்படங்களையும் லெ ஃப்லர் பூர் லெ சொம் இதழின் ஒரு பிரதியையும் அவளுக்குக் காட்டத் தயாராயிருப்பதாயும் (ஒரு பேச்சுக்குச் சொன்னதுதான் அது. பவித்ரா காட்டு என்று சொல்லியிருந்தாலும் அவன் அப்போது அவற்றை அவளுக்குக் காட்டியிருக்க மாட்டான்) அவளைப் போன்ற பல பெண்களை அவர்கள் மற்றும் அவர்களுடைய குடும்பத்தினரின் சம்மதத்துடனேயே தான் புகைப்படமெடுத்திருப்பதாயும் சொல்லித் தன்னை அறிமுகப்படுத்திக்கொண்டான். இதா சோனுவை பவித்ரா லோத்தரைக் கேட்டதைப் போல யார் நீ என்று ஒருபோதும் கேட்கவில்லை. சோனுவும் தன்னைப் பற்றிய விபரங்களெதையும் இதாவிடம் முதல் சந்திப்பில் தெரிவிக்கவில்லை. இரண்டாவது சந்திப்பிலும் அது நடக்கவில்லை. மூன்றாவது சந்திப்பின்போதும் அதற்கான தேவை அவர்களிருவருக்குமே உண்டாகவில்லை. அவளொரு வாடிக்கையாளர் என்பதும் அவனொரு படகோட்டி மற்றும் சிறப்பு நியமனமாக ஒரு வழிகாட்டி என்பதுமான சம்பிரதாய அறிமுகமே அவர்களிருவருக்கும் அப்போது போதுமானதாயிருந்தது. சோனு இதாவிடம் கொஞ்சம் கொஞ்சமாகக் கிருஷ்ணாவையும் தன்னையும் பற்றித் திறந்துகொண்டதும் (பதினெட்டு வருடங்களுக்குப் பிறகும் அஸி கட்டத்தின் உரிமை விஷயமாகக் கிருஷ்ணாவுக்குக் குற்றவுணர்ச்சி இருக்கிறது, அவருடைய உள்மனம் அவரை இன்னும் ஒரு காட்வாராக ஒத்துக்கொள்ளவேயில்லை, இத்தனை வருடங்களில் அவர்மீதிருக்கும் அச்சத்தின் காரணமாக

உரத்து இல்லாவிடினும் தணிந்த குரலிலேனும் அவ்வப் போது அவர் காதுகளில் ஒலிக்கும் மனச்சாட்சி யுள்ளவர்களின் அறிவுரைகளையும் பழிப்புரைகளையும் ஏளனச் சிரிப்புகளையும் கேட்டுக்கேட்டு ஏற்கெனவே அவர் நிறைய இரவுகளைப் பாழடித்துக்கொண்டு தானிருக்கிறார்) இதா காளான்களின் போதையில் அதீதமாகக் கூர்மையடையும் காதுகளால் அவற்றைக் கேட்டு உள்வாங்கிக்கொண்டிருந்ததும், பின்னால் அவர்களிருவரும் லோத்தரைத் தேடித் தனித்துப் பயணம் செய்த, ஒரு மாதத்திற்கும் மேலாக நீண்ட காலப்பரப்பில் மெதுவாக, அவசரமின்றி, வாராணசி நாள்களின் முடிவில் சாவித்ரி புகைப்படத் தொகுப்பு அந்த உரையாடல்களைக் கிருஷ்ணாவின் முன்னிலை யில் ஒரு வாதியின் வாக்குமூலங்களாக மாற்றவிருக்கிற தென்பதைப் போதையின் அதீத எல்லையில்கூடக் கற்பனை செய்துகொள்ள வாய்ப்பேயின்றி, வெகு இயல்பாக நிகழ்ந்துகொண்டிருந்தவை. தான் கேட்கவே கேட்காத கேள்விகளுக்கான சோனுவின் பதில்கள் இதாவின் மனதில் அவளறியாமலேயே இவ்விதமாக நுழைந்து சேகரமாகிக்கொண்டிருந்தனவென்றால் யார் நீங்கள் என்கிற தன்னுடைய ஒற்றைக் கேள்விக்கு லோத்தர் சொன்ன விஸ்தாரமான பதிலின் எந்தப் பகுதியும் பவித்ராவின் பிரக்ஞையில் ஒரு தேவையாகத் தங்கவேயில்லை. அவை அவளுக்குப் புரியவுமில்லை (லோத்தரே தந்திரமாகத் தன் பதிலை அவ்விதமாகத்தான் கட்டமைத்துப் பேசியிருந்தான்), வாடிக்கையான உசாவலென்பதற்கப்பால் அந்தக் கேள்விக்கு அவள் எந்தத் தகுதியையும் கொடுத்திருக்கவுமில்லை. உண்மையில் ஓசூரிலிருந்து வாராணசிக்கு வந்து சேர்ந்ததும் அபலை என்கிற அறிமுகத்துடன் அவள் தஞ்சம் புகுந்திருந்த தமிழ்நாட்டைச் சேர்ந்த மடத்தில் ஒரு வாரம் மட்டுமேதான் தங்குவதற்கு அவளுக்குச் சலுகையளிக்கப்பட்டிருந்த நிலையில் ஏற்கெனவே அப்போது ஐந்து நாள்கள் கடந்துவிட்டிருக்கக் கையில் எடுத்துக்கொண்டு வந்திருந்த பணப்பையின் பருமன் வேகமாக இளைத்துக்கொண்டே வந்தபடியிருந்ததால் மேற்கொண்டு ஒற்றை ஆளாக, அதுவும் துணையற்ற பெண்ணாகத் தன் வாழ்வை எப்படிக் கொண்டு செலுத்துவது என்கிற கவலை சிறிது சிறிதாகப் பீதியாக

மாறத் தொடங்கிவிட்டிருந்ததாலும் (ஊர் திரும்ப விரும்பும் அளவிற்கு மனம் பலவீனமடையும் சூழ்நிலை எக்காரணங்கொண்டும் உருவாகிவிடக் கூடாது) யாரையாவது பற்றிக்கொண்டு அடுத்த கட்டத்திற்கு நகர்ந்தாக வேண்டிய கட்டாயத்தில் அவள் இருந்ததாலும் அந்த அந்நியன் தன்னிடம் வலிய வந்து பேசிய சந்தர்ப்பத்தை அசட்டுத் தைரியத்துடனாவது முயன்றுபார்த்துவிடுவதைத் தவிர அவளுக்கு வேறு வழி இல்லாதிருந்தது. அவன் தன்னை நெருங்கி வராமல் மரியாதைப்பட்ட இடைவெளியிலேயே நின்றிருந்ததும் கண்களை மட்டுமே பார்த்துப் பேசிக்கொண்டிருந்ததும் பெண்மையின் இயல்பூக்கக் கூருணர்வைக் கொண்டு அவனை எடைபோடப் போதுமானதாயுமிருந்தது. மேலும் அவன் தெரிவித்ததிலிருந்து அவனால் சீமாட்டி என்று அழைக்கப்பட்டது தான் மட்டும் இல்லையென்பது தெரியவந்ததில் சீமாட்டிகளின் பெரிய குழுவொன்றிற்குள் பத்திரமாகவே தன் இருப்பு பொதிந்துவைக்கப்பட்டிருக்கிறதென்கிற வினோதமான ஆசுவாசமும் அவனைப் பற்றிய அச்சத்திலிருந்தும் கூச்சத்திலிருந்தும் அவளை வெளியேற்றிவைத்தது. அதற்காக அவள் அவனுடைய வேண்டுகோளுக்கு உடனே சம்மதித்துவிடவும் இல்லை. முடிவெடுப்பதற்குச் சில நாள்கள் அவகாசம் கேட்டாள். அதற்குள் அவன் அவளுக்குச் சில உதவிகளைச் செய்ய வேண்டும், குறைந்த வாடகையில் அவள் தங்குவதற்கு ஏதாவதொரு பாதுகாப்பான இடத்தை ஏற்பாடு செய்து தர வேண்டும், அவளிடம் இருக்கும் நகைகளை விற்றுப் பணமாக்கிக்கொள்ளவும் உதவ வேண்டும், இத்தனை இந்தியப் பெண்களைப் புகைப்படமெடுத்துப் பிழைத்துக்கொண்டிருப்பதற்குக் கைமாறாக அந்த இனத்தைச் சேர்ந்தவளும் அனாதரவாக நிற்பவளுமான தனக்குச் செய்யும் பிரதியுபகாரம் என்கிற முறையிலேயேயன்றி இதை முன்வைத்துத் தன் புகைப்படக் கருவியின் முன் நின்றேயாக வேண்டுமென்று தன்னை அவன் நிர்பந்திக்கக் கூடாது, அது முழுக்க முழுக்கத் தன்னுடைய சொந்த விருப்பத்தின் பேரிலேயே இருப்பதாக இருக்க வேண்டும், தான் சம்மதிக்கவும் செய்யலாம், மறுக்கவும் செய்யலாம். பவித்ராவின் குரலில் அவள் அப்போது வலிந்து

ஏற்றிக்கொண்டிருந்த கடுமையும் கண்டிப்பும் அவள் விரும்பியதற்கு மாறாக மன்றாடலையும் (தயவுசெய்து இதையெல்லாம் உண்மையென்று எடுத்துக்கொண்டு என்னை விட்டுவிட்டுப் போய்விடாதே) வெகுளித் தனத்தையும்தான் வெளிப்படுத்திக்கொண்டிருந்ததாக லோத்தருக்குத் தோன்றியது. அவள் விருப்பம் எதுவாக இருந்தாலும் அதை நிறைவேற்றுவது என்று அவன் அந்தக் கணத்திலேயே முடிவெடுத்துவிட்டான். அவள் ஏவலை நிறைவேற்றும் நல்வாய்ப்பைப் பெறத் தகுதியானவனாக அவள் தன்னைத் தேர்ந்தெடுத் திருக்கிறாளென்பதே அவள் தனக்குச் செய்யும் கைம்மாறாக இருக்கும் என்றும் அவன் கற்பனை செய்து கொண்டான். இது நடந்து இருபத்தைந்து வருடங்களுக்குப் பிறகு இதா லோத்தரைக் கண்டுபிடித்து இரண்டாவது சந்திப்பில் உரையாடியபோது அவர் அவளிடம் சொன்னார், அழகிகள் கிடைப்பது எனக்குப் பிரச்சனையேயில்லை, எனவே பவித்ராவை வேறொரு சூழலில் ஒருவேளை நான் மறுத்திருக்கவும் கூடும்தான், ஆனால் சில வார்த்தைகள் சில சூழல் களில் உச்சரிக்கப்படும்போது அதற்கான எந்தத் தகுதியும் இல்லாமலேகூட சத்தியத்துவத்தைப் பெற்று விடுகின்றன. லோத்தர் சொன்ன அந்த வார்த்தைகளை விஸ்வநாதனும்கூட பாரதியை மேற்கோள் காட்டி (மந்திரம்போல் வேண்டுமடா சொல்லின்பம்) இதாவிடம் சொல்வதுண்டு. அவர் பாரதியை முழுக்க ஒத்துக்கொண்டவர் (லோத்தர் ரொம்பப் பின்னால்தான் பவித்ரா மூலமாக பாரதியைப் பற்றித் தெரிந்து கொண்டான்). லோத்தர் சொன்னதற்கும் விஸ்வநாதன் சொன்னதற்குமிடையிலிருந்த ஒரு வித்தியாசம், சொல்லுக்கு மந்திரத் தன்மையை ஏற்றுவது அதை உச்சரிப்பவரின் பாண்டித்தியம் என்று விஸ்வநாதன் எண்ணினாரென்றால் சொல்லை உருவாக்கும் சூழல்தான் அந்த மாயாஜாலத்தை நிகழ்த்துகிறது என்பது பவித்ராவுடனான முதல் சந்திப்பை முன்வைத்து லோத்தரின் கண்டுபிடிப்பாக இருந்தது. இதா சோனுவை முன்வைத்து லோத்தரை ஒத்துக் கொண்டாள். மட்டுமல்லாமல், ஒரு சூழலில் உச்சரிக்கப்படும் சொல் மந்திரமாவதற்கு அது உண்மை யாக இருந்தாக வேண்டிய அவசியமும் இல்லை,

அதுவொரு கற்பனையாகக்கூட இருக்கலாமென்கிற ஒரு புதிய, ஆச்சரியமான பாடத்தையும் சோனுவுடனான இரண்டாவது சந்திப்பு அவளுக்குச் சொல்லிக் கொடுத்தது. பவித்ரா இரண்டாவது முறை தன் மரணத்தை எதிர்கொண்டது, கிணற்றடிச் சம்பவம் நடந்து இரண்டு மாதங்களுக்குப் பின், இனி அந்த அழகன் தன் முன் வர மாட்டான் என்று அவள் தன் மனதையும் கண்களையும் ஒரு வழியாகத் திருப்பிக் கொண்டு அன்றாடங்களுக்குள் கவனத்தைச் செலுத்தத் துவங்கியிருந்த சமயத்தில் ஒருநாள் அவள் வீட்டுச் சமையலறையில், அது ஒரு மதியப் பொழுது, கணவர் மற்றும் தங்கைகளின் வயிற்றை நிரப்பி வெளியே அனுப்பிவைத்த பின் அவள் தன் கலத்தில் பழைய சோற்றை எடுத்துப் போட்டுக்கொண்டு மணையில் உட்கார்ந்து உண்ணவாரம்பித்த சில நிமிடங்களிலேயே திடீரென்று முதுகிற்குப் பின்னால் யாரோ நெருக்கமாக அமர்ந்து தன்னை உற்றுப்பார்த்துக்கொண்டிருப்பதைப் போன்ற உணர்வால் தாக்கப்பட்டுத் திரும்பிப்பார்க்க அங்கே கிணற்றடியில் அவளைக் கையைப் பிடித்து இழுத்த அழகன், பின்னாளில் பிறரிடம் பகிர்ந்துகொள்ள முடியாத அந்தரங்க உணர்வுகளைத் தனியே அமர்ந்து சிரித்தோ அழுதோ தீர்க்கவென்று சமையலறைக்கு ஓடிச்சென்று கதவை அறைந்து சார்த்திக்கொள்ளும் பழக்கம் இதாவைத் தொற்றிக்கொண்டுவிட்டிருந்தபோது அறைக்கு வெளியிலிருந்து பவி, பவி என்று அவளை அழைத்தபடி பவித்ராவின் நினைவுகள் பெருக்கும் கண்ணீரில் விஸ்வநாதன் கரைந்துகொண்டிருக்க உள்ளே குத்துக்காலிட்டு உட்கார்ந்துகொள்ள வாகாய் அவள் தேர்ந்தெடுத்துப் பயன்படுத்திக்கொள்ளவிருக்கும் அதே கதவோரத்து முக்காலியில் அமர்ந்தபடி அவளைப் பார்த்துச் சிரித்துக்கொண்டிருக்கிறான். பவித்ராவுக்கு ஒரு வினாடி சப்தநாடியும் அடங்கி விட்டது. ஆனால் அந்த முறையும் அவளுக்குக் கத்திக் கூச்சலிட்டு யாரையேனும் அழைக்க வேண்டுமென்று தோன்றவில்லை. யார் நீ, என்ன வேண்டும் உனக்கு, ஏன் ஒரு திருமணமான பெண்ணின் முன் இப்படி வெட்கமில்லாமல் வந்து நின்று இம்சைப்படுத்துகிறாய் என்று கடிந்துகொள்ளவும் இயலவில்லை. உள்ளும் புறமுமாக இத்தனை பேர் நிறைந்திருக்கும் வீட்டிற்குள்

நுழைந்து அடுக்களைவரை வருவதற்கு அவனால் எப்படி முடிந்தது என்றுதான், வழக்கமான ஆச்சரியத் துடனும் புதிதான கவலையுடனும், அவள் அவனைப் பார்த்துப் பலவீனமான குரலில் கேட்டாள். அவன் அதற்குப் பதில் சொல்லாமல் மீண்டும் அவளை இளவரசி என்று அழைத்து அவள் பழைய சோறு சாப்பிடப் பிறந்தவள் அல்லள் என்றும் அவளுடைய மதிப்பைத் தெரிந்துகொள்ளாத ரசனையிலிகளும் அறிவிலிகளும் நிறைந்த அந்த வீட்டில் (வீட்டில் என்று சொன்னானா அல்லது உலகத்தில் என்று சொன்னானா என்பதை என்னால் இப்போது தெளிவாக நினைவுகூர முடியவில்லை லோத்தர்) இருந்து அவள் தன் வாழ்வைப் பாழடித்துக்கொள்ளக் கூடாது என்றும் சொல்லி உடனே தன்னுடன் புறப்பட்டு வருமாறு அவளை அழைத்தான். எங்கே என்று கேட்டாள் பவித்ரா. பின்னாளில் பஞ்சகங்கா படித்துறையில் தன்னைச் சந்தித்த லோத்தரிடம் யார் நீங்கள் என்று கேட்டபோது போலவே அந்தக் கேள்விக்கும் அவன் என்ன பதில் சொல்லப்போகிறான் என்பது பற்றிய ஆர்வமோ கவலையோ அவளுக்கு அப்போது இல்லவே இல்லை. பதில்களுக்காக அவள் அவனைக் கேள்வி கேட்டுக்கொண்டிருக்கவுமில்லை. கேள்விகள் மூலமாக அவள் பேச்சைச் சற்று வளர்த்த விரும்பினாள். அவனுடன் செல்வதில்லையென்று முடிவெடுத்திருக்கிற பட்சத்தில் உரையாடல் முடிந்துவிட்டால் அவன் கிளம்பிப் போய்விடுவானென்று அவள் அஞ்சினாள் (அல்லது அடுத்த அறையில், முனகினால் ஓடி வந்து விடுகிற தொலைவில், படித்துக்கொண்டிருக்கிற என் கணவரை வாய்விட்டு அழைக்க முடியாத பலவீனத்தில் இருந்த நான் கேள்விகள் மூலமாக நேரத்தைக் கடத்தி எதேச்சையாகச் சமையலறைக்குள் நுழையும் ஒரு சந்தர்ப்பத்தை அவருக்கு உருவாக்கிக் கொடுக்க விரும்பியிருப்பேனாயிருக்கும், நினைவில்லை லோத்தர், எனக்கு உறுதியாகத் தெரிந்த ஒரு விஷயம், அந்த ஆண்கள் இருவரும் இரண்டு காரணங்களுக்காகப் பரஸ்பரம் சந்தித்துக்கொள்ள வேண்டுமென்று நான் விரும்பினேன் என்பதுதான், ஒன்று அவனுடைய இந்த மர்மமான வருகைக்கு நான் எந்த விதத்திலும் பொறுப்பில்லை என்பதை என் கணவர் தெரிந்து

கொள்ள வேண்டும், மற்றொன்று, என் மண்டைக்குள் போதையைப் பீய்ச்சியடித்துக்கொண்டிருந்த என்னைப் பற்றிய அவனுடைய புகழ் வார்த்தைகளை அவர் தன் காதுகளால் கேட்க வேண்டும், யாரை இத்தனைக் காலமாய்த் தன் படுக்கையறைக்கு வெளியே நிறுத்தி வைத்திருக்கிறாரென்பதை அவர் தெரிந்துகொள்ள வேண்டுமென்கிற தவிப்பு அப்போது என் மனதிற்குள் வெள்ளமாய்ப் பிரவகித்துக்கொண்டிருந்தது, நான் அவனுடன் போக இயலாது, போக விரும்பவுமில்லை, ஆனால் அவனை உபயோகப்படுத்தி என் கணவரின் இதயத்திற்குள் என்னால் நுழைந்துவிட முடியும் என்று நம்பினேன்). எங்கே உன் உடல் அதன் முழுமையான அர்த்தத்தை அடையவியலுமோ அங்கே, ஆகுதியாக உன்னை நீ எனக்கு அர்ப்பணித்துக்கொள்ளும் நதிக்கரைக்கு என்று பதில் சொன்னான் அந்த அழகன். சொல்லிக்கொண்டே முக்காலியை விட்டு எழுந்து அவளருகே நடந்து வந்து கைகளை நீட்டி அவளுடைய எச்சிற்பருக்கைகள் ஒட்டியிருந்த வலக்கை விரல்களைத் தொடவும் செய்தான். முதல் தடவைபோலவே ஏற்கெனவே அவனுடைய வார்த்தைகளால் பலவீன மடைந்துபோயிருந்த பவித்ரா (புகழ் மொழிகளுக்கு ஆடைகளை விலக்காமலேயே உள்ளூறுப்புகளைத் தீண்டிவிடும் மாய விரல்கள் உண்டுதானே லோத்தர்) அந்தத் தொடுகையில் உடனே பரவசத்தின் உச்சத்தை எய்திவிட்டாள். கால்களின் பலம் வடிந்துவிட்டது. அவள் மீண்டும் மயங்கிவிட்டாள். பிறகு வழக்கம்போல துணி மூட்டையோ அல்லது தலையணையோ கீழே விழுந்த விதத்தில் அல்லது காலால் யாரோ தரையை அழுந்த உதைத்ததைப் போல அவள் உடல் கீழே சாய்ந்த ஒலியைக் கேட்டுச் சமையலறைக்கு விரைந்து வந்த விஸ்வநாதனுடைய மதியப் பொழுதின் அமைதி யைக் கிழித்துக்கொண்டு ஒலித்த அபயக் குரலைக் கேட்டு அரட்டையடித்துக்கொண்டிருந்த பக்கத்து வீட்டுக்காரர்கள் பின்தொடர ஓடிவந்த சுமதியும் ஊர்மிளாவும் வாயில் நுரைத்து வழிந்தபடி தரையில் மல்லாந்து விழுந்துகிடந்த பவித்ராவை உடனே முதலுதவிக்காக உப்புத் தண்ணீர்க் கரைசலைக் கொண்டு வயிற்றிலிருக்கும் விஷத்தை வெளியில் வாந்தியெடுக்கச் செய்து துளசி நீரால் குடலையும்

ஓரளவு சுத்தம் செய்து ஒப்படைக்கும் உள்ளூர் மருத்துவரிடமும் பிறகு ஓசூர் அரசு மருத்துவமனையில் விரிவான சிகிச்சைக்கும் தூக்கிச்சென்று ஒருவழியாக அவளைச் சாவிலிருந்து மீட்டு வீட்டிற்குத் திரும்பக் கூட்டிக்கொண்டுவந்து சேர்த்த துன்பியல் நாடகம் நடந்தேறியது. அதற்குள், அவர்கள் வெளியே சென்ற பின் பாத்திரங்களைத் திறந்து பார்த்து ஆராய்ந்த சில மூதாட்டிகள் சோற்றுப் பானைக்குள் ஓர் இறந்த பல்லியைக் கண்டுபிடித்திருந்தார்கள். புதிய சோறு தீர்ந்துபோய்விட்டதால் பவித்ரா தன் பசிக்கு அந்தப் பல்லி விழுந்த முந்தைய நாள் பழைய சோற்றை உபயோகப்படுத்திக்கொள்ள எத்தனித்து விஷம் பாய்ந்து மயங்கியிருக்கிறாள் என்று புலம்பிக்கொண்டே அரை விழிப்பில் பாயில் கிடந்த அவளை (அப்போதும் என் பிரக்ஞை என் தொடைகளுக்கிடையில் நான் உணர்ந்த மதனநீரின் திரவப் பிசுபிசுப்பின்மேல்தான் ஆச்சரியத்துடனும் அதிர்ச்சியுடனும் வெட்கத்துடனும் கவிந்திருந்தது லோத்தர்) அவளுடைய அசட்டையான நடத்தைக்காக முந்தைய தடவையைப் போலவே கண்டித்துவிட்டும் பல்லிகள் நடமாடும் இடங்களில் பண்டங்களைக் கையாள்வதில் கூடுதல் எச்சரிக்கை யோடு இருக்க வேண்டுமென அறிவுரைத்துவிட்டும் அவளை ஓய்வெடுத்துக்கொள்ள அனுமதித்து வெளியேறினார்கள். இதா சோனுவை இரண்டாம் முறை சந்தித்து மந்திர வார்த்தைகளின் மகத்துவத்தை அறிந்தது அவர்களுடைய முதல் சந்திப்பிற்கு மறுநாள், அவள் தன் தந்தையுடன் தங்கியிருந்த விடுதியின் மொட்டைமாடியிலிருந்த, பிரம்மச்சாரிகளின் சொர்க்கம் என்றே பெயரிடப்பட்டிருந்த, சற்று பெரிய ஒரு சந்திரசாலையின் வாசலில். அதில் அவள் படித்துறையில் பார்த்த படப்பிடிப்புக் குழுவைச் சேர்ந்த உதிரித் தொழிலாளர்களும் துணை நடிகர்களு மாக ஓர் ஆறேழு இளைஞர்கள் தங்கியிருந்தார்கள். இதாவும் விஸ்வநாதனும் வருவதற்கு முன்பிருந்தே, ஒரு மாத காலமாகவே அங்கே தாமதித்திருந்த அவர்கள் அதுநாள் வரையில் படப்பிடிப்பு சார்ந்த பொறுப்புகளும் கவலைகளும் நேரங்கால வரையறை யின்றி அலைக்கழித்துக்கொண்டிருந்ததால் மற்ற அறைவாசிகளைத் தொந்தரவு செய்யாத நாகரீகத்துடன்

அரவமின்றித்தான் வந்துபோய்க்கொண்டிருந்தார்கள். இதா அந்த விடுதிக்கு வந்துசேர்ந்த மூன்றாம் நாள் அவர்கள் பங்குபெறும் படப்பிடிப்பினுடைய கடைசி நாளாக இருந்தது. வேலைகள் முடிந்து படத்தின் இயக்குநரும் மறுநாள் காலையில் புறப்படத் தயாராகுமாறு பச்சைக்கொடி காட்டியிருந்தார். எனவே அன்று அந்த இரவைக் கொண்டாடிவிட்டுக் கிளம்பும் மனநிலையில் அவர்கள் இருந்தார்கள். திரைத் துறையைச் சேர்ந்தவர்களென்பதால் விடுதிக்கு அதுவொரு இலவச விளம்பரமென்பதாலும் நீண்ட நாள்கள் வாடிக்கையாளர்களாக இருந்தவர்களென்பதாலும் கொண்டாட்டம் அந்த ஓர் இரவுதான் என்பதாலும் விடுதி மேலாளர் பெரிய நிபந்தனைகளெதையும் அவர்களுக்கு விதிக்கவில்லை. விருந்தில் பங்குகொள்ளவும் தேவைப்படுபவற்றை வாங்கிவரவும் ஏதேனும் பிரச்சனையென்றால் தலையிட்டுத் தீர்க்கவும் உள்ளூர்க்காரனான சோனுவும் அழைக்கப்பட்டிருந்தான். துவக்கத்தில் படப்பிடிப்பு நாள்களில் நடந்த சுவாரஸ்யமான சம்பவங்களையும் கிசுகிசுக்களையும் தொட்டுக்கொண்டு நகர்ந்த கேளிக்கை நேரம் ஆக ஆகச் சூடுபிடித்துப் பொழுது நள்ளிரவை நெருங்கிக்கொண்டிருக்கையில் இந்திப் பாடல்களாயும் அவற்றை இயக்குநருக்கும் நடிகைக்குமிடையிலான நிழலுறவோடு இணைத்து உரத்த குரலில் மொழியப்படும் இரட்டையர்த்த வர்ணனைகளாயும் நடிகைகளை உருவகித்து ஒருவரையொருவர் முத்தமிட்டுக்கொள்வதாயும் பிறகு திடீரென்று திட்டி அடித்துக்கொள்வதாயும் சிறிது நேரம் கழித்து அழுதுகொண்டே கட்டிப்பிடித்து மன்னிப்புக் கேட்டுக்கொள்வதாயும் வெடித்துப் பிரவகித்து விடுதி முழுவதையும், ஒருவேளை அந்தக் கட்டிடத்தைத் தாண்டித் தொலைதூரம் வரையிலும் கூட, மூழ்கடித்து மற்ற அறையிலிருந்தவர்களை மூச்சுத் திணறச் செய்யவாரம்பித்துவிட்டது. கீழ் அறையிலோ அதற்கு முந்தின நாள் ஈரக் காற்றில் பவித்ராவை எதிர்பார்த்து மணிக்கணக்காக நதிக்கரையிலேயே நின்று பெரிதுபடுத்திக்கொண்டுவிட்ட இளைப்பு இரண்டாவது நாளாகவும் சமனப்படாமல் உடல் உபாதைகளை அதிகப்படுத்தியிருக்கத் தன்னால் தூங்க முடியவில்லை என்பதைக்கூட உணர்ந்துகொள்ள

முடியாத அளவிற்கு விஸ்வநாதனை நோய்மையின் கிறக்கம் படுக்கையின் மேல் புரட்டியெடுத்துக் கொண்டிருந்தது. இதா அவரை இரண்டு மூன்று முறை அழைத்தபோதுகூட அவர் உடல் அசைந்து கொண்டிருந்ததேயொழிய வாய் அதற்குப் பதில் கொடுக்கவில்லை. அவள் தன் ஊர் மருத்துவருடைய ஆலோசனையின்பேரில் கையோடு கொண்டுவந்திருந்த மருந்துகளையும் சிறிய மருத்துவ உபகரணங்களையும் கொண்டு பகல் பொழுதில் அவரைச் சமாளித்து விட்டாள். லோத்தர் என்பவரைக் குறித்த தேடலை மறுநாளைக்குத் தள்ளிப்போட்டுவிட்டு அன்று பூரா அறையிலேயே தகப்பனுடைய நெஞ்சைத் தடவிக் கொடுத்துக்கொண்டும் ஆலன் கின்ஸ்பெர்க்கை வாசித்தபடியும் அவரருகிலேயே அமர்ந்திருந்தாள். அவள் அவருடைய நோய்மைக்குப் பயப்படவில்லை. கடந்த ஆறு மாத காலமாகவே அவருடனேயே இருபத்து நான்கு மணி நேரத்தையும் செலவழித்துக் கொண்டிருந்ததில் அவருடைய உபாதைகள் அவளுடைய பிரக்ஞையிலிருந்து நழுவிப் பழக்கத்தில் கலந்துபோய் ஓர் அன்றாடச் சுய உடலோம்பலைப் போல சுவாதீனமாகிவிட்டிருந்தது. அவளைப் பயமுறுத் தியது எதுவென்றால் நோயின் உக்கிரத்தில் வாயிலிருந்து கோழையைப் போல வழிந்து அறையெங்கும் துர்மணத்தைப் பரப்பிக்கொண்டிருந்த அவருடைய பவித்ரா குறித்த பிதற்றல்களின் அளவும் வேகமும்தான். திருமணமான நாளிலிருந்து அவரைவிட்டு நீங்கிச் சென்ற நாள்வரை சொல்லுவார் சொல்லுவார் என்று பவித்ரா அவரிடம் எதிர்பார்த்துக் காத்திருந்த அத்தனைக் காதல் வார்த்தைகளையும் அவர் நெஞ்சில் கூடுகட்டியிருந்த முந்தின நாள் மணிகர்ணிகா படித்துறையின் மாலைக் காற்றின் கபம் அந்த ஒரே பகலில் அவருக்குள்ளிருந்து வெளியே உருவிப்போட்டுக் கொண்டிருந்தது (பவி, என் அன்பே, நீ என் கால்களையே சுற்றி வந்துகொண்டிருந்த பன்னிரண்டு வருடங்களில் உன் உடல் என் கண்களுக்குத் தென்படவேயில்லை, நீ என்னைவிட்டுச் சென்ற பிறகோ காற்று வெளியில் உன் உடலைத் தவிர வேறெதையுமே என்னால் பார்க்க முடியாமலாகி யிருந்ததே, இன்னொருவனை விரும்பி அவனுடன்

சென்றுவிட்டாயென்று உன்னைக் கடிந்துகொள்ளும் உரிமை எனக்குக் கிடையாதுதான் பவி, ஆனால் உன் விதி உன்னை என் விரோதியின் கைகளில் என்னை வீழ்த்தும் கருவியாகவே ஒப்படைத்துவிட்டதைத்தான் என்னால் தாங்கிக்கொள்ள முடியவில்லை (தன்னை விட்டு நீங்கிச் சென்ற தன் மனைவி தன்னைப் பழிவாங்க வேண்டுமென்கிற (நியாயமான) எண்ணத்துடனாவது தன்னுடைய ஜென்மப் பகைவனும் யவ்வனத்தில் அவளை விரும்பத்துவங்கியிருந்தவனுமான ரெகுபதியிடம் போய் ரகசியமாகத் தன்னை ஒப்புவித்துக்கொண்டிருப்பாளோயென்கிற ரகசிய சந்தேகம் அவளைப் புறந்தள்ளிய இரவுகளுக்காகக் கடவுளிடம்கூடப் பாவமன்னிப்புக் கோர முடியாத விஸ்வநாதனுடைய பவித்ராவின் வெளியேறலுக்குப் பிறகான இரவுகளை இருபத்தைந்து வருட காலம் பாழடித்துக்கொண்டிருந்தது. வருடங்கள் செல்லச் செல்ல ரெகுபதி ரகசியமாக அவளை சேலத்திலோ மெட்ராஸிலோ குடியேற்றித் தன் காதற்கிழத்தியாகப் பராமரித்துக்கொண்டிருக்கிறானென்றும் என்றேனும் ஒருநாள் தானொரு நல்ல கணவனில்லையென்பதைப் பகிரங்கப்படுத்தும் அவர்களுடைய உறவு பொதுவில் வெளிப்படுமென்றும் அப்படி வெளிப்படும்போது பவித்ரா தன் தரப்பு நியாயமாக வெட்கங்கொள்ளத்தக்க தங்களுடைய அந்தரங்கங்களை வெளிப்படுத்தித் தன்னையும் சுமதியையும் கொல்வாளென்றும் கற்பனை செய்து அந்தப் பயத்திலேயே விஸ்வநாதன் தினம் தினம் செத்துப்பிழைத்துக்கொண்டிருந்தார். ரெகுபதி நாயக்கர் அவர் முகத்தின் மேல் விட்டெறிந்த லெஃப்லர் பூர் லெ சொம் இதழைப் பார்த்த பிறகு புத்தியிலிருந்து அந்தச் சந்தேகமும் அது வளர்த்துவிட்டிருந்த அசிங்கமான கற்பனைகளும் அதனாலுண்டான பயங்களும் நீங்கிவிட்டதென்றாலும் மனதில் அவற்றின் கால் நூற்றாண்டு கால இருப்பு பதித்துவிட்டுப்போன தடமும் ஏதோவொரு விதத்தில் பவித்ரா குறித்த ரெகுபதியின் அந்தரங்க ஆசையை அவளுடைய புகைப்படம் நிறைவேற்றியேவிட்டது (அல்லது பவித்ரா ரெகுபதி குறித்த விஸ்வநாதனின் சந்தேகத்தை அது ஊர்ஜிதப்படுத்திவிட்டது) என்கிற அறிதலுண்டாக்கிய தோல்வியின் அதிர்ச்சியும் நோய்மைப் பிதற்றல்களில்

தங்களை வெளிப்படுத்திக்கொண்டேதானிருந்தன), பவி உன் உடல் என் மரணமாகுமளவிற்கு அத்தனை மோசமாகவா நீ என் பாராமுகத்தின் மேல் என்னை வெறுத்துவிட்டிருந்தாய், பெட்ரார்ச், என் பிரியத்திற்குரிய கவிஞனே, அவளைப் பார், உன் வெண்ணிறப் பெண்மானென அவள் என் முன்னே தோன்றினாள், பச்சைப் புல்வெளியின் மேல் தன் பொற்கொம்புகளுடன், இரண்டு நதிக் கரைகளின் நடுவே, லாரல் மர நிழலில், காலைப் பொழுதை மேவிக் கதிரவன் உயர்ந்த போது, உன் முன் தோன்றியதைப் போலவேதான் பெட்ரார்ச், இனிய பெருமிதத்துடன் காணப்பட்டாள், அனைத்து வேலைகளையும் உதறி நான் அவளைப் பின்தொடர்ந்தேன், புதையலைத் தேடுவதில் தன் சந்தோஷத்தை வைத்திருக்கும் ஒரு கருமி தன் வலியை உதறுவதைப் போல, அவள் வெண்கழுத்தைச் சுற்றி வைரத்தாலும் புஷ்பராகத்தாலுமான ஒரு பட்டயம், என்னைத் தொட வேண்டாம், சீசர் என்னுடைய சுதந்திரத்தை அவாவுகிறார் என்றது அது, பெட்ரார்ச், யார் அந்த சீஸர், ஒருவேளை அது நீயேதானா, சூரியன் ஏற்கெனவே உச்சிப் பொழுதை அண்மித்துவிட்டது, என் கண்களும் தீராமல் பார்த்துக் களைத்துவிட்டன, நான் கங்கையில் விழுந்தபோது அவளும் மறைந்து போனாள் பெட்ரார்ச், அவளும் மறைந்துபோனாள்). இதா அந்தப் பிதற்றல்கள் அவளையும் அவருடைய நோய்மைக்குள் கட்டி இழுத்துக்கொண்டிருந்ததில் எதிர்ச் சக்தியைப் பிரயோகித்துக் களைத்துப்போனாள். அவரை நிராதரவாக விட்டுவிடுமளவிற்கு அதன் சுழலில் சிக்கித் தானும் பலவீனப்பட்டுவிடுவோமோ என்றும் அஞ்சினாள். இரவு அதன் குணத்திற்கேற்ப அறையை இன்னும் அதிக ஒவ்வாமைக்குள்ளும் இறந்தகாலத்தின் ஆச்சரியகரமான ஒளிவிடங்களுக்குள்ளும் ஆழ்த்தியபோது அதிலிருந்து விடுபடுவதற்கு நாவினடியில் அடக்கிக்கொள்ளும் ஒரு சிறிய அமிலக் கட்டி உதவும் என்று நம்பினாள். அது தலைக்குள் பிரணவத்தின் ஒலியையும் காதோரத்தில் கொஞ்சம் சூரியகாந்திப் பூக்களையும் மலரச் செய்யும் வல்லமை கொண்டதுதான். ஆனால் அந்த யோசனை அவளுக்குத் தோன்றியபோது தாமதமாகிவிட்டிருந்தது. அவள் ஏற்கெனவே தந்தையின் பிதற்றல்களுக்குள் தானும்

விழுந்தேவிட்டிருந்தாள். நாணயத்தை வாய்க்குள் அடக்கிக்கொண்டதைப் போல யெல்லெஸ்டியின் உலோகச் சுவைத் திரையின் மேல் அவள் எதிர் பார்த்ததற்கு மாறாக அவள் அதுவரையில் நேரில் பார்த்திராத பவித்ராவின் சிரிப்பும் அவளுடைய உடலின் வண்ணங்களும்தான் விஸ்வநாதனின் பிதற்றல்களின் வழியே ஒளிர்ந்து மிதந்தலைந்தன. காதலின் கோடையில் வனாந்திரக் குளிரைக் கண்டிக்கும் கணப்பு நெருப்பின் சாயல் இயற்கைச் சாய உடைகளின் மேல் ஆயிரம் மஞ்சள் பாம்புகளைப் போல நெளிந்து இசைக்கும் பீட்டில்ஸின் திரும்பத் திரும்ப என்னையின் பவித்ராவைப் பொற்கொம்புப் பெண்மான் என்கிறான் பதினான்காம் நூற்றாண்டு இத்தாலிய மறுமலர்ச்சி மனிதநேயவாதி பெட்ரார்ச், பொன்முலையால் முட்டி யாரைக் கொல்கிறீர்கள் பெரியம்மா, அப்பாவையா, லோத்தரையா, ஒசூர் ஜமீன்தாரையா, இல்லை உலகத்திலிருக்கும் அத்தனை ஆண்களையுமா, கங்கைமீதில் ஓடம்போ, இருபத்தைந்து வருடங்களுக்கு வனவாசம், கிணற்று நீரிலும் நீராகாரத்திலும் கங்கை வெள்ளத்திலும் மிதப்பது பவித்ராவின் உடலென்னும் ஒரே மலர், அல்லது அந்த உடல் ஒரு விஷப் பல்லி, சுவரேறத் தெரியாத மென்தோற்சிறுபல்லி, அதன் மல்லாந்த வயிற்றில் ஒளிரும் ரப்பர் ஆன்மா, ரப்பர் உடல், அதன் மையத்தில் சிறகடிக்கும் கரும்பறவை, மெக்கார்ட்னி யினுடைய இரவின் சாவில் பாடுவதும் அதே பறவை, சாவுப் பறவை, அது அழகனா அழகியா, பவித்ராவின் வெளியேறுதலில் தன் பாலை மாற்றிக்கொள்ளலாம் மரணம், அமிலப் பரிசோதனையில் மலரும் எதிர்காலப் பூக்கள், ஆரூடர்கள் கணிக்காத கவிஞர்களின் எதிர்காலம், யார் சாவையும் வேண்டாத அவதாரக் குழந்தைகள் பிறக்கும் எதிர்காலம், இதா பவித்ராவின் வால், அவள் சுருண்டு திரும்பி விழுங்கும் வால், அவளுக்குள் இறங்கும் அவளின் சொந்த ஊன், புத்தனுக்கும் பர்ரோஸுக்கும் மட்டுமே வசப்படும் கற்பனை, ஓர் அடுக்கு இதழ் சுருங்கி ஓர் அடுக்கு இதழ் விரிந்து காலத்தின் முடிவிலியில் எப்போதும் மலர்ந்துகொண்டேயிருக்கும் மலர், துப்பாக்கி நுனியில் செருகப்பட்ட பென்ட்டகன் வாசலின் மலர்,

மரணத்திற்கெதிரான நித்தியப்பூ, உடலின் மேல்கீழான தொலைவின் மத்தியில் சுழலும் கிருஷ்ண வண்ண மோட்சம், கையில் மோட்சத்துடன் பவித்ரா அலைகிறாள், லட்சியத்தைத் தேடுபவர்கள் மட்டுமல்ல, லட்சியமும் அருகதையுள்ளவர்களைத் தேடி உறங்காமல் காத்திருக்கும் சூஃபி காலங்கள் உண்டு, விஸ்வநாதனின் உடல் தற்போதமின்றித் துடிக்கிறது, உள்ளே பவித்ரா விழித்திருக்கிறாள், பவித்ரா தூங்கவில்லை, அவள் படுக்கையில் நிம்மதி யின்றிப் புரள்கிறாள், ஆனால் ஓம் சாந்தி. ஆனால் இதாவால் உருவெளியில் பயணத்தைத் தான் விரும்பியபடி தொடர இயலவில்லை. தலையணையில் முகத்தைப் புதைத்துக்கொண்டு தூங்கவும் முடிய வில்லை. மேலேயிருந்த படக்குழுக்காரர்கள் அவள் தகப்பனின் தலைக்குள் உட்கார்ந்துகொண்டு இடியிடிப்பதைப் போல தங்கள் வாத்தியங்களையும் குரல்களையும் அடித்து எழுப்பி இரவை நாராசமாகச் சின்னாபின்னப்படுத்திக்கொண்டிருந்தார்கள். நேரம் ஆக ஆகச் சப்தம் அதிகரித்ததே தவிர குறைவதாகத் தெரியவில்லை. அவள் நள்ளிரவுவரை பொறுத்துப் பார்த்து விஸ்வநாதனின் பாடுகளைச் சகித்துக்கொள்ள முடியாமல் எழுந்து அறைக்கதவைச் சார்த்தி வெளிப்புற மாகத் தாழிட்டுவிட்டு விடுதி வரவேற்பறைக்குச் சென்று மேலாளரை எழுப்பி முறையிட்டாள். அவர் அதற்குச் சரியான முறையில் எதிர்வினை காட்ட வில்லையென்றதும் வாய்க்குள் சுரந்துகொண்டிருந்த அமிலத்தின் நிதானமற்ற துணிச்சலின் மேல் தானே மெதுவாகப் படியேறி மொட்டைமாடிக்குச் சென்றாள். அங்கே சீனக் காகிதக் கூண்டைப் போல வானில் தொங்கிக்கொண்டிருந்த சந்திரனும் அதன் கீழே வானாயும் மண்ணாயும் அகண்டு விண்மீன்கள் உள்பட பிரபஞ்சத்தின் அத்தனை உயிர்களையும் தன்னுள்ளே வாங்கிக்கொண்டிருக்கும் அலாதியான ஒளிச் சுமையோடும் மணிகர்ணிகாவில் எரியும் சிதைகளின் வெளிச்சத்தைப் பகிர்ந்துகொண்ட பக்குவத்தோடும் நிதானமாகத் தன் நெடிய உடலை வெளியில் மிதக்கவிட்டிருந்த அனாதியான நதியுமாய் வாஸ்தவத்தில் ஓர் அற்புதமான இரவின் மேல் பயணித்திருக்க வேண்டிய அந்தப் பொழுது கெட்டு

விட்டதேயென்கிற கோபம் இன்னும் அதிகரிக்க உட்புறம் தாழிடப்பட்டிருந்த சந்திரசாலைக் கதவை அவர்களுடைய குரல்களை மேவி ஒலிக்கும்வண்ணம் பலங்கொண்ட மட்டும் தட்டினாள். அவர்கள் கத்துவது நின்றது. வெளியே சென்று பார்க்குமாறு யாரையோ அவர்கள் ஏவுவதும் கேட்டது. அப்படியாக இதா சோனு சந்திப்பு இரண்டாம் முறையாக நிகழ்ந்தது. அவள் அவனை அடையாளம் கண்டு கொள்ளும் நிதானத்தில் அப்போது இல்லை. ஆனால் சோனுவுக்கு அவளைப் பார்த்தவுடனேயே நினைவில் பொறி தட்டிவிட்டது. அவன் சினேக பாவத்துடனும் மரியாதையைக் குறைத்துக் காண்பித்துவிடாத அளவான பரிகாசத்துடனும் அதற்குத் தேவையான புன்சிரிப்புடனும் ஓ, இளவரசி (ராஜகுமாரி), நீங்கள் எங்கே இங்கே என்று வினவினான். இது கங்கைக்கரை இல்லை, நடிப்பதற்கு வாய்ப்பு கோரும் வேண்டு கோளுடன் வருவதற்கான நேரமும் இது இல்லை, படப்பிடிப்பு வேறு முடிந்துவிட்டது, இனி நீங்கள் விரும்பினால் அடுத்த படத்தில்தான் சந்தர்ப்பம் அளிக்க முடியும். ஆனால் இதா அவனுடைய பரிகாசத்தை ரசித்தோ கோபப்பட்டோ எதிர்வினை யெதையும் காட்டாமல் குழறும் குரலில், ஏன் காட்டுக் கத்தல் கத்திக்கொண்டிருக்கிறீர்கள், பெரியம்மா தூங்க வேண்டாமா என்று கேட்டாள். அதற்குள் அரைகுறை யாகத் திறந்திருந்த கதவின் வழியே வந்திருப்பது ஓர் இளம்பெண் என்பதைப் பார்த்த உள்ளேயிருந்தவர்களில் ஒருவன் உங்கள் பெரியம்மாவிற்குக் கீழே தூங்க முடியவில்லையென்றால் இங்கே மேலே அனுப்பி வையுங்கள் அம்மணி என்றான் பெரிதாகச் சிரித்தபடி. நாங்கள் இருக்கிறோம் அவளைத் திருப்திப்படுத்தித் தூங்கவைக்க. அதைக் கேட்டதும் இதா சோனுவை இடக்கையால் பலவந்தமாக அப்பால் ஒதுக்கிவிட்டுக் கதவை விரியத் திறந்துகொண்டு உள்ளே நுழைந்தாள். கைத்தாங்கலாகச் சுவரைப் பற்றியபடியே நடந்துபோய் அங்கே மேசையிலிருந்த சிறிய தயிர்ச் சட்டிகளிலிருந்து இரண்டை எடுத்து ஒரே மடக்கில் முழுவதையும் தன் வாயில் கவிழ்த்திக்கொண்டாள். பிறகு, அவளைத் திருப்திப்படுத்த உங்களுக்கு நீளம் போதாது, நீங்கள் அத்தனை பேரும் சேர்ந்தாலும் அவளுடைய தரையை

உங்களால் தொட முடியாது, பந்தயம், தோற்றுவிட்டால் அறுத்துக் கொடுத்துவிடுகிறீர்களா என்று கேட்டாள். அவர்கள் ஸ்தம்பித்துப்போனார்கள். சோனு இதாவின் கையைப் பட்டும் படாமலும் தொட்டு இழுத்தபடி, மன்னித்துக்கொள்ளுங்கள் இளவரசி (ராஜகுமாரி), அவர்கள் தங்கள் வசத்தில் இல்லை என்றான். ஏன், நானும்தான் என் வசத்தில் இல்லை, கம்பிக் கடையில் வாங்கிக் குடிக்கும் பங்கித் தயிருக்கே இவ்வளவு பேச முடியுமென்றால் தேவலோகத்து அமிலக் குளிகைக்கு (அவர்களுக்குக் காட்டுவதற்காக நாக்கினடியில் மிச்சமிருந்த சிறிய அளவை அவர்கள்மேல் துப்பி இறைத்தாள் இதா) எவ்வளவு பேச முடியும். சோனு அவளைச் சமாதானப்படுத்தி வெளியே தள்ளிக் கொண்டுவந்தான். வந்ததும் அறைக் கதவைச் சார்த்தியும் வைத்தான். சொல்லிவை என்றாள் இதா மயங்கும் கண்களால் அவனைப் பார்த்தபடி. அவள் வயிற்றில் ஏற்கெனவே சேர்ந்திருந்த யெல்லெஸ்டிச் சாறோடு வீம்புக்குக் குடித்த (அவள் ஒருபோதும் அப்படிச் செய்கிறவளில்லை) கஞ்சாவின் நாட்டுச் சுவை சேர மறுத்து வந்த வழியிலேயே வெளியேற எத்தனித்துக்கொண்டிருந்தது. நான் சொல்ல வேண்டிய அவசியமே இல்லை ராஜகுமாரி, நீங்களே போதுமான அளவு சொல்லிவிட்டீர்கள், இனிமேல் அவர்களுக்குத் தங்களுடையதைக் குறித்த தனிப்பட்ட கவலைக்கப்பால் பேச ஒன்றுமிருக்காது என்றான் சோனு. இதா துயரத் துடன் புன்னகைத்துவிட்டு, பெரியம்மா விழித்துக் கொண்டு அவஸ்தைப்படுகிறாள், அவளுடைய இரவுகள் மிகக் கசந்தவை என்றாள் லேசான கண்ணீருடன். பரிதாபம்தான், ஆனால் நேற்று அவர் உங்களுடன் படித்துறைக்கு வரவில்லையா, உங்கள் தந்தையையும் உங்களையும் தவிர வேறு யாரையும் அங்கே நான் பார்க்கவில்லையே, அல்லது அவர் உங்கள் பெரியப்பாவா என்றான் சோனு. இதா அவன் கேள்விக்குப் பதில் சொல்லாமல், இரவுகளால் சபிக்கப் பட்டவள் என் பெரியம்மா, நான் கீழே போகிறேன், அவள் தனியாக இருக்கிறாள் என்று குழறிக்கொண்டே படிகளில் இறங்க முற்பட்டாள். ஏன், பெரியவர் இல்லையா என்று கேட்டுக்கொண்டே அவள் பின்னே, எந்தக் கணத்திலும் அவளுடைய பாரத்தைத் தன்

கைகளில் வாங்கிக்கொள்ளத் தயாரான ஸ்திதியில் கைகளை விரித்தபடி, தானும் இறங்கினான் சோனு. இதா தடுமாறினாளே தவிர விழவில்லை. அவள் பெரியம்மா, பெரியம்மா என்று முணுமுணுத்துக் கொண்டே அவன் பின்னால் வருவதை லட்சியம் செய்யாமல் அறைக்கு வந்து கதவைத் திறந்து உள்ளே நுழைந்தாள். நுழைந்ததும் அதைத் திரும்பச் சார்த்திக் கொள்ளும் போதமின்றி வாயைப் பொத்தியவாறே ஓடிச்சென்று குளியலறைக்குள் புகுந்து மறைந்தாள். அவளுடைய ஓங்கரிப்பைக் கேட்டுக்கொண்டு வெளியே நின்றபடியே திறந்திருந்த அறையினுள் மெல்லிய குற்றவுணர்வுடனும் அதை மேவிச்செல்லும் ஆர்வத்துடனும் தன் பார்வையைச் செலுத்தினான் சோனு. இரவு விளக்கு போடப்படாத இருட்டில் ஏதோவொரு திறப்பிலிருந்து கசிந்துகொண்டிருந்த நிலவின் நீரடிப் பிரதிபலிப்பில் ஒரு நிழலுருவாகக் கட்டிலின் மேல் தனியாகப் புரண்டுகொண்டிருந்த உருவத்தின் மேல் அவன் பார்வை பல வினாடிகள் உற்று நிலைத்தது. பிறகு அறையைச் சுற்றிச் சுழன்றது. புன்சிரிப்பு மறைந்து முகம் தீவிரமடைந்தது. அவன் மெதுவாகக் கதவை மூடிவிட்டுப் படிகளின் மேலேறி மாடிக்குப் போய்விட்டான். பிறகு எத்தனையோ நாள்கள் இதாவுடன் சேர்ந்து எங்கெங்கோ சுற்றியலைந்த போதும், அவள் விஸ்வநாதனிடம் அறிமுகப்படுத்து வதற்காக அவனை எத்தனையோ முறை வற்புறுத்தி அழைத்தபோதும், அவன் அவரைச் சந்திக்கவோ அந்த அறைக்கோ திரும்ப வரவேயில்லை. அன்று படுக்கையில் தன் கண்கள் கண்டது ஒரு பெண்மணி யைத்தான் என்றும் தனக்குப் போதைப் பழக்கம் அறவே கிடையாது என்றும் அவன் அவளிடம் உறுதியாகச் சொன்னான் (போதைப் பழக்கம் என் தந்தையின் கைகளிலிருந்து அஸி படித்துறையின் காட்வார் அந்தஸ்தைப் பறித்துக்கொண்ட கதையை நான் என் தாயிடமிருந்து (தந்தை அதைச் சொல்ல வெட்கப்பட்டார். ஆனால் மனைவியை அதைத் தன் பிள்ளைக்குச் சொல்லுமாறு வற்புறுத்தினார்) என்னுடைய ஒவ்வொரு பிறந்தநாளின்போதும் அந்தத் தினத்தின் பரிசாகத் தவறாமல் கேட்டிருக்கிறேன், அவர் தன்னிகரற்ற கஞ்சாக் குடிக்கியென்றும்

மகத்தான சூதாடியென்றும் புகழ்பெற்று விளங்கிய காலமொன்று இருந்தது, அது அவருடைய போதை யினாலோ வட்டுப் பழக்கத்தினாலோ அல்லாமல் போதையையும் சூதையும் ஒரேயிடத்தில் இணைக்கக் கூடாது என்பதில் அவருக்கிருந்த தெளிவான ஞானத்தால் உண்டானது, அப்படிப்பட்டவர் ஒரேயொருமுறை விதிவசத்தால் கிருஷ்ணாவின் தூண்டிலில் சிக்கிப் போதையில் பகடையாட அமர்ந்து அஸி கட்டத்தில் பரம்பரைச் சொத்தாக மிதந்துகொண் டிருந்த தன்னுடைய ஐந்து படகுகளில் நான்கைப் பறிகொடுத்தார், வெறுங்கையோடு வீடு திரும்பி என் மடியில் முகத்தைப் புதைத்து மறைத்துக்கொண்டு கதறியழுத அந்தக் குற்றவுணர்வின் ஓலம் இதுநாள்வரை ஒரு தவத்தைப் போல சுமந்துவந்த சூதுப் பலகையின் முன் நிதானமின்றியமர்ந்து அவமானப்படுத்தியதற்கான தண்டனையை கங்கையன்னை உடனே எனக்குக் கொடுத்துவிட்டாள்) வருடங்கள் ஒழிந்தும் என் காதுகளிலிருந்து ஒழிந்துபோய்விடவில்லை, துயரத்தி லும் அவமானத்திலும் அன்றாடப் பொறுப்புகளில் ஆர்வமிழந்துபோனதோடு காட்வாராகக் கோலோச்சிக் கொண்டிருந்த அதே படித்துறையில் கூடுதல் வருமானத் திற்கு மள்ளனாக வேலை செய்யும் நிலைக்குத் தாழ்ந்துபோனதில் உளம் நசிந்துபோய்ப் பிறகு அஸி கட்டத்திலிருந்து கேதார் கட்டத்திற்குக் குடிபெயர்ந்து அங்கே ஏற்கெனவே இருந்த படகோட்டிகளின் முன்னுரிமைகளின் முன் இன்னும் ஒடுங்கிக் குடும்பத்தை வறுமையில் உழலவிட்டார், இப்போது கைவசம் மீந்திருந்த ஒற்றைப் படகின் நிறுத்தலுக்கும் சவாரிக்கும் கேதார் கட்டத்தின் காட்வாருக்கு ஐம்பது சதவீதம் வாடகை கொடுத்துக்கொண்டிருக்கிறேன் நான், என்னைப் பெற்றவர் காட்வாராயிருந்த ஐம்பதுகளின் இறுதிவரை மற்ற படித்துறைகளிலிருந்து ஒதுங்கிப் பாழடைந்ததாயிருந்த அஸி கட்டம் காலப்போக்கில் வளர்ந்து முக்கியமான நீராடு துறையாகி அபரிமிதமான கூட்டத்தை எந்நேரமும் தக்கவைத்துக்கொள்வதாய் ஆனபோது அவருடைய போதையைப் பயன்படுத்திக் காட்வாரான கிருஷ்ணா வசதிகளோடு அதிகாரத்தையும் பெருக்கிக்கொண்டுவிட நான் வளர்ந்து விபரம் தெளிந்து துக்கமும் ஆற்றாமையும்

பீறிட அஸி கட்டத்தில் எங்களுடைய பரம்பரை உரிமையைக் கேட்டு நீதிமன்றத்திற்குப் போனபோது அந்தச் சம்பவம் எனக்குச் சாதகமாகப் பேச ஆளில்லாத, யாருக்குமே நினைவிலில்லாத பழங்கதையாகி நீர்த்துப்போயிருந்தது, வாராணசி மள்ளர்களுடைய உரிமைகள் ஆதி நாளிலிருந்தே யாராலும் யாருக்கும் குகப்படலத்திலிருந்து கிளைத்தெழுந்த குடும்பக் கதைகளின் மீதான நம்பிக்கையின் அடிப்படையிலன்றிப் பத்திரங்கள் மூலமாகக் கையளிக்கப்பட்டுத் தொடர்ந்து கொண்டிருந்தவையில்லையாதலால் (முப்பதுகளில் உரிம முறையைக் கொண்டுவந்து மள்ளர்களின் சாதிப் படிநிலையைக் கீழிறக்கம் செய்த ஆங்கிலேய அரசாங்கத்தால்கூட அதைச் சாதிக்க முடியவில்லை) எழுத்துபூர்வமான ஆதாரமும் இல்லாமல் போய் விட்டது, ஒவ்வொருமுறை அஸி கட்டத்தைக் கடந்து போகும்போதும் வரும்போதும் ஏதாவது செய், என்னை எடுத்துக்கொள் என்று அது என்னிடம் மௌனமாக மன்றாடுவதை அஸியை இழந்த முதல்நாள் என் தாயின் மடிக்குள் வெடித்த என் தந்தையின் முகமற்ற கதறலாகவே நான் செவியுறுகிறேன்). பின்னால் லோத்தருடனான சந்திப்பிற்குப் பிறகு பவித்ராவை நோக்கித் தன்னை ஈர்த்ததென்று அவரால் தெரிவிக்கப்பட்ட வார்த்தைகளின் மகத்துவத்தைப் பற்றிப் பேச்சுப்போக்கில் விஸ்வநாதனிடம் உரையாடிக் கொண்டிருந்தபோது இதா சோனுவுடனான இந்த இரண்டாவது சந்திப்பைக் குறிப்பிட்டு மேலும் சொன்னாள், வார்த்தைகள் சில சமயங்களில் உச்சரிக்கப்படும்போது அவை தங்களுக்கான பிரத்யேக வெளியையும் காலத்தையும் சிருஷ்டித்துக்கொண்டு தாங்களே அதில் குடியேறுகிறவர் வெளியேறவே விரும்பாத தனி நிலமாகிவிடுகின்றன என்றுகூட விடுதியறைக்கு வர மறுக்கும் சோனுவின் பிடிவாதம் எனக்குச் சொல்வதாக உணர்கிறேன், அவன் அன்று இரவு உங்கள் புலம்பலுக்குள் சிக்கிக்கொண்டுவிட்ட என் போதை தன் திரையில் ஒளிர்த்திக்கொண்டிருந்த பெரியம்மாவின் உருவெளித் தோற்றத்திலிருந்தும் அதன் வார்த்தை வெளிப்பாட்டிலிருந்தும் தன்னை விடுவித்துக்கொள்ளவே விரும்பாதவனாக இருக்கிறான், நான் அப்படிச் சொன்னது எனக்கேகூட இப்போது

நினைவில்லை, அன்று அந்த அறையில் என்னைத் தவிர வேறு பெண் யாரும் இருந்திருக்க வாய்ப்பே யில்லையென்று எத்தனை முறை சொன்னாலும் அதை மூர்க்கமாக மறுக்கவே செய்கிறான், எனில் அப்பா, வார்த்தைகள் நீங்கள் எப்போதும் சொல்வது போல கேட்பவர் முனையில் மகத்துவம் மிக்கவையாக மாறுவதற்கு ஒரு கூடுதல் நிபந்தனை அவை சொல்லப் படுவதற்கு முன்போ சொல்லப்பட்ட பின்போ ஒருபோதும் சொன்னவருக்குச் சொந்தமானவையாய் இருக்கக் கூடாதுபோல (சோனுவிடமிருந்து பெற்ற இந்தப் பாடத்தில் நம்பிக்கை வைத்துத்தான் வாராணசி யிலிருந்து கிளம்புவதற்கு முதல்நாள் புலர்காலையில் திடீரென்று எழுந்த உந்துதலில் விஸ்வநாதனுக்கும் லோத்தருக்கும் மட்டுமல்லாமல் சம்பந்தப்பட்ட சோனுவுக்கேகூட அறிவிக்காமல் அஸி படித்துறை யினருகிலிருந்த கிருஷ்ணாவின் வீட்டிற்குப் புறப்பட்டுச் சென்று அவன் சார்பாக அவருடன் கடுமையான வார்த்தைப் போரில் ஈடுபட்டுவிட்டுத் திரும்பிவருவாள் இதா (வாராணசி படித்துறைகளின் காட்வார் உரிமைகளை வாங்கவோ விற்கவோ முடியாது என்பது எனக்குத் தெரியும், அதை நீங்கள் வாங்கவில்லை, பறித்துக்கொண்டீர்கள், நியாயப்படி சோனுவின் குடும்பம்தான் இன்றும்கூட இந்தக் கட்டத்தின் உரிமையாளர்கள், சோனுவின் தகப்பனார் மானஸ்தரென்பதாலும் ஈன வழியில் இதை உங்களிடம் இழந்துவிட்டோமென்கிற அவமான உணர்வால் திரும்ப இதை உங்களிடம் இறைஞ்சிப் பெற அவருடைய கௌரவம் அவரைத் தடுக்கிறது என்பதாலும் இதை நீங்கள் அனுபவித்துக்கொண்டிருக்கிறீர்கள். மள்ளர் களைப் பொறுத்தவரையில் சூது ஒரு பாரபட்சமில்லாத நியாயத் தராசாக இருக்கலாம், அவமானத்தாலல்லாமல் சூது விதிகளினடிப்படையில்தான் உங்கள் மைத்துன ரால் தான் இழந்ததை உங்களிடம் திருப்பிக் கேட்க முடியவில்லையென்பதும், அதே பகடையாட்டத்தில் நீங்கள் தோற்றிருந்தால் அன்று உங்கள் மடியிலிருந்த அறுபது ரூபாய்களை நீங்களும் இழந்தேதானிருக்க வேண்டுமென்பதும்கூட உண்மையாகவே இருக்கலாம், பதினெட்டு வருடங்களுக்கு முன் அறுபது ரூபாயென்பது ஒரு சராசரிக் குடும்பத்தின் மூன்று நாள் சாப்பாடு

என்பதை உங்களைக் குற்றம் சொல்பவர்கள் எண்ணிப் பார்க்க வேண்டுமென்று நீங்கள் வாதிடுவதில் நியாயமுமிருக்கிறதுதான், ஆனால் சூதில் வைக்கப்படும் பொருள் அதை வைத்து ஆடுபவருக்குச் சொந்தமானதாய் இருக்க வேண்டுமென்பது முதல் நியாயமில்லையா, பிறர் பொருளை வைத்து ஆடச் சூதாடுபவருக்கு உரிமை கிடையாதே, அஸி கட்டத்தின் உரிமை சோனுவின் தகப்பனாருடையதன்று, அவருடைய மூதாதைகளின் சொத்து, அவருக்கு அதில் அனுபவ பாத்யதைதான் உண்டு, கைமாற்றும் உரிமை கிடையாது, அது உங்களுக்கும் தெரியும்தானே, அதைப் பற்றிக் கவலைப்பட வேண்டியவர் அவர் மட்டும்தானென்று நீங்கள் சொல்லிவிட முடியுமா, திருட்டுப்பொருளை அது திருட்டுப்பொருள் என்று தெரியாமலேகூட வாங்குவது குற்றம்தானே, அதைத் திரும்பப் பெறுவதற்குச் சட்டப்படி நட்டயீடுகூடக் கொடுக்க வேண்டியதில்லையே, சூதாட்டம் அதற்கு வெளியே யிருந்து அதை ஒரு குற்றமாகப் பார்த்துத் தடை செய்யத் துடிக்கும் சட்டத்தின் விதிகளை எப்படித் தன் விதியாக ஏற்க முடியுமென்றும் அது அந்த விளையாட்டிற்கேயான பிரத்யேக தர்மத்தைத்தானே தன் அடிப்படையாகக் கொள்ள முடியுமென்றும் அஸி கட்டத்தின் மீதான உங்களுடைய வெற்றி உங்களுக்கும் சோனுவின் தந்தைக்கும் பொதுவான நண்பர்களும் சூதில் விற்பன்னமும் அதன் விதிகளின் மீது மரியாதையும் கொண்டவர்களுமான மள்ளர் சங்கத்து நியாயவான்களாலேயே ஒத்துக்கொள்ளப்பட்டு விட்டதென்றும் நீங்கள் வாதிட்டாலும்கூட சூதின் விதிகள் போதையை ஒத்துக்கொள்வதில்லையே, போதையிலிருக்கும் ஒருவருடன் சூதாட்டத்தில் ஈடுபடக் கூடாதென்று நீங்களிருவரும் ஆட்டத்தைத் துவக்கும்போதே அவர்கள் எச்சரித்திருக்க வேண்டுமே, ஏன் செய்யவில்லை, எதிராளியின் போதையின் மேல் அஸி கட்டத்தை நீங்கள் வென்றதைச் செல்லாததாக்கி விட்டுப் பதிலாகச் சோனுவின் தகப்பனார் தன்னுடைய சுவாசமாக நினைத்துப் பழகிவந்த சூதாட்டத்திலிருந்து அவரை நிரந்தரமாக வெளியேற்றும் நியாயத்தைத்தானே அவர்கள் பேசியிருக்க வேண்டும், ஏன் பேசவில்லை, அந்த அவமானம் உங்களிடம் இழந்ததைக் காட்டிலும்

பன்மடங்கு இழப்பை உணரச் செய்து அவரை உயிரோடு கொல்லும் தண்டனையை வழங்கியிருக்குமே, ஏன் வழங்கவில்லை, அல்லது குறைந்தபட்சம் பணயப் பொருளின் பாத்யதை சம்பந்தமான நியாயமான கேள்விகளைப் பணயமாக அது வைக்கப்படும்போதே எழுப்பவாவது செய்திருக்க வேண்டுமே, ஏன் எழுப்ப வில்லை, ஏனென்றால் அவர்கள் உங்கள் செல்வாக்கைக் கொண்டு தங்கள் குரல்வளையைத் தாங்களே நெரித்துக் கொண்டவர்கள்). எச்சிற்துளிகளில் ஒப்பியத்தின் ஈரத்துடன் தன்னிடமிருந்து சிதறிக்கொண்டிருக்கும் வார்த்தைகளெதற்குமே தான் பொறுப்பாளியில்லை யென்பதே கிருஷ்ணாவின் முன் அவளை ஆக்கிர மித்திருக்கும் உணர்வாய் அப்போது இருக்கும் (வாராணசியிலிருந்து ஓசூர் திரும்பிய ஆறு மாதத்திற்குப் பிறகு அவள் கைகளை வந்தடையும் சோனுவின் திருமணப் பத்திரிகையும் (மணமகள் கிருஷ்ணா வினுடைய பெண்) மந்திரச் சொல் பற்றிய அவளுடைய அந்த உத்தேசத்தை உறுதிப்படுத்துவதோடு ஒரு சாதாரணச் சொல்லை மந்திரச் சொல்லாக்கும் மற்றுமொரு கூடுதல் அம்சத்தையும் பத்திரிகையைக் கண்கள் கண்ட கணத்தில் அவளுக்குத் தெரியப்படுத்தும் (அப்போது அவள் எண்ணிக்கொள்வாள், மந்திரச் சொல்லின் தகுதிகள் அது நாட்பட நாட்படப் புதிது புதிதாகக் கூடிக்கொண்டேதானிருக்கும்போல). அச்சொல் யாரை நோக்கி உச்சரிக்கப்படுகிறதோ அவர்களைத்தான் அடைய வேண்டுமென்கிற, ஒரு அம்புக்கும் அதன் இலக்கிற்குமிடையிலானது மாதிரி யான நேர்கோட்டு நிபந்தனையெதுவுமின்றி அதற்குச் சம்பந்தமேயில்லாத, அல்லது அதிலிருந்து ஒதுக்கி வைக்கப்பட்டிருக்கிற ஒரு மூன்றாவது நபரைக்கூட அது தேர்ந்தெடுத்துத் தாக்கித் தன்னுடைய மாய நிலத்திற்குள் வீழ்த்திவிடச் சாத்தியமுண்டுதான் (அம்பிலிருந்து எப்போது எய்தவனுடைய லட்சியம் தவறுகிறதோ அப்போதே அம்பினுடைய லட்சியம் தானாக உருவாகிவிடுகிறது, தசரதனுடைய அம்பு மானிலிருந்து தவறியதும் அம்பினுடைய லட்சியம் ராமாயணத்திற்காக சிரவணனின் மார்பை உருவாக்கிக் கொண்டதைப் போல, எனவே எய்யப்பட்ட பின் இலக்கு தவறுதல் என்பது ஒருபோதும் கிடையாது).

உதாரணமாக அன்று கிருஷ்ணாவால் சந்திரப் பிரபை யைப் போல ஜொலிப்பவள் என்று அறிமுகப்படுத்தி வைக்கப்படும் அவர் மகள் தன் முகத்தை இரண்டாம் தடவை இதா பார்க்கச் சந்தர்ப்பமளிக்காதபடி உள்ளறைக்குச் சென்றுவிடுவாள். அவருடைய மனைவி மட்டும் அவர்களிருவருக்குமிடையிலான விவாதத்தி னிடையே பவித்ராவின் புகைப்படங்கள் வெளிப்படும் கணத்திலிருந்து சில நிமிடங்கள் கழித்து அடுக்களை யிலிருந்து முன்னறைக்குக் கையில் ஒரு குவளைத் தண்ணீரோடு வருவார். அவர் இதாவை ஓரக்கண்ணால் கூடப் பார்க்கப்போவதில்லை. பதிலாகக் கணவரின் மடியில் விரிக்கப்பட்டுக் கிடந்த லெ ஃப்லர் பூர் லெ சொம் இதழின் மீது மட்டும் ஒரு கணம் அவர் பார்வை தங்கி மீளும் (அதை இதா கவனிப்பாள்). பிறகு அவர் தண்ணீர்க் குவளையை இதாவின் காலடியருகே தரையில் வைத்துவிட்டுத் திரும்பிப் பார்க்காமல் மீண்டும் தன்னிருப்பிடத்திற்குள் நுழைந்து மறைந்து போவார். இதா அதைப் புரிந்துகொண்டு கிளம்பத் தயாராகும் பொழுதில்கூட நடந்த உரையாடல் தனக்கும் பெரியவர் கிருஷ்ணாவுக்கும் இடையில் மட்டுமே என்பதாகத்தான் எண்ணிக்கொண்டிருப்பாள். சம்பாஷணையின்போது உள்ளறையிலிருந்தோ சமையலறையிலிருந்தோ ஒரு சிறு பாத்திரம் நகர்த்தப் படும் சப்தத்தைக்கூட எழுப்பாத மௌனத்தையும், அந்தச் சுவர்களைத் துளைத்து உன்னிப்பாய் முன்னறையை அவதானித்துக்கொண்டிருந்த இரண்டு ஜோடிப் பார்வைகளையும், என் மகளைப் போல இருக்கிறாயேயென்று பேசப் பேச மரியாதையில்லாத செயல்களைச் செய்துகொண்டேபோகிறாய் என்று கிருஷ்ணா தன் முன் திடீரென்று வெளிப்பட்ட பவித்ராவின் சாவித்ரி புகைப்படத் தொகுப்பைப் பார்த்துத் திடுக்கிட்டுப்போய் அடித்தொனியில் உறுமும்போது உள்ளேயிருக்கும் உயிர்களின் புலப்படாத இருப்பு அடையும் பதற்றத்தில் சுவர்கள் உஷ்ணமடைவதையும் தன்னுடைய போதையின் பார்வை கவனித்துக்கொண்டேயிருக்கிறது என்பதை அவள் பிரக்ஞை கிரகித்துக்கொள்ளாது. உரையாடலின் ஒவ்வொரு திருப்பத்திலும் கிருஷ்ணாவின் முகம் வெளுக்கும்போதும் நெற்றி நூறு ரேகைகளாகச்

சுருங்கும்போதும் குரலும் அவருடைய முயற்சியை வியர்த்தமாக்கி மீண்டும் மீண்டும் பலவீனமாகத் தேய்ந்து கீழிறங்கிக்கொண்டே போகும்போதும் அந்த மாற்றங்கள் தன்னுடைய வாதத்தினால் மட்டுமல்லாமல் ஒருவேளை சுவருக்குப் பின்னிருக்கும் அந்த மௌனப் பார்வைகளில் ஒரு ரட்சகனாக அவர்களிடையே உருப்பெற்றிருக்கும் தன்னுடைய வியக்தி என்னென்ன வாகக் கலைந்து சேரும் என்கிற சந்தேகத்தாலும் அச்சத்தாலும்கூட நிகழ்ந்திருக்கலாமென்றும் அவை அவர் மார்பை அடைத்து மூச்சுத்திணறலை ஏற்படுத்தி யிருக்கலாமென்றும் அவள் அப்போது, பேச்சு வேகத்தில், யோசிக்கவும் மாட்டாள். அவையெல்லாமே ஆறு மாதம் கழித்து சோனுவிடமிருந்து வந்த அழைப்பிதழைக் கண்ட கணத்தில் நிம்மதியுடனும் சந்தோஷத்துடனும் தன்னால் நிகழ்ந்தது என்கிற கர்வத்துடனும் மூச்சிரைக்க வீட்டினுள் ஓடிச்சென்று அடுக்களையிலேயே நெடுங்காலமாகத் தங்கிவிட்டிருந்த மர முக்காலியை வெளியே இழுத்துக்கொண்டுவந்து போட்டு அதில் தந்தையை அமர்த்தி வாராணசியை விட்டுக் கிளம்புவதற்கு முதல் நாள் என்ன நடந்தது என்பது குறித்த அவருடைய அறியாமையையும் உடல் பலவீனத்தையும் பொருட்படுத்தாமல் அவர் கழுத்தைக் கட்டிக்கொண்டு தொங்கியபடியே, உண்மையிலேயே கெட்டிக்காரர்தான் அப்பா அந்தப் பெரியவர் கிருஷ்ணா, யாருக்கும் வலிக்காமல் அஸி கட்டத்தைத் தன்னிடமே தக்கவைத்துக்கொள்ளும் சூதாட்டத்தைக் கடைசியில் அவர் கற்றுக்கொண்டேவிட்டார் என்று சொல்லும் கணத்தில்தான் மீள்நினைவில் ஒரு மின்னலைப் போல அவளுக்குள் பளிச்சிடும். பிறகும் அவள் பேந்தப் பேந்த விழித்துக்கொண்டிருக்கும் விஸ்வநாதனிடம் ஆச்சரியம் கலந்த யோசனையுடன் தனக்குத்தானே போலச் சொல்லிக்கொள்வாள், ஆனால் யோசித்துப்பார்க்கும்போது நான் புறப்படும் கணம்வரை இப்படியொரு யோசனை அவர் மனதில் ஓடியிருக்குமென்று இப்போதும் என்னால் நம்ப முடியவில்லை, எனில் அப்பா, ஒருவேளை அவர் மனைவிதான் உண்மையில் அந்தத் தேர்ந்த சூதாடியோ). முந்தின இரவில் சந்திரசாலையில் தான் சொன்னவை யும் செய்தவையும் போதையின் எண்ணெய்த் தன்மை

யில் வழுக்கி மறுநாள் காலையில் மறைந்துவிட்டன வென்றாலும் மண்டைக்குள் சிதிலமாக எஞ்சியிருந்த மங்கலான ஞாபகங்கள் அதற்கு முந்தின நாள் படித்துறை ஞாபகங்களுடன் இணைந்து (குறிப்பாக இரண்டு முறையுமே அந்த ஓடக்காரன் தன்னை இளவரசி (ராஜகுமாரி) என்றே அழைத்தான் என்பது) சோனுமீதான மெல்லிய சுவாரஸ்யத்தை இதாவிற்குள் ஏற்படுத்தியிருந்தன. அவனைச் சந்தித்துப் பேச வேண்டுமென்பதுதான் காலையில் எழுந்ததும் அவளுடைய புத்தியில் பளிச்சிட்ட முதல் எண்ணமா யிருந்தது. கூடவே பொங்கும் பாலில் தண்ணீரை ஊற்றி அணைத்தாற்போல படப்பிடிப்புக் குழுவினரின் கொண்டாட்டங்களை அணைத்துவிட்டது குறித்து அவர்களிடமும் சிக்கனமாக ஒரு மன்னிப்பை முன்வைத்துவிடலாமென்றும் அவள் தீர்மானித்தாள். ஆனால் அவளுடைய நள்ளிரவுக் குறுக்கீடு அவர்களை அமைதியாக்கிவிட்டிருந்த சூழலில் விஸ்வநாதனை நல்ல உறக்கம் மேவிவிட அந்த நிம்மதியோடு கூடுதலாக ஒரு திருப்தியான முழு வாந்திக்குப் பிறகு தன்னையும் அடித்துப்போட்டுவிட்டிருந்த தூக்கத்திலிருந்து அவள் விடிந்து வெகுநேரம் கழித்தே கண் விழித்தபோது அதிகாலையிலேயே அறையைக் காலி செய்துவிட்ட படப்பிடிப்புக் குழுவினரோடு கூடவே சோனு தானும் கிளம்பிப்போய்விட்டிருந்ததால் அவள் விடுதி மேலாளரிடம்தான் முதலில் லோத்தர் என்கிற ஃபிரெஞ்சுப் புகைப்படக் கலைஞரைப் பற்றியும் பிறகு சோனுவைப் பற்றியும் விசாரிக்க முடிந்தது. லோத்தர் என்பவரைப் பற்றி அவருக்கு எதுவும் தெரியவில்லை, மேற்கே வார்ணா கல்பாலம் தாண்டி அந்தப் பக்கம் பழைய வெள்ளைக்காரர் குடியிருப்பில் விசாரித்தால் அப்படி யாராவது மிஞ்சியிருக்கிறார்களா என்று ஒருவேளை தகவல் கிடைக்கலாம், ஆனால் சோனு அங்கே பிரபலமான ஆளாயிருந்தான், அவன் கேதார் படித்துறையின் பதினேழு மள்ளர்களில் ஒருவன், மிகத் திறமையான படகோட்டி, சாதாரணமாக டஃபரின் பாலத்திற்கு அப்பால் தங்கள் புவியியல் அறிவை விஸ்தரித்துக்கொள்ள அவசியமில்லையென்று நினைத்துச் சோம்பியிருக்கும் ராஜ் கட்டத்தின் மள்ளர்கள் மத்தியில் ஒரு விதிவிலக்காக ஆதி கேசவப்

படித்துறையிலிருந்து, அஸி படித்துறையைத் தாண்டி யாரும் போக அஞ்சும் நக்வா கட்டம் வரையிலும், மேற்கே பழைய தித்தரியா கோட்டை வரையிலும்கூடக் கரையில் அவனுக்குத் தெரியாத ஒரு மரமோ கங்கையில் அவனுக்குத் தப்பிய ஒரு சுழலோ கிடையாது, இதெல்லாம் சிறு வயதிலிருந்தே வாராணசியைக் கால்களாலேயே அளந்துகொண்டிருந்ததோடு அதிக முக்கியத்துவமற்ற கேதார் கட்டத்தில் பொதுவாக மள்ளனாயிருந்து மட்டும் வாழ்க்கையை ஓட்டிவிட முடியாதென்பதால் கங்கையில் மூழ்கும் பிணங்களை வெளியிலெடுப்பது துவங்கி நெசவாளர்களுடனும் யாதவர்களுடனும் உழைப்பதுவரை அத்தனை வேலைகளுக்குள்ளும் இறங்கிப்பார்த்தவனென்கிற தகுதியில் அவனிடம் படிந்த தனித்துவம் (அபூர்வமாகச் சில சமயங்களில் டோம்களுக்கு உதவியாகப் பிணங்களைக் கையாள மட்டுமன்று, திருமணத்திற்கு முந்தைய கங்கா பூஜையின்போது நதியின் கிழக்குக் கரையில் மூன்று நதிகளின் ஆசியைப் பெறுவதற்காகச் சொல்ல வேண்டிய சமஸ்கிருத மந்திரங்களையும்கூட அவன் தெரிந்துவைத்திருந்தான்), கூடுதல் ஆச்சரியம் என்னவென்றால் அவன் தந்தையினுடைய வாராணசிப் படித்துறைக் காட்வார்களுக்கெதிரான பழிவாங்கல் நடவடிக்கையாக அவருடைய இடைவிடாத தூண்டுதலின் மேல் பள்ளியிறுதிப் படிப்புவரையிலும் சென்றவன். மேலாளர் தொடர்ந்து சொன்னார், இதற்கெல்லாம் மேலாகச் சோனுவைக் கிடைப்பருமை மிக்கவனாய் ஆக்கக்கூடிய விசேஷமான வஸ்து என்று ஒன்று உண்டென்றால் அது அவனுடைய, சிருங்கி எனப் பெயரிடப்பட்ட பெரிய ஓடம், அது அவன் குடும்பத்தின் கைகளில் இப்போது தங்கியிருப்பதும் அந்தக் குடும்பத்திற்குச் சோறு போட்டுக்கொண் டிருப்பதுமான ஒரேயொரு பாட்டன் முப்பாட்டன் காலத்துச் சொத்து, சோனு அதன் மதிப்பை நன்றாக அறிந்தவனாதலால் அதைக் கண்களைப் போல காப்பாற்றிவருகிறான், இதன் அர்த்தம் அதை நன்றாகப் பராமரித்துவருகிறானென்பது மட்டுமன்று, அது எல்லா ஓடக்காரர்களும் செய்யக்கூடியதுதான், ஆனால் அறுபதுகளின் பிற்பகுதியில் துவங்கி கங்கையின் ஓடச் சவாரிகளில் தொண்ணூறு சதவீதம்

விசைப்படகுகளால் ஆக்கிரமிக்கப்பட்டபோதும், படித்துறைகளின் ஜனநெரிசலைச் சமாளிக்கவும் அதை வருமானமாக மாற்றிக்கொள்ளவும் பழைய ஓடங்கள் துடுப்புகளைத் தூர எறிந்துவிட்டு அவசர அவசரமாகத் தங்களை எந்திரத்தால் உந்தப்படுபவையாக உருமாற்றிக் கொண்டிருந்தபோதும், அவற்றின் வேகமும் வசதியும் கட்டணச் சலுகைகளும் விசைப்பொறியின் இரைச்சல் நதியின் பிரவாகத்தை உச்சிப் பரவுவது ஒருவிதமான பாதுகாப்புணர்வைத் தங்களுக்குத் தருவதாகக் கற்பனை செய்துகொண்ட யாத்ரீகர்களை வசீகரித்து கங்கைப் பயணங்களின் அடிப்படைத் தன்மையையும் நோக்கத்தையுமே மாற்றிக்கொண்டிருந்தபோதும் சோனு (மற்றும் அவனைப் போல சில படகோட்டிகள், ஆனால் அவர்களுடைய நிலைப்பாடு பொருளாதாரப் பிரச்சனைகளால் ஏற்பட்டதே தவிர அழகுணர்வின் அடிப்படையில் உருவானதன்று என்பதால் சோனுவை விசேஷமாகக் குறிப்பிட வேண்டியிருக்கிறது) ஒரு முனையில் டாம்பீகமான, ஒரேயொரு மண்ணெண்ணெய் விளக்கு மட்டும் தொங்கவிடப் பட்டிருக்கும் ஒரு மூங்கில் குடிலும், உட்புற மரச்சுவர் முழுக்க ஆதியில் வரையப்பட்ட தாவரச்சாற்றுக் கோடுகளைச் சிதைத்துவிடாமல் கவனமாகப் புதுப்பிக்கப்பட்ட வண்ணங்களின் ஜொலிப்பில் கதை சொல்லும் ராமசரித்ரமானஸின் இரட்டைப் பரிமாணக் காட்சிகளும், முகப்பில் சிருங்கி நாட்டரசன் குகனின் மேல்நோக்கி முறுக்கப்பட்ட மீசையும் கருணை பொங்கும் பெரிய விழிகளும் அடர்ந்த புருவமும் பெருஞ்சிரிப்பும் நிறைந்த, மரத்தாலான ஓர் அபூர்வ முகச் சிற்பமும் அலங்கரிக்கும், பொதுவாக முப்பது பேர் வசதியாக அமர்ந்துகொள்ளுமளவிற்கான விஸ்தாரமும், சிறப்பாகச் சில சமயங்களில் தனியே பயணிக்க விரும்பும் காதல் இணைகளுக்கு மறுமுனை யிலிருக்கும் ஓடக்காரனிடமிருந்து தேவைப்படும் அளவிற் கான விலக்கத்தையும் தனிமையையும் கொடுக்கக் கூடிய நீளமும் கொண்டதாகப் பத்தொன்பதாம் நூற்றாண்டின் மத்தியில் வடிவமைக்கப்பட்ட சிருங்கியின் வடிவத்தையும் அதனுள்ளிருந்து சீரான இடைவெளியில் துடுப்புகள் நீரில் மோதியெழுப்பும் துளுக்கொலியின் வசீகரத்தையும் ஒவ்வொரு

துடுப்போசைக்கும் இடையே எழுந்து பயணிகளின் ஏகாந்தத்தை உறுதிப்படுத்தும் அம்சமாகக் காலவெளி யில் நிறையும் அமைதியையும் விடாப்பிடியாகப் பற்றிக்கொண்டிருந்தான், துவக்கத்தில் அவனுடைய பிடிவாதம் மற்ற மள்ளர்களிடையே அவனுடைய தந்தை தேடிக்கொண்ட ஏழ்மையுட்படப் பிழைக்கத் தெரியாத்தனத்தைத்தான் அந்தக் குடும்பம் பரம்பரைச் சொத்தாகக் கடத்திக்கொண்டிருக்கிறது என்கிறரீதியில் பரிகாசத்திற்கு உள்ளாகிக்கொண்டிருந்ததுதான், ஆனால் வருடங்கள் நகர்ந்தபோது சோனு ஒன்றும் அவன் தகப்பனைப் போல அத்தனை அப்பாவியில்லை யென்பதையும் பயணிகளில், குறிப்பாக வெளிநாட்டுப் பயணிகளில் சிலருக்குச் சிருங்கியில் சவாரியென்பது ஒரு சொர்க்கானுபவமாகத் தோன்றுகிறது என்பதையும் அதில் ஒருமுறை பயணித்துவிட்டுக் கரையேறியவர்களின் வாய்வழியே அதன் தனித்துவம் தொலைதூரங்களி லும் பிரசித்தமாகிப் பயணிகளை அவனுக்காகப் படித்துறைகளில் காத்திருக்கச் செய்கிறது என்பதையும் முக்கியமாகச் சிருங்கிச் சவாரிக்காக அவர்கள் விசைப்படகுகளுக்குக் கொடுக்கும் கட்டணத்தில் எண்பது சதவீதத்தை சோனுவுக்குக் கொடுக்கச் சித்தமாயிருக்கிறார்களென்பதையும் அது உரிமக் கட்டணம், விசைப்பொறிப் பராமரிப்பு, எரியெண்ணெய் மற்றும் உயவெண்ணெய் இன்னபிற செலவினங்கள் போகத் தங்களுடைய ஒருநாள் வருமானத்தை ஏகதேசமாக அவனுக்குப் பெற்றுக்கொடுத்துவிடுகிறது என்பதையும் ஆனால் அப்போது மீண்டும் துடுப்பிற்குத் திரும்பவியலாத அளவிற்குத் தங்களுடைய வாழ்முறையை இயந்திரம் சார்ந்த பொருளாதாரம் மாற்றிவிட்டிருந்தது என்பதையும் அவர்கள் தெரிந்து கொண்டார்கள், அந்த வகையில் சோனு ஒரே சமயத்தில் இந்தக் காலத்து இளைஞனாயும் முந்தின காலத்தின் தொடர்ச்சியாயும் இருக்கத் தெரிந்தவனும் கூட (விடுதி மேலாளர் சொன்னது மிகைப்படுத்தப்பட்ட கூற்று அன்று என்பதை இதாவாலுமே பின்பு லோத்தரின் இருப்பிடம் பிடிபடாமல் தேடியலைந்து களைத்துப்போன சாயங்காலங்களில் சில தடவைகள் சோனுவோடு அளவளாவிக்கொண்டே சிருங்கியில் தனியாகச் சவாரி செய்த தருணங்களில் உணர

முடிந்தது. ஜாலக் காளான் மண்டைக்குள் இறைத்துக் கொண்டிருக்கும் வண்ணச் சித்திரங்களின் வழியில் கங்கைமேல் ஓடம் மிதந்துகொண்டிருக்கும்போதும் அந்தத் தனிமையும் மந்தகாசமும் சோனுவின் குரல்வளையிலிருந்து உள்ளூர்ப் பாடலெதையாவது தற்போதமின்றிக் கிளர்த்தும்போதும் (ஓ, அந்த நதி மனிதன், அந்தக் கிழட்டு நதி மனிதன், அவனுக்கு ஏதோ தெரிந்திருக்க வேண்டும், ஆனால் அவன் எதையும் சொல்ல மறுக்கிறான், தன்போக்கில் மிதந்துகொண்டேயிருக்கிறான், ஆறு முழுவதும் தன்போக்கில் மிதந்துகொண்டேயிருக்கிறான், நீயும் நானும், நாம் வியர்க்கிறோம், கஷ்டப்படுகிறோம், உடல் முழுவதும் வலிக்கிறது, வலி உடலை முட்டுகிறது, இருப்பே அத்தனை வலியும், வாழ்வே அத்தனை சுமையும், சிறிது குடித்தாலோ நீ சிறைக்குள்தான் காலூன்ற வேண்டும், ஆ, இது சலிப்பூட்டுகிறது, முயற்சிப்பதோ நோய்மைப்படுத்துகிறது, நான் வாழ்வதில் ஆர்வமிழந்துவிட்டேன், சாவை விரும்பத் தொடங்கிவிட்டேன், ஆனால் அந்த வயதான நதி மனிதனோ, அவன் தொடர்ந்து தன்போக்கில் மிதந்து கொண்டேயிருக்கிறான், எதையோ தெரிந்துகொண் டிருக்கும் அவன் தன்போக்கில் நதியின் மேல் மிதந்து கொண்டேயிருக்கிறான்) தன் உடல் இருபதாம் நூற்றாண்டின் மேற்பரப்பில் மிதப்பதாயும் கங்கையின் வெள்ளம் எப்போதும் ஊகித்தறிய முடியாத எதிர்காலத்திலிருந்து இறந்தகாலத்தை நோக்கியே பாய்வதாயும் உணர்ந்து அவள் குடிலிலிருந்து வெளிப்போந்து அவனையடைந்து கன்னத்தை முத்தமிட்டுவிட்டு, அன்பு நண்பா, சேவுடைநாதர் கோவிலின் கல்கட்டுமானத்தினுள்ளிருந்து என் பால்யங்களைத் தாக்கியது உன்னுடைய இந்த ஓடத்தின் மரத்துண்டுகளின் இடையிலும் உன் குரலிலும் பதுங்கியிருந்து என்மேல் பாயும் அதே மத்தியகாலத்தின் உறைநிலை, யாளிகள் உலாவிய யுகங்களின் மட்கிய மணம் என்று குழறுவாள். சில சமயங்களில் லோத்தரைத் தேடும் சிரத்தையையும் பூனா செல்லும் வேட்கையையும் இந்த ஓடச் சவாரி மங்கச் செய்துவிட்டதோ என்று நினைத்து இதா ஆச்சரியமும் மெல்லிய கவலையும்கூட அடைந்திருக்

கிறாள் (எது இங்கே கிடைக்கிறதோ அதை இதற்கப்பால் தேடிச்செல்ல வேண்டிய அவசியமென்ன)), இந்தக் காரணங்களாலேயே மற்ற படகோட்டிகளைப் பார்க்க முடிவதைப் போல சாதாரணமாக அவனைக் கேதார் கட்டத்தில் பார்க்க முடியாது, அங்கேயிங்கே சுற்றிவிட்டு மாலை வேளையில்தான் அவன் அங்கே திரும்ப வருவான், அப்போது சென்றால் அவனைப் பிடிக்க முடியலாம். இந்த வழியில்தான் இதா கூப்பிடு தொலைவில் ஹரிச்சந்த்ரா கட்டத்தில் தகனமாகும் மற்ற மரணங்களை வேடிக்கைபார்த்தபடி சோனுவுடனான மூன்றாவது சந்திப்பை நிகழ்த்துவதற்காகக் கேதார் படித்துறைக்கு வந்து காத்துக்கொண்டிருந்தாள். அதே கேதார் படித்துறையிலிருந்து ஒரு நான்கைந்து கட்டங்கள் தள்ளிக் கூப்பிடு தூரத்தில், மணிகர்ணிகா படித்துறையில்தான் பவித்ரா பல வருடங்களுக்கு முன் தன் கணவன் மற்றும் தங்கைகளுடன் தாயின் திதியொன்றை அங்கே கொடுப்பதற்காக (பவித்ராவின் பெற்றோருக்கு ஆண் வாரிசு இல்லையாதலால் வருடாந்திரத் திதிக் கிரியைகளை விஸ்வநாதன் தான் செய்துகொண்டிருந்தான்) வந்திருந்தபோது மரணத்துடனான தன் மூன்றாவது சந்திப்பை நிகழ்த்தினாள். உண்மையில் அவள் அதுவரையில் அந்த அழகனை ஓசூரில் தன் இருப்பிடத்திற்கு அருகிலேயே வசிக்கும் யாரோ ஒரு தைரியம் மிக்க போக்கிரி என்றுதான் நினைத்துக்கொண்டிருந்தாள். இப்படி ஆயிரம் கல் தொலைவிற்கப்பாலெங்கோ, ஒரு நதியின் ஆழத்தில் நீரின் வேகத்தால் உடைகளின் மீதான கட்டுப்பாட்டைக் கைகள் இழந்திருந்த சமயத்தில் குளிர்ந்த நீருக்குள் தலை மூழ்கியெழும்போதெல்லாம் உடலை ஆக்கிரமிக்கும் சில்லிப்பு தன் அழகின் மீது தானே கர்வம் அடையும்வண்ணம் புலன்களின் மதர்ப்பைப் பிரக்ஞைக்குள் பிரவகிக்கச் செய்து ஆபத்தான சுயமறதியை ஏற்படுத்தியிருந்த மயக்கமான நொடியில் அவனுடைய முகத்தைப் பார்ப்போமென்று அவள் கனவிலும் எதிர்பார்த்திருக்கவில்லை. ஒரு கணம் தன்னுடைய மனச்சாட்சிக்கு விரோதமான ரகசிய விருப்பம்தான் அத்தகையதொரு அந்தரங்கமான கணத்தில் அவன் முகத்தை ஒரு காட்சிப்பிழையாகத் தன் முன் தோற்றுவிக்கிறதோ என்கிற நினைப்பில்

திடுக்கிட்டுத் தலையைப் பலமாக உதறிக்கொண்டே அவள் நீருக்கு மேலே தன் உடலை எழுப்பினாள். அங்கே தனக்கு மிக அருகே பழக்கமான முகங்களை (அதாவது விஸ்வநாதன் தவிர்த்து சுமதி, ஊர்மிளா ஆகிய இருவரின் முகங்களை. விஸ்வநாதன் அப்போது படித்துறையிலிருந்து சற்றுத் தள்ளி ஒரு வினோதமான காரியத்தைச் செய்துகொண்டிருந்தான். நதியில் முதலில் நீராடிவிட்டுக் கரையேறி அடுத்ததாகப் பவித்ரா, சுமதி, ஊர்மிளா மூவரும் இறங்குவதற்கு அனுமதியளித்தபடி வேட்டியைக் கழற்றிக் காற்றில் உதறி ஈரத்தைக் காயவைக்க முயன்றுகொண்டிருந்த அவனுக்குக் கரையில் அம்பாரமாய்க் குவிக்கப்பட்டிருந்த ஈமத்திற்கான விறகுக் குவியல்களைத் தாண்டி அண்ணாந்து பார்க்கும்வண்ணம் நான்கு உயர்ந்த தூண்களின் மேல் கட்டி நிறுத்தப்பட்டிருந்த ஒரு படித்துறை ஒற்றையறைக் கல் மண்டபத்தினுள்ளிருந்து விரல்களை வளைத்து மூக்கைப் பொத்தியவாறே தன்னைச் சுற்றி ஓர் ஆங்கிலேயப் பெண்மணியுட்பட எட்டுப் பத்து உள்ளூர்க்காரர்களும் வெளிநாட்டவர்களும் புடைசூழக் கஞ்சா புகைத்துக்கொண்டிருந்த ஓர் அகோரி தன்னையே உற்றுப் பார்த்துக் கொண்டிருப்பதாயும் அந்தப் பார்வையில் ஓர் அழைப்பு இருப்பதாயும் தோன்றத் தலைக்கு மேலாகக் கைகளைக் குவித்தபடி (ஹர ஹர மகாதேவாஆஆஆஆஆ விறகுக் குவியல்களின் மேல் கால்வைத்து ஏறி (அப்படித்தான் அந்த அகோரி சைகையால் அவனை வரச்சொன்னார், நேர் வழியில் படிகளின் மீது ஏறியன்று) மண்டபத்தை அடைந்து அவர் முன் போய் நின்றுகொண்டு தொடர்ந்து சிவன்மீதான உள்ளூர்க் கதைகள் குறித்த சந்தேகங்களை அகோரியிடம் சிரத்தையாகக் கேட்டு அவர் வார்த்தைகளால் தெளிவு பெற்றதைப் போல பரஸ்பரம் ஒருவரையொருவர் பார்த்துச் சிரித்துத் தங்களைத் தாங்களே ஆமோதித்துக் கொண்டு ஞான லஹரியில் திளைத்திருந்த அங்கே குழுமியிருந்தவர்களின் முகங்களிலோ கீழேயிருந்து பார்த்தபோது தன்மேல் குவிந்திருந்ததாகத் தோன்றிய கவனத்தை இப்போது ரசிகர்களிடம் செலுத்தி விட்டிருந்த அகோரியின் பார்வையிலோ அவனுடைய வரவு சலனமெதையும் ஏற்படுத்தவில்லையெனினும்

அவரைப் போன்ற சாதுக்களுக்கு இம்மாதிரி விளையாட்டுகள் சகஜம் என்கிற மரபுவழி அறிதலுடனும் அவர் மீண்டும் தன்னைக் கவனிப்பார் என்கிற ஆர்வத்துடனும் நம்பிக்கையுடனும் அவரருகே சிறிதுநேரம் காத்துக்கொண்டுமிருந்தான்) பார்த்துக் கிடைத்த தைரியத்தில் தன்னை ஆசுவாசப்படுத்திக் கொண்டு மீண்டும் நீருக்குள் தலையை அமிழ்த்தினாள். அவன் அங்கே அவளுக்காகக் காத்திருப்பதைத் திகிலூட்டும் விதத்தில் மீண்டும் கண்டாள். (பெரிய நீர்க்குமிழிகளை உண்டாக்கிய நீண்ட பெருமூச்சால் என் பலவீனத்தை வெளிப்படுத்துவதொன்றே அப்போது என்னால் செய்யக்கூடியதாக இருந்தது லோத்தர், இங்கே என்ன செய்கிறாய் என்று நான் அவனிடம் சைகையால் வினவினேன், உனக்காகத்தான் வந்தேன், வா, போகலாம் என்று அவனும் சைகையாலேயே பதில் சொன்னான், எங்கே, நில்லாமல் சுழன்றோடும் பிறவி நதியின் மறுகரைக்கு, கரையில் என் உறவினர்களெல்லோரும் இருக்கிறார்கள், இருக்கட்டும், அவர்கள் யாராலும் நீ என்னுடன் வருவதைக் கண்டுபிடிக்க முடியாது, இப்படி நீருக்கடியில் கங்கையின் போக்கிலேயேதான் நம் பயணம் அமையப்போகிறது, நான் உன்னை இங்கே அழைத்தது உனக்கு நினைவிருக்கிறதா (எனக்கு நினைவிருந்தது, என் கணவரே என்னை அவனுக்காக அங்கே கொண்டு வந்து சேர்த்ததுபோலிருக்கிறதே என்றுகூட அப்போது நான் ஆச்சரியப்பட்டேன், அப்படி அதை நினைவில் வைத்திருந்தது என் மனதை இன்னும் வலிக்கச் செய்தது), இதற்குள் அவன் என்னை நெருங்கிவிட்டான், என் ஆடைகள் நீரால் அலைக்கழிக்கப்பட்டு நெகிழ்ந்திருக்கின்றன என்கிற ஓர்மை என்னுள் அச்சத்தையும் அவனுடைய அண்மையில் நான் அடையும் வழக்கமான பரவசத்தையும் என்னுள் சுரக்கச் செய்துகொண்டிருக்கப் பலவீனத்தில் என் கால்கள் தரையில் பாவ முடியாமல் மிதக்கவாரம்பித்துவிட்டன, அவன் நெருங்கி வந்து என் மார்புகளிலொன்றை, சரியாக அதன் விறைத்துக் கெட்டிப்பட்டிருந்த மத்தியப் பகுதியை, தன் குளிர்ந்த விரல்களால் தொட்டான் என்பதுதான் எனக்குத் தெரியும், பிறகு கண் விழித்துப் பார்த்தபோது நான் என் கணவரின்

மடியில் கிடந்தேன் (இடையில் என்ன நடந்ததென்றால், கடைசிவரை அந்த அகோரி விஸ்வநாதனைத் திரும்பிப் பார்க்கவேயில்லை. ஒருகட்டத்தில் விஸ்வநாதனுக்கும் அங்கே நின்றுகொண்டிருக்கும் பொறுமையும் துவக்கத்தில் உண்டாகியிருந்த புல்லரிப்பும் வற்றிவிட்டிருந்தது. கீழே லௌகீகம் அவனுக்காகக் காத்துக் கொண்டிருந்தது. பண்டா வரும் நேரமாகிவிட்டது. சிரார்த்தத்தை அதற்குரிய நேரத்தில் துவக்கியாக வேண்டும். குறிப்பிடும்படி எதுவுமே நடக்காத ஒரு பத்துப் பதினைந்து நிமிடங்களுக்குப் பிறகு அவன் அகோரி தன்னை உண்மையிலேயே மேலே வரும்படி அழைத்தாரா அல்லது பிதிர்க்கள் சார்ந்த பழைய நினைவுகளுக்குள் மூழ்கித் ததும்பிக்கொண்டிருந்த மனம் மரணத்தோடும் நிலையாமையோடும் உருவக உறவுள்ள அவருடைய உருவத்தைப் பார்த்த நொடியில் தான் அழைக்கப்படுவதாகக் கற்பனை செய்து கொண்டதா (சில தீவிரமான தருணங்களில் கண்ணில் படுவதெல்லாமே சகுனங்களாகவும் சமிக்ஞைகளாகவும் காட்சிதருவது இயற்கைதானே) என்பதை நிச்சயித்துக் கொள்ள முடியாத சிறு குழப்பத்துடன் மெதுவாக அவருடைய முன்னிலையிலிருந்து நழுவிப் பின்வாங்கி (அப்போதும் அகோரி அவனைத் திரும்பிப் பார்க்க வில்லை) கீழே இறங்கி வந்தான் (இந்த முறை படிகளின் வழியே). கீழே அவனுக்காக ஒரு காட்சி காத்துக் கொண்டிருந்தது. படித்துறை மேடையில் எரிந்து கொண்டிருந்த ஒரு பிணத்திற்குச் சில காலடிகள் இடைவெளியில் சிறுகூட்டம் ஒன்று திரண்டிருந்தது. அதன் வெளிவிளிம்பில் அழுதபடி சுமதியும் ஊர்மிளா வும் அவனைத் தேடி அலைபாய்ந்துகொண்டிருந்தார்கள். பவித்ராவைக் காணோம். ஏதோ அசம்பாவிதம் நடந்திருக்கிறது என்று விஸ்வநாதனுக்குத் தெரிந்தது. அவன் விரைந்து அவர்களருகே சென்று என்ன ஆயிற்று என்று விசாரித்தான் (விசாரித்தானா, அல்லது அதற்கு முன்பே, அவனுடைய இயல்பூக்கமே என்ன நடந்திருக்கும் என்கிற செய்தியை ஏற்கெனவே மூளைக்குக் கடத்திவிட்டுவிட்டபடியால் அவர்களை அவன் விசாரிக்கவேயில்லையா. இதாவிடம் பின்னாட்களில் இந்தக் கதைகளைச் சொல்லும்போது அவரால் அதை நினைவுபடுத்திக்கொள்ள முடியவில்லை).

அவர்கள் எதுவும் பேசாமல் விசும்பிக்கொண்டே கும்பலின் உட்புறம் நோக்கிக் கை காட்டினார்கள். அவன் ஈர உடல்களைச் சிரமப்பட்டு ஊடுருவிக்கொண்டு உள்ளே நுழைந்தான் (புகையும் ஈரமும் சதை பொசுங்கும் துர்கந்தமும் விசும்பல்களும் புராதன மண்டபச் சுவர்களும் பௌராணிக நதியும் அதில் பிரதிபலிக்கும் ஆதி வானமும் எரிவதற்காகக் காத்திருக்கும் பிரேதங்களும் பறந்து வந்து உடலில் ஒட்டிக்கொள்ளும் மழிக்கப்பட்ட மண்டை மயிர்க் கற்றைகளுமாக இறைந்து கிடந்த அந்தப் பிரதேசத்தில் பதறும் மனதோடு ஓர் உடலைத் தேடிப் பிற உடல் களைப் புறந்தள்ளிச் செல்வது, மகளே, மீண்டும் பிறவி விதிக்கப்பட்ட ஆன்மா தனக்கான உடலை நோக்கித் தாபத்துடன் விரையும் உணர்வை எனக்குத் தந்தது). அங்கே கூட்டத்தின் நடுவில் பவித்ரா ஈரத் துணிகள் உடலோடு ஒட்டிப் பளிங்குபோன்ற அவளுடைய வனப்பைப் பளிச்சென்று வெளிக்காட்ட (இந்த அபத்த மான கணம்தான் அவளுடைய, வெளிப்படுத்தப்படாத அழகை விஸ்வநாதன் அரைகுறையாகவாவது நேரடி யாகத் தரிசித்த (கூட்டத்தில் ஒருவனாக. வெட்கக்கேடு) முதலும் கடைசியுமான ஒரேயொரு சந்தர்ப்பம்) மல்லாந்து படுக்கவைக்கப்பட்டிருந்தாள். கை கால்கள் விறைத்து நீண்டிருக்கக் கண்கள் மூடியிருந்தன. விஸ்வநாதன் அவளைப் பார்த்த மாத்திரத்தில் சுமதியைப் பற்றிக் கவலைப்படாமல் அவள்மேல் போய் விழுந்தான். பவி, கண்களைத் திற, என்னைப் பார் என்று அலறிக்கொண்டே அவள் தலையை எடுத்துத் தன் நெஞ்சின் மேல் வைத்து அவளைப் பலமாக உலுக்கினான். என்ன நடந்தது என்று யாரைப் பார்த்தும் கேட்கவே அவனுக்குத் தோன்றவில்லை. பூணூலைச் சரித்துவிட்டு அவன் தோள்களைத் துணிவுடன் தொட்ட, ஈரம் சொட்டச் சொட்ட நின்றுகொண்டிருந்த ஒரு டோம்தான் கங்கையில் இறங்கிய அவள் நீரின் அலைக்கழிப்பில் தடுமாறி ஆழத்தை நோக்கிக் கால் பிசகிச் சென்றுவிட்டாள் என்றும் ஆனால் கங்கையில் சங்கமிக்கும் காலமோ புண்ணியமோ அவளை இன்னும் சமீபிக்கவில்லையாத லால் தன்னால் காப்பாற்றப்பட்டுவிட்டாளென்றும் பயப்பட வேண்டாமென்றும் அவனாகவே முன்வந்து

விஸ்வநாதனிடம் சொன்னான்). ஆம், மடியில்தான், என்னை மேவியிருந்த குழப்பத்தால்கூட அப்போது என் மனதில் பிரவகித்த சந்தோஷத்தையும் ஆச்சரியத்தையும் தடை செய்ய முடியவில்லை, நான் கிணற்றடியிலும் சமையலறையிலும் பிரக்ஞையற்றுக் கிடந்தபோதுகூட அவர் என்னைத் தொட்டுத் தூக்கவில்லை (தூக்க மாட்டார்) என்று எனக்குத் தெரியும், ஆனால் எந்தவொன்றுக்கும் எங்காவது ஒரு முடிவு இருந்துதானே ஆக வேண்டும், மரணமேதான் எல்லாவற்றையும் முடித்துவைக்க வேண்டுமாயென்ன, ஆனால் லோத்தர், அப்போதும் என் தொடைகளுக் கிடையில் நான் உணர்ந்த வழக்கமான ஈரப் பிசுபிசுப்பு, என் உடலில் அசதியாக மிச்சமிருந்த ரகசியப் பரவசம், மறைக்கவியலாமல் ஈரத்தில் பலவீனமாகியிருக்கும் ரவிக்கையினுள் இன்னும் குழையாமலே காத்திருக்கும் முலைக் காம்புகளின் விறைப்பு (உண்மையில் அவர்கள் என்னை மீட்டது நதி நீருக்குள்ளிருந்து அன்று, மாறாகக் கனவு மயமான ஒரு உலகத்தில் நான் அந்த அழகனுடன் நிகழ்த்திக்கொண்டிருந்த சம்போகத்திற்குள் ளிருந்து என்று சொல்லும்படி என் உடலில் தங்கியிருந்த கங்கையின் ஈரம் முழுவதையும் நான் அப்போது சுரோனிதத்தின் பெருக்கமாய்த்தான் உணர்ந்தேன், என் உடலையே ஒரு மழிக்கப்பட்ட யோனியாயும் (உண்மையிலேயே அப்போது அதுவொரு நம்பற்கரிய உணர்வுதான், ஏனென்றால் உன்னைச் சந்திக்கும்வரை மறைவிட மயிரை மழித்துக்கொள்ளும் பழக்கமோ உள்ளாடை அணிந்துகொள்ளும் பழக்கமோ எனக்கு இருந்ததேயில்லை லோத்தர்)), அது அவரால் தூண்டப்பட்டதில்லையென்கிற உண்மை என்னுள் சுழன்றெழுப்பிய குற்றவுணர்வு, வீண் முயற்சி என்று தெரிந்தாலும் நான் மெய்யான கோபத்துடன் சுற்றிலும் விழிகளை ஓட்டி என்னைச் சுற்றிக் குழுமியிருந்த கூட்டத்தைத் துருவினேன், அவன் முகம் எங்கேயும் தென்படவில்லை, ஆனால் அவனுடைய அந்த இன்மையில், மற்றும் திருமணமான நாள்தொட்டு முதன்முதலாக என் கணவரின் மடியில் என் உடலைக் கண்ட அந்தக் கணத்தில் அவன் யாரென்பதையும் ஏன் திரும்பத் திரும்ப என்னிடம் வருகிறானென்பதையும் உண்மையில் எனக்கு என்ன நடந்துகொண்டிருக்கிறது

என்பதையும் என் போதம் உணர்ந்துகொண்டுவிட்டது (பின்னாளில் பவித்ராவும் லோத்தரும் இணைந்து வேலை செய்த புகைப்படத் தொகுப்புகளுக்கான முன்தயாரிப்புகளில் லோத்தர் ஈடுபட்டிருக்கும் நேரங்களிலெல்லாம் அவன் பின்னாலிருந்து தன்னுடைய கதையை அதன் அதிதீவிரமான காட்சி களைக்கூடச் சுய எள்ளலை வெளிப்படுத்தும் பலத்த சிரிப்புடனேயே நினைவுகூருமளவிற்கு முன்னேறி விட்டிருந்தவொரு விட்டேற்றி மனநிலையுடன் சொல்லிக்கொண்டிருப்பதை வழக்கமாகவே ஆக்கிக் கொண்டிருந்த பவித்ரா மணிகர்ணிகா படித்துறையின் மேல் தன் போதம் உணர்ந்தது என்று குறிப்பாக எதையும் அவனிடம் பிரஸ்தாபிக்கவில்லை. அவனும் அது என்ன என்று அவளிடம் ஒருபோதும் கேட்க வில்லை. தன்னைத் துரத்திக்கொண்டிருந்த அழகன் உண்மையில் தன்னுடைய மரணம்தான் என்பதை அவள் அப்போது தெரிந்துகொண்டாளென்பதுதான் அதன் அர்த்தமாக இருக்கலாம். ஆனால் அதற்கு இருபத்தைந்து வருடங்கள் கழித்துப் பவித்ராவுடனான வாராணசிக் காலங்களைத் தன்னிடமும் தன் பெண்ணிடமும் பகிர்ந்துகொண்ட லோத்தரிடம் விஸ்வநாதன் அந்தத் துரத்தும் மரணத்தின் கதை பவித்ராவால் சிருஷ்டிபரம் மிக்க பூடகத்துடன் லோத்தரிடம் மிகத் திறமையாக உண்மையை மறைத்துச் சொல்லப்பட்டிருக்கிறதென்றும் மாறாக அந்த மூன்று முறையும் நிகழ்ந்தது அவளுடைய மூன்று தற்கொலை முயற்சிகளேயன்றி வேறில்லையென்பதை அதே மணிகர்ணிகா படித்துறையில் அவளுடைய உடலின் உஷ்ணம் முதன்முதலாக அவளைத் தாங்கிப் பிடித்திருந்த விரல்களின் வழியே தன்னுடல் நரம்புகளுக்குள் பரவிக்கொண்டிருந்த அதேகணத்தில் தான் கண்டுபிடித்துவிட்டதாயும் ஆனால் அதற்குக் காரணமும் தானேதானென்கிற குற்றவுணர்வின் அழுத்தத்தால் அதை யாரிடமும் பகிர்ந்துகொள்ளும் தைரியம் அதுவரையில் தனக்குக் கைகூடவில்லை யென்றும் புதிதாகச் சுரந்த கண்ணீருடனும் குற்றவுணர்வு கிளறிவிட்ட நோய்மையால் அழுத்தப் பட்ட சுவாசத் திணறலுடனும் ஒப்புதல் வாக்குமூலம் அளித்தார். தற்கொலைக்குப் போதுமான காரணங்கள்

அந்தப் பரிதாபத்திற்குரியவளுக்கு இருக்கத்தானே செய்தன, வாஸ்தவத்தில் அவளுடைய விபத்துகள் நடந்ததாகச் சொல்லப்பட்ட கிணற்றடி மற்றும் சமையலறை ஆகிய ஸ்தலங்களில் அசம்பாவிதங்களுக்கான முகாந்திரமே கிடையாது, சூடவாடிச் சகோதரிகள் (திரைப்படவுலகில் அப்போது பிரபலமாயிருந்த திருவிதாங்கூர்ச் சகோதரிகளை மனதில் வைத்து ஒசூர்த் தேர்ப்பேட்டைவாசிகள் பவித்ரா, சுமதி, ஊர்மிளா ஆகிய மூவருக்கும் கொடுத்திருந்த செல்லப் பெயர்) தங்கள் அழகளவிற்கே வீட்டையும் சுற்றுப்புறத்தையும் வேலை செய்யும் இடங்களையும் கண்ணாடிபோல மறுவின்றி வைத்துக்கொள்வதில் பிரபலமானவர்கள் என்பதையும், பவித்ராவினுடைய ஒவ்வொரு மயக்கத்திற்குப் பிறகும் ஊர்க்காரர்கள் அவளுடைய கவனமின்மையைப் பற்றி அங்கலாய்த்து விட்டுச் செல்லும்போதெல்லாம் அதையொரு ஆச்சரியமான, நம்பவியலாத அவதானிப்பாகவே என் ஆழ்மனம் உணர்ந்துகொண்டிருந்தது என்பதையும் கடைசியாக அவளை வாராணசியிலிருந்து உயிரோடு ஒசூருக்குக் கூட்டிவந்து சேர்த்த பிறகுதான் நானே யோசிக்கத் துவங்கினேன், அன்றுகூடத் தாங்கள் மூவரும் ஒருவர் கையை ஒருவர் பிடித்தபடி படிக்கட்டுகளையொட்டியே போதுமான எச்சரிக்கையோடுதான் நதியிலிறங்கியதாக சுமதியும் ஊர்மிளாவும் உறுதியாகவே சொன்னார்கள், முதலிரண்டு தற்கொலை முயற்சிகளின்போது நானும் அவற்றை விபத்துகளென்றேயெண்ணி அவள் தன் கவலைகளினால் தடங்களின் மீதான கவனத்திலிருந்து பிறழ்த்தப்படுகிறாளென்று எல்லோருடனும் சேர்ந்து பரிதாபப்பட்டுக்கொண்டிருந்தேன், ஆனால் கங்கை வெள்ளத்திலிருந்து காப்பாற்றப்பட்டு என்மேல் சாய்ந்திருந்த அவளுடைய ஈரவுடலை முதன்முதலாக ஸ்பரிசித்தபோதுதான் கணவனால் தீண்டவேபடாத உடலினுள் இன்னொரு கங்கையெனப் பிரவகித்துக் கொண்டிருந்த இளமையின் தவிப்பைச் சிதை நெருப்பைத் தவிர வேறெதுவும் அணைத்துச் சாந்தப்படுத்திவிட முடியாது என்கிற எண்ணமும் அதற்குத் தன்னை ஆகுதியாக்கக் கடந்தகாலங்களில் அவளே முயன்றிருக்கக்கூடுமோயென்கிற, மேனியைப்

பாதாதிகேசம் நடுங்கச்செய்த ஞானமும் என்னுள் உதித்தது, சுமதியின் கனலைக் கக்கிக்கொண்டிருந்த விழிகளைப் பொருட்படுத்தாமல் அவள்மேல் மெலிதான காதல் என்னுள் சுரக்கத் தொடங்கியதும் அப்போதுதான், என் உடலில் அவளுடனான ரகசிய உரையாடலாகச் சுரந்த வெப்பமும் அதிர்வும் அதை அவளுக்கும் உணர்த்தியிருக்குமென்று நான் நம்பினேன் (இதைக்கூட பவித்ரா லோத்தரிடம் வெளிப்படையாகச் சொல்ல வெட்கப்பட்டுக்கொண்டு போதத்தின் உணர்தலென்று ஜாடையாகக் குறிப்பிட்டிருக்கலாம்), அவள் கண்களிலும் அந்த நம்பிக்கையின் ஆமோதிப்பைக் கண்டதாக எண்ணினேன், என்னுடைய பன்னிரண்டு வருடகாலப் பாராமுகமும் கோழைத்தனமும் பெரும் பாறையாக அழுத்திக்கொண்டிருக்கும் மனதில் அந்த அன்பு துளிர்த்து வளர்வதற்குச் சில காலம் எடுத்துக் கொள்ளும்தான், முன்பைப் போலில்லாது இப்போது அதற்காகக் காத்திருக்கவும் அதற்கு என்னை ஒப்புக் கொடுக்கவும் நான் தயாராகவும் இருந்தேன், ஆனால் என் துரதிர்ஷ்டம் இந்தக் கயவனைவிட்டு உயிரோடு நிரந்தரமாகவே நீங்கிச்செல்லும் ஏதோவொரு வாய்ப்பும் மனநிலையும் அதற்குள் அவளுக்குக் கிடைத்துவிட்டது, உண்மையில் அந்த நேரத்தில் அவள் காணாமல்போனது குறித்த லௌகீகக் கவலைகளுக்கும் பிரச்சனைகளுக்கும் நடுவே மனதின் ஒரு மூலையில் அவளுடைய அந்த விட்டுப் பறத்தல் ஒரு மகிழ்ச்சியையும் நிம்மதியையும்கூட எனக்குக் கொடுத்தன என்பதை நான் ஒத்துக்கொள்ளத்தான் வேண்டும், ஏனென்றால் பவித்ரா எப்போதுமே குற்றவுணர்வு, சுயநலம், கோழைத்தனம் உள்ளிட்ட என் கீழ்மைகளின் சாட்சியாகவேதான் அந்த வீட்டில் என் மனைவியாக வாழ்ந்துகொண்டிருந்தாள், அவளோடு பன்னிரண்டு வருடங்கள் குடும்பம் நடத்தினேன் நான், அந்தப் பன்னிரண்டு வருடங்களில் சுமதியின் காதற்சுமையால் என்னால் அவளை மனைவியைப் போல நடத்த முடியவில்லையாயினும் ஒரு பெண் பிறப்பிற்குரிய கௌரவத்தைக் கொடுத்துக் குறையில்லாமல் காப்பாற்றிக்கொண்டுதானிருந்தேன், மனைவியென்கிற உரிமையைக் கொண்டு அவள் என்மீதான சுமதியின் ஆளுமையைத் தடுத்து என்னை

யும் இந்தப் பழிகளிலிருந்து காப்பாற்றியிருக்கலாம், சுமதியின் ஆபத்தான முடிவுகளையும் திட்டங்களையும் முளையிலேயே கிள்ளியெறிந்திருக்கலாம், அந்தக் காதலின் ஒரு பாதி நானும்தானென்பதால் அதைக் கண்டிக்கவோ தடுக்கவோ தாண்டிச்செல்லவோ முடியாத பலவீனம் எனக்கு வேண்டுமானால் இருந்திருக்கலாம், ஆனால் எங்களிருவருடைய கயமைக்கு எந்த விதத்திலும் பொறுப்பேற்றுக்கொள்ள வேண்டிய அவசியம் பவித்ராவுக்கு இல்லை, அதற்குப் பதிலாக அவள் தன்னை அழித்துக்கொள்ளவே தொடர்ந்து முயன்றுகொண்டிருந்திருக்கிறாள், மணிகர்ணிகா படித்துறையில் அவள் அடைந்ததாக லோத்தரிடம் தெரிவித்த தெளிவென்பது அப்படித் தன்னை அழித்துக்கொள்ளவும் தனக்குத் தைரியம் கிடையாது என்பதைக் கடைசியாக அவள் அங்கே வைத்துத் தெரிந்துகொண்டாளென்பதாகவே இருக்கும், அவளைத் திருமணம் செய்துகொண்ட நாளிலிருந்து சுமதி இறந்துபோன நாள்வரையில் கிட்டத்தட்ட ஒரு முப்பத்தேழு வருட காலம் தாம்பத்யத்தை ஒரு தண்டனையாகவே உணர்ந்து ஏற்கவும் தெரியாமல் மறுக்கவும் முடியாமல் நான் தவித்துக்கொண்டிருந்தேனென்றால் அதற்கு ஒருவகையில் பவித்ராவின் பொறுமையும் அவளுடைய கோழைத்தனமும்தான் காரணமாயிருந்தது. (சுமதியைத் தட்டிக்கேட்கும் தைரியமற்றவளாய் நானிருந்தேனென்று அந்த நாட்களில் ஒருவேளை என் கணவர் என்னைப் பற்றி நினைத்துப் புழுங்கிக்கொண்டிருந்திருக்கக்கூடும் லோத்தர், உண்மையென்னவென்றால் அதற்கான அருகதை எனக்கு உண்டா, ஏனெனில் வாழ்வைப் பறிகொடுத்தது அவளால் நானா அல்லது என்னால் அவளா, என் கணவரை அவர் என் கணவராவதற்கு முன்பே என் மாமன் மகனென்பதைவிட அதிகமாக சுமதியுடைய காதலராகத்தான் நான் பல வருடங்கள் அறிந்துவந்திருக்கிறேன், அந்தக் காதல் அது காதல் என்று நாங்கள் உணரும் வயதிற்கு வருமுன்பே துவங்கிவிட்ட ஒன்று, நினைவு தெரிந்த நாளிலிருந்து அவரைப் பற்றி மட்டும்தான் அவள் எப்போதும் பேசிக்கொண்டிருந்தாள், அவரைத் தனக்கு மட்டுமே உரியவராகத்தான் மனதில் வரித்து வைத்திருந்தாள்,

அதை எத்தனையோ முறை என்னிடம் பிரஸ்தாபித்து மிருக்கிறாள், காதலர்களாயிருந்தபோது அது அவளுடைய கனவாக இருந்ததென்றால் அவர் என்னைத் திருமணம் செய்துகொண்ட பின்பு வெறியாகவே மாறிவிட்டது, உண்மையில் அந்தக் காதலின் வேகத்தையும் அசுரத் தன்மையையும் பார்த்து அது வாரியிறைத்த வலிகளுக்கப்பால் நானே பிரமித்துப் போய்த்தான் செயலற்றவளாகியிருந்தேன், சுமதியின் காதலுக்கு நினைவழிக்கும் வசீகரமும் கரையில் நிற்பவர்களைக்கூடத் தொற்றித் தன்னுள் இழுத்துவிடும் சுழற்தன்மையும் எப்போதுமே இருந்தது, அவள் தன் ஆணைத் தீவிரமாகக் காதலித்தாள் என்று சொல்வதை விட தன் காதல் தீவிரமானதாக இருக்க வேண்டுமென்று உளமார ஆசைப்பட்டாள் என்று சொல்வதுதான் பொருத்தமாக இருக்கும், மட்டுமன்று, தானும் தன் காதலும் அதற்குரியவனுக்கு எப்போதுமே அசாதாரண மான அனுபவங்களாக, ஏற்கெனவே நிகழ்ந்து முடிந்திராத, இப்போது நிகழ்ந்துகொண் டிருப்பதாயுமிராத, எதிர்காலக் கனவுகளாகவே இருக்க வேண்டுமென்பதும் அவள் விருப்பமாயிருந்தது, அதைச் சாதிக்க எதெதைச் செய்யச் சாத்தியப்படுமோ அததைச் செய்துபார்த்துக்கொண்டேயிருப்பதும் அவள் வழக்கமாயிருந்தது, வீட்டாருக்குத் தெரியாமல் துணைக்கு என்னை மட்டும் கூட்டிக்கொண்டு சென்று அத்தை மகனுடன் அவள் நிகழ்த்தும் சந்திப்புகள் (ஓசூர் ஜமீனில் வேலைக்குச் சேர்வதற்கு முன்பு பள்ளிக் காலங்களில் உறவுமுறையினடிப்படையில் இவர் அடிக்கடி சாதாரணமாகவே எங்கள் வீட்டிற்கு வந்துபோவதுண்டுதான், ஆனால் அதெல்லாம் காதலின் மொழி ததும்பி வழிய அனுமதிக்கும் சூழல்களல்லவே) ஒருபோதும் ஒருமுறை நிகழ்ந்த இடத்திலோ காலத்திலோ மறுமுறை நிகழாது, தன்னைச் சந்திக்கும் தருணம் ஏற்கெனவே பரிச்சயப் பட்டுப் பழகிப்போன சாதாரண உணர்வை அவருக்குக் கொடுத்துவிடக் கூடாதென்று மெனக்கெட்டு யோசித்து யோசித்துப் பட்டுப்புழுக் காப்பகத்தின் கொல்லைப்புற மல்பெரிப் புதர்க்காடு, மத்திகிரி விலங்குப் பண்ணையின் கைவிடப்பட்டுப் பாழடைந்த குதிரை லாயங்கள், மனித சஞ்சாரமே அற்றுப்போன பிரமன் குன்று,

ஆங்கிலேய ஆட்சியரொருவரின் ஆவி தங்கித் தன் மனைவிக்காக இன்னும் காத்திருப்பதாக நம்பப்படும் ராமநாயக்கன் ஏரிக்கரை மாளிகையின் பாம்பு நடமாட்டமுள்ள இருண்ட அறைகள் என்று புதுப்புது இடங்களைக் கண்டுபிடித்துக் குறுக்கு நெடுக்காக இரண்டு கல் விஸ்தீரணமேயுள்ள ஓசூரின் நிலப்பரப்பை அவள் தன் காதலாலும் கற்பனையாலும் பல மடங்கு விஸ்தரித்து வைத்திருந்தாள், சிறு வயதிலிருந்தே கவிதைகள் படிப்பதிலும் எழுதுவதிலும் அவளுக்கு ஈடுபாடும் இருந்ததாகையால் இவ்விதமான யோசனைகள் எப்போதும் அவளைக் கவிந்த வண்ணமாகவேதானிருக்கும், அவை ஆச்சரியப்படத் தக்க செயல்களாகவோ வஸ்துக்களாகவோ வெளிப்படவும் செய்யும், இவர் கல்லூரிப் படிப்பிற்காக மெட்ராஸ் புறப்படுவதற்கு முந்தினநாள் மாலை ஓசூர் புகைவண்டி நிலையத்தின் ஆளரவமற்ற கொன்றைமர நிழலொன்றின் கீழ் இனி அவளைத் தினமும் பார்க்க முடியாமல் போகவிருப்பது குறித்து நிறைய அலட்டிக்கொள்ளவிருப்பதை எதிர்பார்த்து இவரைச் சமாதானப்படுத்தவும் எப்போதும் தன் நினைவைப் புதிதாகவே வைத்திருக்கவும் வழியொன்றைக் கண்டுபிடித்திருப்பதாகச் சொல்லி ஒரு விளையாட்டுப் பொருளை அவள் என்னிடம் காண்பித்தாள், அதுவொரு சிறிய, உள்ளங்கையகலமுள்ள, செவ்வக வடிவமான தகரப் பெட்டி, அதற்குள் அவள் போட்டு வைத்திருந்தவை ஏழு கிழமைகளைச் சுட்டும் ஏழு ஒன்றே போன்ற வெள்ளைக் காகிதச் சுருள்கள், ஒவ்வொரு சுருளுக்கும் சற்றே கவிதை மொழி தடவிய ஒரு சிறு குறிப்பென்று மொத்தம் ஏழு குறிப்புகள், அத்தனையும் ஒரு யவ்வனப் பருவத்தினனின் பகல் முழுவதையும் கற்பனைகளாலும் இரவு பூராவையும் கனவுகளாலும் நிறைக்கப் போதுமான வார்த்தைகளால் உருவாக்கப்பட்டவை, இந்தத் திங்கள்கிழமை புத்துணர்வு நிறைந்த உன் அன்பால் தூண்டப்பட்டுத் தொடங்குகிறது, உன்னை மேலதிகமாய் முற்றுகை யிடுவதும் ஆக்கிரமிப்பதுமென்பது செவ்வாய்க் கிழமையென்னும் இன்றைய நாளில் உன்னுள் இன்னும் ஆழமாய் விழுவது, இன்று என்ன நாள், இன்று என்ன நாள், நீ என்னைச் சிநேகித்த புதன், நித்தியமும்

என்னை நேசி, வியாழனின் மஞ்சம் நிகழ்த்தும் சமரில் எப்போதும் நான் கொல்லப்படுவதற்காக, சிந்தனைவயப்பட்ட இவ்வெள்ளி தீவிரமான காதலை நீ என்னிடம் வெளிப்படுத்தும் மொழியை வேண்டி, நான் உன் குரலை விரும்புவேன், சில மனிதர்கள் இந்தச் சனியென்னும் கிழமையில் கூடுகிறார்கள், சில மனிதர்கள் இந்தச் சனியென்னும் கிழமையில் கூட வில்லை, நாம் இரண்டையும் தாண்டிய சனியென்னும் சொல்லில் வெறுமே உறைகிறோம், இந்த ஞாயிறு காலையில் சுருண்டு படுக்கிறேன், எழ மனமில்லை, காரணம் நீ என் அருகில் இன்னும் துயில்கிறாய், இந்தப் பெட்டியை இவர் ஒவ்வொருநாள் காலையிலும் ஒருமுறை நன்றாகக் குலுக்கிய பின் அதனுள்ளிருந்து ஒரு சுருளை எடுத்துப் படிக்க வேண்டுமாம், ஒரு நாளைக்கு ஒரேயொரு சுருள்தான், அன்று என்ன குறிப்பு வருமென்றோ எந்தக் கிழமைக்கான குறிப்பாய் அது இருக்குமென்றோ அதைப் பிரித்துப் படிக்கும்வரை தெரியாத நிலையில் அவை எதிர்பாராத வெகுமதியாய் ஒவ்வொரு காலையிலும் அவருக்குக் கிடைக்குமாம், இயல்பாகவே அன்றைக்கான நிஜமான கிழமையும் சுமதியின் காகிதக் கிழமைகளும் பெரும்பாலும் ஒன்றாகயிராது, விளையாட்டு என்னவென்றால் அன்று சுமதியின் வார்த்தைகள் அவரை எவ்விதம் கிளர்த்துகின்றனவோ, என்ன கனவுகளை உருவாக்கு கின்றனவோ, அந்தக் கிளர்ச்சிக்குரிய கிழமைதான் அவருக்கு மட்டும் அந்த நாளின் கிழமையாம், அந்த அனுபவத்தை அவர் நிஜமாகவே ரசிக்கிறாரென்றால் எதிர்வரும் நிஜமான கிழமையில் என்ன வேலைகள் செய்ய உத்தேசித்திருந்தாரோ அதை சுமதியின் ஆணைப்படி அன்றே அவர் செய்துவிட வேண்டும், உதாரணமாகத் திங்களன்று அவர் கைகளில் புதன்கிழமைக்கான குறிப்பு கிடைக்கிறதென்றால் அவர் அன்று சுமதியால் சிநேகிக்கப்பட்ட கிழமை, அந்தக் காதல் அந்தக் காலையில் உண்மையென்று அவருக்குத் தோன்றினால் புதன்கிழமையின் வேலை களைத் திங்கள்கிழமையே அவர் செய்து முடித்தாக வேண்டும், மட்டுமல்ல, அன்று யாரிடமாவது கிழமை யைக் குறித்துப் பேச நேர்ந்தாலும் நிஜக் கிழமையை அல்லாமல் அந்தக் காகிதக் கிழமையைத்தான்

தன்னுடைய கிழமையாக அறிவிக்க வேண்டும், அதாவது காதலுக்காக அவர் மற்றவர் முன் தன்னைப் பைத்தியமாக்கிக்கொள்ளத் துணிய வேண்டும், என்றாவது ஒருநாள் குறிப்பின் கிழமையும் நிஜக் கிழமையும் ஒன்றாகவே இருந்துவிட்டால் அன்று இரவு அவர் ஊருக்குக் கிளம்பி நேரில் அவளைப் பார்க்க வந்துவிட வேண்டும், இப்படியொரு விளையாட்டு, பின்னாளில்கூட சுமதியின் விபரீதச் செயல்களெல்லாமே அவளுடைய இம்மாதிரி வினோத மான விளையாட்டுப் புத்தியின் நீட்சிகளென்றேதான் எனக்குத் தோன்றிக்கொண்டேயிருந்தது, அதனால்தான் நான் அதன்பால் வெறுப்புகொள்ள முடியாதவளாயு மிருந்தேன், தன் காதலின் பொருட்டு சுமதி வெளிப் படுத்திய குரூரம் (பவித்ராவைத்தான் விஸ்வநாதன் திருமணம் செய்துகொள்ள வேண்டுமென்பது நிச்சய மான பின், பெற்றோரை எதிர்த்துப் பேசும் தைரியமோ வீட்டைவிட்டு ஓடிப்போகும் துணிச்சலோ விஸ்வநாதனுக்கு இல்லாதிருந்த நிலையில், விதியேயென்று தன் காதலை இழந்துவிடத் தயாராக இல்லாத சுமதி அவனிடம் சொன்னாள், விச்சு, இன்னொரு பெண்ணின் உடல், அது என் ரத்தச் சொந்தமாகவேயிருந்தாலும், என்றேனும் எனக்கு மட்டுமே சொந்தமான உன்னால் ஆளப்பட்டது என்று தெரியவந்தால் சத்தியமாக அந்தக் கணமே நான் என்னைக் கொன்றுகொள்வேன், உன் எச்சிலும் ஸ்கலிதமும் என்னுடையதல்லாத வேறொரு வாயையும் கருப்பையையும் நிறைப்பதை என்னால் சகித்துக் கொள்ளவே முடியாது), பேராசை (நீ எனக்குத்தான், நான் காத்திருப்பேன், என்னுடைய வயதும் பவித்ராவின் நிறையாத வயிறும் பெரியவர்களின் கவலையாக ஒருசேர எழும் காலம் வரும், அப்போது ஒரு மலடியை உனக்குக் கட்டிவைத்த தவறுக்குப் பரிகாரமாயும் உன்னைத் தவிர என்னைக் கண்போல் கவனித்துக் கொள்ள இன்னொரு ஆண் கிடைக்க மாட்டானென்று நானே உவந்து கொடுக்கவிருக்கும் சம்மதத்தின்மேலும் அவர்களின் பூரண அனுமதியோடும் நல்லாசிகளோடும் நான் உன்னுடன் வதுவை அயர்வேன், இது தேவதைகள் மனிதர்களின் வாக்குகளை ஆமோதித்தபடியே வானில் உலாச் சென்றுகொண்டிருக்கும் அந்தி நேரம், நான்

சொல்வது நடக்கும்), தந்திரங்கள் (ஆனால் தான் சொன்னபடியே விஸ்வநாதனுக்கு இரண்டாம் தாரமாய்ப் பெற்றோராலேயே அளிக்கப்பட்டுப் பவித்ராவாலேயே இரவுகள்தோறும் கூந்தல் கொழுதி அலங்கரித்துப் படுக்கையில் சலிக்கச் சலிக்க உறவு கொண்ட பின்னும் அவனுடைய வீர்யத்தைச் சினைப் பிடிக்கும் வலுவும் உயிரும் தன் கர்ப்பச் செல்களிடம் இல்லையென்பதையும் இரண்டு பெண்களுமே கர்ப்பமாகாததால் குறை விஸ்வநாதனிடம்தான் இருக்க வேண்டுமென்று மெதுமெதுவாகக் குடும்பத்தினுள் வெறுப்புப் பேச்சும் அக்கம்பக்கத்தில் ஏளனப் பேச்சுகளும் எழத் தொடங்குவதைப் பொறுத்துக்கொள்ள முடியாமலும் அதே நேரத்தில் திரும்பவும் பவித்ராவிடம் தன் தோல்வியை ஒத்துக்கொள்வதற்கு அகம்பாவம் இடம் தராததாலும் (பவித்ராவின் ஏளனப் பார்வை (கடவுள் என்று ஒருவன் இல்லாமலா போய்விடுவான்) எப்போதும் தன் முதுகைத் துளைத்துக்கொண்டே யிருப்பதாக உணர்ந்து சுமதி புழுங்கிக்கொண்டிருந்த காலங்கள் அவை) ஊர்மிளாவிடம் பேசி (உண்மையில் உன் அத்திம்பேர் கையாலாகாதவரில்லை ஊர்மி, நான்தான் மலடி, பவியையோ அவர் இன்னும் கன்னி கழிக்கவேயில்லை, வெளியில் சொன்னால் அசிங்கம், அவளுக்கு இதிலிருக்கும் பயம் அவரை அருகில் அண்டவே விடாமல் செய்து கடைசியில் இல்லாமலே ஆகிவிட்டது) அவளுக்கு ஏற்கெனவே விஸ்வநாதன் மேலிருந்த விடலை மயக்கத்தைப் பயன்படுத்தி அவள் மனதைக் கரைத்து, அந்த நேரத்தில் நிகழ்ந்த தந்தையின் இறப்பு திடீரெனத் தன் தாயையும் அவளை ஒருவனுக்குக் கட்டிக்கொடுத்தாக வேண்டிய பெரும் பொறுப்புடன் நிராதரவாக நிறுத்திவிட்டுப்போன அவலத்தையும் பயன்படுத்தி அவளையும் சக்களத்தியாக ஆக்கி அவள் மூலமாக இதாவைப் பிறப்பித்து உயிருக்குயிரான விச்சுவை அவன் விருப்பத்திற்கு மாறாகவே ஆண்மகனாக நிரூபித்து அதில் பெருமிதம் கொண்டாள் சுமதி) என்பவையெல்லாம் தன் காதல் பறிபோகும் அச்சத்தின் (பவித்ராவுடனான விஸ்வநாதனின் திருமணம் அவனால் அவளை இனி காதலிக்க முடியாது என்கிற உண்மையை அவளுக்கு உணர்த்தியபோது அதனாலுண்டான பயத்தைவிட வேறொருவனால் தான் காதலிக்கப்பட்டுவிடுவோமோ

என்கிற பயம்தான் அவனை நோக்கி அவளை அதிகமாக உந்தியது), கதறலின் (எத்தனை முறை விஸ்வநாதனின் அறைக்குள் ஊர்மிளாவை அனுப்பி வைக்கும் ஒவ்வொரு இரவிலும் தான் கற்பனையில் காணும் அவர்களுடைய முயக்கத்தின் வீரியத்திற்கு நிகரான மௌனக் கதறலை, அந்தக் கண்ணீரின் பிரவாகம் மட்டுமே ஊர்மிளாவின் சூலகத்திற்குள் விஸ்வநாதனுக்காகச் சுரக்க வேண்டுமென்கிற பிரார்த்தனையுடன் (கடவுளே, அந்தக் குழந்தை என் விச்சுவிற்கு என்னுடைய பரிசாகவன்றி ஒருபோதும் ஊர்மிளாவினுடைய காதலின் கனியாகப் பிறந்துவிடக் கூடாது) அவள் தனிமையில் நிகழ்த்திக்கொண்டிருந்தாள்), மன்றாடலின் (ஊர்மிளாவைக் கொண்டுவந்து நிறுத்திய போது விஸ்வநாதன் முதலில் பிடிவாதமாக மறுக்கத் தான் செய்தான். சுமதி, நம் காதலுக்காக இன்னொரு பெண்ணையும் பலிகொடுத்துவிடாதே, ஊர்மி சிறுபெண், நிறைய கனவுகாண்பவள், மூன்றாம் தாரம் என்பதெல்லாம் அவளுடைய மொத்த வாழ்வையும் அழகற்றதாக்கிவிடும் தண்டனை, இதைப் பெறுவதற் கான சிறு குற்றத்தைக்கூட அவள் செய்ததில்லை. எனக்குத் தெரியும் விச்சு, ஆனால் ரெகுபதியைப் போன்றவர்கள் இருக்கும் ஊரில் நீ குழந்தையற்றவனா யிருப்பது அவன் பவித்ராவை அடைய விரும்பியதையும் நீ என்னை முதலிலேயே அடையவியலாமல் போனதை யும் நியாயமாக்கிவிடும், தயவுசெய்து ஊர்மியைத் திருமணம் செய்துகொண்டு என்னைக் குற்றவுணர்ச்சி யிலிருந்து விடுவி, கழிவிரக்கத்தின் கசடு படிந்ததாய், புலம்பல்களின் துர்மணம் கவிந்ததாய், தியாகங்களின் நோய்த்தன்மை கொண்டதாய் என் காதலின் காற்று வீசுவதை நான் விரும்பவில்லை, ஓர் ஆண் ஒரு பெண்ணைச் சேருவதற்கு இந்த உலகில் என்னென்ன காரணங்கள் உண்டோ அத்தனையையும் என்னால் நீ அடைய வேண்டும், அதற்கான எந்த முயற்சியையும் செய்ய, எந்த விலையையும் கொடுக்க நீ என்னை அனுமதிக்கத்தான் வேண்டும், விச்சு, நான் உன்னை எவ்வளவு நேசிக்கிறேனென்பதைப் புரிந்துகொள், நேசம் என்பது இப்படித்தான் இருக்கும், அது இரக்கமற்றதாய் ஒருவேளை இருக்குமேயொழியக் கோழையாய் இருக்கவே இருக்காது), சுருக்கமாகச் சொல்ல வேண்டுமானால் ஒரு பிடிவாத குணமிக்க

சிறுமியின் மொழியாக இருந்ததே தவிர அதிகாரத்தின், தீர்ப்பெழுதுதலின் குரலாக ஒருபோதும் அதை நான் உணர்ந்ததேயில்லை, நடந்தவற்றிற்கு நான் பொறுப்பில்லையென்றாலும் என்னிடம் பறிகொடுக்கும் படியாகிவிட்ட தன்னுடைய காதலனைத் திரும்பவும் தன்னிடம் மீட்டுக்கொள்ளும் முயற்சிகளாகவே அவளுடைய திட்டங்கள் காட்சியளித்தால் பிறகெப்படி அதை எதிர்க்கவோ எதிர்த் திட்டங்களை வகுக்கவோ எனக்குத் தோன்றும், அவை என்னைக் கொத்தினவே யென்றால் ஒரு பாம்பைப் போல அவற்றின் இயல்பு அப்படி, நான் மட்டுமன்று, ஊர்மிளாவுமேகூட அந்த விஷ அழகால் வசீகரிக்கப்பட்டுத்தானே அதற்குத் துணைபோகவும் தன்னைப் பலிகொடுக்கவும் சம்மதித்தாள்). பவித்ராவின் மணிகர்ணிகா படித்துறை விவரிப்பின் மேல் விஸ்வநாதனின் ஊகம் இப்படி ஒருவிதமாயிருக்க, அவளால் தனக்குச் சொல்லப்பட்ட கதைகளிலிருந்து அவள் கணவனுக்குத் தெரியாத பகுதிகளைத் தேர்ந்தெடுத்துக் கோர்த்து உருப்பெற்றிருந்த லோத்தரின் அனுமானமோ முற்றிலும் வேறான வொன்றாயிருந்தது. அது பவித்ரா மணிகர்ணிகா படித்துறையில் தன் கணவனின் மடியில் சாய்ந்த நிலையில் சுமதியின் வெறுப்பை உமிழும் கண்களைச் சந்தித்ததாகச் சொன்ன கணத்தில் அவருக்குள் முளைவிட்டது. அந்த ஊகங்கள் குறித்து அவரும் இதாவும் பகிர்ந்துகொண்ட எதையும் அவர்களிருவருமே விஸ்வநாதனுடைய பலவீனமான ஸ்திதி கருதி அவரிடம் தெரிவிக்கவில்லை. அந்த விபரீதமான ஊகங்களை லோத்தர் பவித்ரா உயிரோடு இருந்தபோது அவளிடமும் பகிர்ந்துகொள்ளவில்லை. அவரைப் பொறுத்தவரையில் பவித்ராவுக்கு நிகழ்ந்தது ஊரார் கண்களுக்கு இன்றுவரை தெரிவதைப் போல விபத்தன்று, கிணற்றடியின் வழுக்கும் அழுக்குகளை அலட்சியப்படுத்துவதற்கும் சமையலறைப் பூச்சிகளின் வசம் உணவுப் பாத்திரங்களைத் திறந்துவைப்பதற்கும் நாங்கள் அப்படியொன்றும் கவனக்குறைவானவர்களாக எங்கள் தாயாரால் தயாரிக்கப்பட்டவர்களல்லர் என்று அவளும் லோத்தரிடம் தங்கள் வளர்ப்பைப் பற்றிப் பெருமையடித்துக்கொண்டிருக்கிறாள், மேலும் அவை விஸ்வநாதன் தன் மனப்புண்ணைச் சுரண்டிப் பெரிதாக்கிக்கொள்ளும் விதமாக ஊகித்ததைப் போல

தற்கொலை முயற்சிகளாயும் இருக்க வாய்ப்பில்லை, பவித்ராவுடனான லோத்தரின் வாழ்வனுபவங்களை வைத்துப் பின்னோக்கிப் பார்க்கும்போது உண்மை யிலேயே பவித்ராவின் நடவடிக்கைகள் குடும்ப வாழ்வின் மீது அவளுக்கிருந்த புகார்களை முன்னிறுத்தி மேற்கொள்ளப்பட்டவையாக இருந்திருக்குமாயென்பது சந்தேகம்தான் (இதாவின் கணிப்பும் அது அப்படி இருந்திருக்க முடியாது என்பதாகத்தான் இருந்தது), இயல்பாகவே பவித்ரா இல்லறத்தின் மீதும் ஓர் ஆணுடைய அணைப்பிற்குள் கிட்டிவிடுமென்று சொல்லப்பட்ட பெண்ணுக்கான பிறவிப்பயன்மீதும் நம்பிக்கை கொண்டிருந்தவளாக அவள் தன்னைப் பற்றிச் சொன்ன கதைகள் லோத்தருக்கு உணர்த்த வில்லை. அப்படி இருந்திருந்தால் அவளுடைய சுதந்திர மான தேர்வாக, அவளுக்காக எதையும் செய்யச் சித்தமாயிருந்த நான் அவள் கைக்குக் கிடைத்தபோது அதை அவள் பயன்படுத்திக்கொள்ளாமல் இருந்திருக்க மாட்டாள் என்றார் அவர் இதாவிடம். மேலும் அத்தகைய மனோபாவம் கொண்டவளால் இப்படி யொரு புகைப்படப் படிமியாவதைக் கற்பனைகூட செய்து பார்த்திருக்க முடியாது, உண்மையில் பவித்ரா சுபாவத்திலேயே சுதந்திர உணர்வும் தைரியமும் கொண்ட பெண்ணாகத்தான் இருந்திருக்க வேண்டும், நானும் அவளைக் கட்டுப்பாடுகளை வெறுக்கும் கற்பனை வளம் இயல்பூக்கத்திலேயே படிந்திருந்த ஒரு பெண்ணாகத்தான் கண்டேன், தன் மரணத்தை ஓர் அழகிய ஆண்மகனாகச் சிந்தித்த அவளுடைய கற்பனையும் தன்னைப் புகைப்படங்களில் வெளிப்படுத்திக்கொள்ள வேறு யாரும் நினைத்துப் பார்த்த மாத்திரத்திலேயே குலைநடுக்கமும் அருவருப்பும் அடையக்கூடிய சூழலையும் காலத்தையும் தன்னிச்சையாகவே தேர்ந்தெடுத்த வினோதமும் துணிச்சலுமே அதற்குச் சான்றுகள், எனவே ஓசூரில் தன்னுடைய நிலை குறித்து அவள் வாளாவிருந்தது அது அவளுடைய பிரதானப் பொருட்படுத்தலுக்குள் வரவில்லையென்கிற காரணத்தால் இருக்கலாமே தவிர அவள் அதைப் பொறுத்துக்கொண்டா ளென்பதாலோ பயந்தாளென்பதாலோ அல்லது அவளே சொன்னதுபோல அதில் ஒரு நியாயம் இருக்கிறதென்று நினைத்ததாலோ இருக்க முடியாது,

பவித்ரா எப்படியுமே விஸ்வநாதனிடமிருந்து என்றேனும் வெளியேறியிருப்பாள், ஒருவேளை அவர் அவளோடு இணக்கமாக இருந்து அவள் வெளியேறு வதற்குத் தூலமான வாய்ப்பையே கொடுக்காம லிருந்திருந்தாலும்கூட என்றேனும் ஒருநாள் அவளுடைய மேதமை ஏதாவதொரு விஷயத்தில் அவர் குற்றவுணர்வோ தாழ்வுமனப்பான்மையோ கொள்ளும் வண்ணம் அவரை மேவி எழுந்திருக்கும், எங்கள் புகைப்படங்களுக்காகப் பின்பு வாராணசியின் படித்துறை மயானங்களில் அவள் வெளிப்படுத்திய தீவிரமான கற்பனையாற்றலின் முழு ஆகிருதியும் ஒருவேளை ஓசூர் வீட்டின் படுக்கையறைக்குள் அவளுடைய காமமாக வெளிப்பட்டிருக்கக்கூடிய காட்சியைச் சற்றுக் கற்பனை செய்து பார்த்தாலே அதை எளிதாக ஊகித்துவிட முடியும், மரணம் அவளிடம் சொன்னதுபோல ஓசூர் வீடு அன்று பவித்ராவின் இடம், கங்கைக்கரைதான், வாராணசிதான் அவளுடைய முழு ஆளுமையையும் உள்வாங்கிக் கொண்டு அவளை அவளுக்கு அடையாளம் காட்டக் கூடிய இடமாக இருந்திருக்க முடியும், இருந்தது. இதா லோத்தர் சொன்னதை ஒத்துக்கொண்டாள். வாராணசி யைப் போலவே அவளுடைய உடலை மரணத்தின் நிலமாகவே காண்பிக்கும் அவளுடைய புகைப்படங்கள் அதன் வழியே அவளுடைய மரணத்தை வென்று வாழும் விருப்பத்தைத்தானே சொல்கின்றன. எனவே லோத்தரைப் பொறுத்தவரைப் பவித்ராவைப் பிறழ்த்திய தருணங்களெவையுமே உண்மைகளல்ல, அவை அவள் தங்கைகளால் வலிந்து உண்டாக்கப் பட்டவை, மனிதர்கள் சம்பவங்களின் மீதல்ல, காலத்தின் மீதுதான் தவறி விழுந்து இறக்கிறார்க ளென்னும், விஸ்வநாதன் பவித்ரா திருமணம் உண்டாக்கிய சாவையொத்த தன்னுடைய காதல் தோல்வி கற்றுக்கொடுத்த பாடத்தை சுமதியும் அவளுடைய வற்புறுத்தலின்பேரில் ஊர்மிளாவும் பவித்ராவிடமே திரும்பப் பிரயோகித்த தருணங்கள்தான் அவை, பவித்ரா தன்னைத் தன் தங்கைகள் இருவரும் கொல்ல முயன்றிருக்கலாமென்று ஒருபோதும் வேடிக்கையாகக்கூடக் கற்பனை செய்து லோத்தரிடம் சொன்னதில்லைதான், ஆனால் கங்கைச் சுழலிலிருந்து மீண்டுவந்த அவளை வெறித்துப் பார்த்ததாக

வர்ணிக்கப்பட்ட சுமதியின் கண்கள் அவர்களிருவரும் ஏற்கெனவே அவளைக் கைவிட்டுவிட்டிருந்தார்களென்பதாகத்தான் அந்தக் காட்சியை அவளுடைய மணிகர்ணிகா படித்துறைச் சம்பவம் குறித்த வார்த்தைகளின் வழியே தன் மனக்கண்ணில் பார்த்த லோத்தருக்குத் தெரியப்படுத்தியது, பவித்ராவிடம் அதைச் சொல்லியிருந்தால் அதற்கான முகாந்திரமென்ன என்று அவள் அவனிடம் கேட்டிருக்கக்கூடும் (சுமதியின் மேல் எனக்கு லௌகீகக் கோபமும் (அவள் தன் காதல் எப்போதுமே புதிதாக இருக்க வேண்டுமென்பதற்காக என் வாழ்வைப் பலிகொடுத்துவிட்டாள்தான்) ஊர்மிளாவின் மேல் வருத்தமும் (அவள் என் கணவரைத் திருமணம் செய்துகொண்ட பின் சுமதியோடு சேர்ந்து என்னை அந்த வீட்டின் வேலைக்காரியாகவே ஆக்கிவிட்டிருந்தாள்) இருந்ததே தவிர அவர்கள்மேல் பயமோ சந்தேகமோ உண்டானதேயில்லை லோத்தர், சுமதி ஒருவேளை சிறுபிள்ளைத்தனமாக என் உடல் வனப்பைக் கண்டு என்றேனும் ஒருநாள் அது அவள் கணவனைத் தன்பக்கம் சாய்த்துக் கொள்ளுமோ என்று அஞ்சியிருக்கலாம், ஆனால் அஃதெதற்கும் அவளுடைய கோழைத்தனமேயன்றி நான் காரணமில்லையென்று அவளுடைய மனச்சாட்சிக்கே தெரியும், அதனாலேயே அவளாலும் என்னை ஒருபோதும் வெறுக்க முடியாது, ஒரு மனைவியாக இல்லாவிடினும் ஒரு மகளின் ஸ்தானத்திலோ ஒரு தமக்கையாகவோ என் இருப்பிற்குரிய உத்தரவாதங்களோடு (அதை மனமார வெறுத்தேன்தானென்றாலும்) நான் அந்த வீட்டில் நிச்சயமாக பத்திரமாகவேதான் இருந்தேன்), ஏற்கெனவே அவள் அவர்களுடைய தீர்க்க வேண்டிய இலக்காக மாறியிருந்தாள், முதலில் ஓசூர் வீட்டின் புழக்கடைக் கிணற்றடியில், பிறகு சமையலறையில், பிறகு நதியில், தங்கைகளைப் பற்றியிருந்த அவளுடைய நம்பிக்கையின் விரல்கள் மிக நுட்பமாக அவர்களால் உதறப்பட்டுவிட்டிருந்தன, அவள் அதைத் தெரிந்துகொள்ளவில்லையென்பதுகூட அல்ல, மாறாகத் தன் உடல்மீது சுமதி ரகசியமாக நிகழ்த்திக்கொண்டிருந்த சாவின் புதுமையும் ரகசியமும் அதுவரை கையாளவேபடாத தன்னுடைய கன்னியுடலுக்குப் புணர்ச்சியையொத்த புளகாங்கிதத்தைக் கொடுத்துக்கொண்டிருந்தன என்கிற யதார்த்தமும்

அவை யாவும் கொலை முயற்சிகளென்று தெரியாத நிலையிலேயே அவளுடைய சிருஷ்டிபரமிக்க மனம் அவை தனக்குத் திரும்பத் திரும்ப நிகழ வேண்டுமென விரும்பிக்கொண்டிருந்ததென்பதும்தான் அவளைப் பரிதாபத்திற்குரியவளாக ஆக்கிக்கொண்டிருந்தன (மற்ற இரு பெண்களும் என் கணவருடன் முயங்கும் காட்சிகளைக் கற்பனையில் காணும் பழக்கமும் சுமதி அவரோடு நெருங்கியிருக்கும் காட்சிகள் அகஸ்மாத்தாக அவ்வப்போது நேரிலேயே கண்ணில் படும் சந்தர்ப்பங்களில் அகலாமல் மறைந்திருந்து அவற்றை ரசிக்கும் பழக்கமும் என் உடலின் பயன்பாடு குறித்த அருவருப்பானவையும் அச்சமூட்டுபவையுமான பலவிதக் கற்பனைகளை அவ்வப்போது என்னுள் தூண்டிவிட்டதென்னவோ உண்மைதான் லோத்தர்). ஆனால் பெரியம்மா ஏன் சாக வேண்டும், சுமதி பெரியம்மாவும் என் அம்மாவும் அதை ஏன் விரும்ப வேண்டும் என்று லோத்தரிடம் கேட்டாள் இதா. நடந்தவையெதற்குமே அவள் காரணமில்லையென்பது மட்டுமல்ல, சுமதி பெரியம்மாவுக்கெதிராக அப்பாவின் மீதான தன்னுடைய உரிமையை, அது யாவராலும் ஆதரிக்கப்படுமென்று தெரிந்திருந்தும், அவள் கடைசிவரை கேட்கவுமில்லையே, பிறகும் அவளைக் கொல்வதற்கு என்ன நியாயமான காரணம் இருக்க முடியும். நிச்சயமான காரணங்கள் லோத்தருக்கும் தெரியவில்லைதான், ஆனால் பவித்ரா சொன்ன கதைகளைக் கவனமாகக் கூர்ந்து நோக்கினால் சில மறுக்க முடியாத காரணங்கள் புலப்படாமலும் இல்லை, உதாரணமாகக் கிணற்றடிச் சம்பவத்திற்கும் வாராணசிச் சம்பவத்திற்கும் இடைப்பட்ட காலவெளி மிகச் சில மாதங்கள்தான் என்று பவித்ரா சொல்லியிருந்தாள், அதே சமயத்தில் சுமதி தன் காதலனை அவளிடம் இழந்ததற்கும் அந்தச் சம்பவத்திற்கும் இடையே கடந்தோடியதோ ஏறக்குறைய பன்னிரண்டு வருடங்கள், எனில் தன் காதலனுக்கும் பவித்ராவுக்குமான உறவின் மீது சுமதிக்கு யாதொரு சந்தேகமோ கவலையோ இல்லையென்பதுதான் அதன் அர்த்தம், ஊர்மிளாவின் வருகை ஏதேனும் புதிய பிரச்சனைகளை உருவாக்கியிருக்குமோவென்றால் அவளுடைய வரவுக்கும் பவித்ராவின் முதல் பிறழ்வுக்குமிடையேகூட ஐந்து வருட இடைவெளி இருக்கிறது, எனவே

ஊர்மிளாவும் இதற்குக் காரணமாக இருக்க முடியாது, அப்படியானால் மிகப் பிற்பாடுதான் பவித்ராவைக் கொலை செய்ய ஒரு காரணம் அவர்களுக்கு உண்டாகி யிருக்க வேண்டும், லோத்தரின் ஊகம் ஊர்மிளாவின் கர்ப்பம், சரியாகச் சொல்ல வேண்டுமானால் ஊர்மிளாவின் முதல் கர்ப்பச் சிதைவு, இன்னும் சரியாகச் சொல்லவேண்டுமானால் அவளுடைய இரண்டாவது கர்ப்பத்தை எச்சரித்துக்கொண்டேயிருந்த முதல் கருச்சிதைவின் மீதான தங்கைகளுடைய கவலை, அதற்கும் பவித்ராவின் சாவிற்கும்தான் நேரடித் தொடர்பு இருக்க வேண்டும், ஏனென்றால் ஊர்மிளாவின் முதல் கர்ப்பம் திரண்டு பிறகு அது கலைந்துபோனதற்கும் கிணற்றடிச் சம்பவத்திற்கு மிடையில்கூட பவித்ரா சொன்னபடி மூன்று வருட இடைவெளி இருக்கிறது, ஆனால் இரண்டாவது கர்ப்பம் நிச்சயமான சில நாள்களிலேயே பவித்ரா நிலை தவறும் சம்பவங்கள் நிகழத் தொடங்கிவிட்டன, அப்படியானால் இரண்டாவது கர்ப்பத்திற்கும் கிணற்றடிச் சம்பவத்திற்குமிடையே நிகழ்ந்த இன்னொரு குறிப்பிடத்தக்க நிகழ்வில்தான் இருக்க வேண்டும் பவித்ரா சாவதற்கான மற்ற இரு பெண்கள் கண்டு பிடித்த காரணம் என்பதே லோத்தரின் வாதமாக இருந்தது, அதைப் பற்றியும் பவித்ரா அவனிடம் பேசியிருக்கிறாள், உத்தனப்பள்ளி முருகன் கோவில் ஜோசியரிடம் ஊர்மிளாவின் இரண்டாவது கர்ப்பத்தின் அதிர்ஷ்டம் பற்றிக் கேட்பதற்காகப் போய்விட்டு வந்து சுமதியும் ஊர்மிளாவும் பேசியபோது அவர்களுடைய குரலில் ஒலித்த உலோகத் தொனியின் வழியே மனதைத் தாக்கிய காரணம் புரியாத கலக்கம் நாள்கள் கடந்தபோதும் தன்னைவிட்டு நீங்காமல் தங்கியிருக்கவே அவள் தங்கைகளுக்குத் தெரியாமல் அவரைச் சென்று சந்தித்திருக்கிறாள், லோத்தர், அந்த வயோதிகர் என்னிடம் எதையும் மறைக்கவில்லை, நான் அவரைப் போய் விசாரிப்பேனென்று எதிர் பார்க்காததாலோயென்னவோ என் தங்கைகள் அவரை அப்படி எச்சரித்திருக்கவில்லைபோலும், அவர் சொன்னார், உன் தங்கைக்குப் பெண் குழந்தையென்பதும் அந்தக் குழந்தை நீங்கள் சிந்திக்கும் வழிகளில் சிந்திக்கப் பழகாது என்பதும் அவளுடைய ஜாதகத்திலிருந்தது, ஆனால் அது பிறக்காமல் முரண்டு

பிடிப்பதற்குக் காரணம் உன் தங்கையின் ஜாதகத்திலோ உன் கணவனின் ஜாதகத்திலோ இருக்கும் தோஷமன்று, அது உங்கள் வீட்டின் தோஷம், உன் கணவருடைய கோத்திரத்தின் விசேஷ பலன், அந்த வீட்டில் ஒரு நேரத்தில் அதிகம் போனால் மூன்று பெண்கள் வாழத்தான் கொடுப்பினை இருக்கிறது, அதைத்தான் நான் உன் தங்கைகளிடம் சொல்லியனுப்பினேன், அந்த எண்ணிக்கை அங்கே ஏற்கெனவே இருக்கிறது என்பதும் நான்காவதாக ஒரு பெண்ணுயிருக்கு இடமில்லையென்பதும்தான் பிரச்சனை, லோத்தர் இதாவிடம் சொன்னார், ஒவ்வொரு பெற்றோரும் தங்களுடைய வாரிசு பிற்காலத்தில் ஒரு மகானாகத்தான் வளருமென்று நம்புவதும் மகான்கள் அல்லது மகாவதிகள் பிறக்கும்போது உயிர்ப்பலிகள் தவிர்க்க முடியாதது என்று மதங்கள் கதை சொல்வதும் எப்போதுமே உலகில் இருந்துகொண்டிருக்கும் யதார்த்தம்தானே, இதா, உன் பிறப்பு தங்களில் ஒருத்தியை இல்லாமல் செய்துவிடுமென்று, புராணக் கதைகளைக் கேட்டே வளர்ந்த அந்தச் சகோதரிகள் மூவருமே நம்பினார்கள், ஆனால் அந்த ஒருத்தி யாராக இருப்பது என்பதில்தான் பிரச்சனையிருந்தது, ஒரு காதலியாகவோ ஒரு தாயாகவோ உயிர் வாழ்வதற்கான உரிமை தங்களுக்கு இருக்கிறது என்று சுமதியும் ஊர்மிளாவும் முறையே நினைத்தால் இருப்பை நியாயப்படுத்தும் வாதம் எதையுமே கைவசம் வைத்திருக்காத பவித்ராவை உன் பிறப்பிற்கான பலியாகப் பீடத்தில் வைப்பது என்று அவர்கள் முடிவு செய்வதற்கு முகாந்திரங்கள் உண்டுதானே. இதாவுக்குத் தன் பெரியம்மாவின் கணவர், நண்பர் இருவருமே அவளுடைய மரணம் பற்றிய கூற்றுகளின் மேல் இவ்விதமான தர்க்க வாதங்களை அடுக்குவது சுத்தமாகப் பிடிக்கவில்லை. தர்க்கம் ஆண்களின் மொழி என்று ஓஷோவின் வழியே சிந்திக்கப் பழகியிருந்தவள் அவள். அது ஏன் ஒரு விபத்தாகவோ தற்கொலையாகவோ அல்லது கொலையாகவோ இருந்தேயாக வேண்டும் என்று இவர்கள் பிடிவாதம் பிடிக்கிறார்கள், பவித்ராவின் மரணம் ஓர் அழகனின் உருவில் அவளை அணுகியது என்று அவள் சொல்வதை அப்படியே ஏற்றுக்கொள்வதை எது தடுக்கிறது, அவர்களிருவரும் அவளுடைய கதையைத் தங்களுடைய

தாக மாற்றி அபகரித்துக்கொள்ள முயற்சிக்கிறார்கள் என்கிற அசூயையும் உள்ளார்ந்த கோபமும் லோத்தரைத் தகப்பனுடன் சென்று சந்தித்துவிட்டுத் திரும்பியிருக்கும் இந்த இரவில், அவளை (அல்லது பவித்ராவை) தொந்தரவு செய்துகொண்டிருக்கும் கேள்வியாக இருக்கிறது). பவித்ரா விஸ்வநாதனின் மடியில் தன்னைக் கண்டதற்கும் பிறகு சுதாரித்து எழுந்துகொண்டதற்குமிடையில் அவளுடைய நினைவுகளை இந்த விதமாகப் பெருக்கிக்கொண்டிருந்த, குறுகியதும் ஆழ்ந்ததும் தீவிரமானதும் மர்மம் நிறைந்ததுமான அதே மிகச் சில விநாடிகளுக்குள் அவள் விழித்துக்கொண்டதைப் பார்த்துவிட்டுச் சமாதானமடைந்த சூழலின் மேல் அந்தக் கணத்திற்கு முன்பிருந்த, சாதாரணத்துவமும் பெருவிரிவும் கொண்டதும் இறந்த மூதாதையரின் நினைவுகளால் நிரப்பப்பட்டதுமான பழைய காலம் எதுவுமே நடவாததைப் போல கவிந்துகொண்டபோது அப்போது மட்டுமல்லாமல் வாழ்க்கை முழுவதிலுமே சொல்லிக் கொள்ளும்படியான எதுவுமே நடந்திருக்கவில்லை யென்கிற வெறுமையும் ஆயாசமும் சுயவெறுப்பும் என்னை ஆக்கிரமித்தன என்று பின்பு மகளிடம் சொல்லிப் புலம்பினார் விஸ்வநாதன். இது நடந்து ஏழெட்டு மாதங்களுக்குப் பிறகுதான், வீட்டைவிட்டு வெளியேறி வாராணசி வந்துசேர்ந்த பவித்ராவைப் பஞ்சகங்கா படித்துறையில் லோத்தர் அணுகிப் பேசினான். அதற்குப் பல வருடங்களுக்குப் பிறகு அதே லோத்தரைப் பற்றி அறிந்துகொள்வதற்காக இதா சோனுவை கேதார் கட்டத்தில் மூன்றாவது முறையாகச் சந்தித்துப் பேசினாள். சோனுவும் அதீதத் தன்னம்பிக்கையுடனும் வெட்கமற்ற தற்பெருமையுடனும் அவளுக்கு உதவ ஒப்புக்கொண்டான் (கவலைப் படாதீர்கள் ராஜகுமாரி, அதிகம் போனால் நான்கு நாள்கள், அல்லது இந்த ராஜகுமாரியோடு சேர்ந்து அலையும் அதிர்ஷ்டம் இனியொருமுறை வாய்க்காதென்று எனக்குத் தோன்றினால் கூட ஓர் இரண்டு நாள்கள், அதற்குள் அந்த லோத்தர் என்கிற ஆசாமியை எங்கிருந் தாலும் கண்டுபிடித்துவிடலாம்). ஆனால் செயலில் இறங்கியபோது சோனுவே ஆச்சரியப்படும்வண்ணம் லோத்தரின் முகவரி தொட்டாற்சிணுங்கியைப் போல அவர்கள் இடங்களைத் தொடத்தொட வெளிக்குள்

தன்னை உள்வாங்கிக்கொண்டேயிருந்தது. சோனு மிகச் சிறுவனாக இருந்த காலத்திலேயே லோத்தர் தன்னுடைய செயல்பாடுகளை ஒடுக்கிக்கொள்ளத் துவங்கிவிட்டிருந்தபடியால், பவித்ராவிடம் தன் பஞ்சகங்கா படித்துறை அறிமுகத்தின்போது சொல்லிக் கொண்டதைப் போல 1950களின் துவக்கத்தில் உள்ளூர்க்காரர்களுக்குப் பரிச்சயமான வெளி நாட்டவர்களில் ஒருவராக இருந்தவர்தானென்றாலும், இளைய தலைமுறையினருக்கு அவரைப் பற்றித் தெரிந்திருக்க வாய்ப்பில்லாமல் போய்விட்டிருந்தது. சோனுவும் இதாவும் பின்பு சில முதியவர்களைச் சந்தித்துக் கேட்டபோதுகூட செயல் திறனும் ஞாபகசக்தியும் ஓய்ந்துபோன அந்த முன்னாள் இளைஞர்களின் நினைவில் கீழைத் தேயத்தின் முக்தி வழிகளில் ஈர்க்கப்பட்டு வாராணசி மண்ணிற்கு வந்து தஞ்சம் புகுந்து உள்ளூர்க்காரர்களைச் சந்தேகத்துடன் பார்த்தபடி கஞ்சா ஹுக்கா சகிதமாக அலைந்து கொண்டிருந்த கணிசமான வெளிநாட்டவர்களின் நடுவில் அஸி கட்டத்திலும் அதையடுத்த (அவர்கள் காலத்து வாராணசியின் பொதுக் கழிப்பிடமாயும் பிணந்தின்னும் பண்டாரங்களின் குடியிருப்பாயும் விரிந்து கிடந்த) நக்வா பிரதேசத்திலும் அஸியின் அனாதைப் படித்துறையிலும் கையில் புகைப்படக் கருவியுடனும் கண்களில் தொலைதூரத்தை நோக்கிய வெறிச்சிடலுடனும் ஓர் இளைஞனைக் கண்ட நினைவு அது அவன்தானா என்று நிச்சயமாகக் கூற முடியாத அளவிலெனினும் ஓரளவு மங்கலாகவேனும் படிந்திருந் தாலும் அவனுடைய தற்போதைய ஸ்திதி பற்றி எதுவும் தெரிந்திருக்கவில்லை (தினமும் கொத்துக் கொத்தாக அயல்நாட்டவர்களைப் பார்க்கும் அவர்களுக்கு அன்றன்றையப் பாடுகளைத் தாண்டி இதுவா வேலை). மேலும் லோத்தரேகூட அந்த நாள்களில் சிலபல உதவிகளைப் பெற வேண்டிய நிர்பந்தத்தின் காரணமாகவேயன்றி மற்றபடி தன்னுடைய பிம்பம் ஓர் அனாமதேயக் கங்கைப் பிணத்தைப் போல அவ்வப்போது உள்ளூர்க்காரர்களின் கவனத்தில் பட்டுத் தங்காமல் மிதந்து விலகிவிட வேண்டும் என்றே விரும்பி அதற்கேற்றாற்போலவே தன்னையும் தன் செயல்பாடுகளையும் அணுகலும் விலகலுமான இடைவெளியிலேயேதான் அமைத்துக்கொண்

டிருந்தான். இதற்காகவே பவித்ராவின் வருகைக்கு முன்புவரை தன் ஜாகையைக்கூட அடிக்கடி மாற்றிக் கொண்டேயிருக்கும் பழக்கமும் அவனைத் தொற்றிக் கொண்டிருந்தது. இதனால் தன்னை ஓர் அயல்நாட்டுப் பத்திரிகைக்காக இந்தியாவிலிருந்து புகைப்படங்கள் எடுத்து அனுப்புபவன் என்கிற அறிதலுக்கப்பால் அது என்ன பத்திரிகை என்றோ அதற்கு அவன் என்ன படங்கள் எடுத்து அனுப்புகிறான் என்றோ தெரிந்துகொள்வதிலிருந்து உள்ளூர்க்காரர்களைத் தொலைவிலேயே நிறுத்திவைக்கக் கடைசிவரை அவனால் முடிந்திருந்தது. ஹக் ஹெஃப்னர் சிகாகோ விலிருந்து ப்ளேபாய் இதழை முன்னணி இலக்கிய ஆளுமைகளின் பங்களிப்போடு துவக்கி மஞ்சள் பத்திரிகை இனத்திற்கு ஓர் அந்தஸ்தைப் பெற்றுத் தந்து பிரபலமான பிறகு ஹெஃப்னருக்கும் அவருடைய தாயாருக்கும் அப்படியொரு சஞ்சிகையைக் கொண்டு வரும் எண்ணத்தையும் துணிவையும் கொடுத்ததே நாங்கள்தானாக்கும் என்கிற அறிவிப்போடு தங்களையும் பொது நீரோட்டத்தோடு இணைத்துக்கொள்ள முயன்ற, அதுவரையில் தலைமறைவாகவே இயங்கிக் கொண்டிருந்த முன்னோடி நிர்வாண இதழ்களில் ஒன்று இந்த லெஃப்லர் பூர் லெ சொம் என்கிற விவரமோ, அங்கீகரிக்கப்படாத மஞ்சள் பத்திரிகை யென்றாலும் (ஒருவேளை அதனாலேயேகூட) அது பிறந்த பாரீஸிலும் பாரீஸுக்கு அப்பால் உலகமெங்கிலு மிருந்த, மட்டுமீறிய படுக்கையறைக் கற்பனைகள் கொண்ட மேட்டுக் குடியினர் மற்றும் தனிமனித உரிமைகள்பற்றிப் பேசிக்கொண்டிருந்த அறிவுஜீவிகள் ஆகியோருடைய புத்தக அலமாரிகளின் ரகசிய அறைகளில் தன்னுடைய, தகுதியும் ரசனையும் வாய்ந்த புகைப்படக் கலைஞர்களால் எடுக்கப்பட்ட, உள்ளூர்த் தன்மை கொண்ட (கலாச்சாரப் பின்னணி கொண்ட என்பது அவர்களுடைய இதழியல் மொழியாக இருந்தது), பேதை முதல் பேரிளம்பெண்வரை பல்வேறு பருவத்துப் பெண்களின் தனித்துவம் வாய்ந்த புகைப்படங்களால் தனக்கென்று ஓர் இடத்தை அது பிடித்திருந்தது என்கிற தகவலோ அவர்களைத் தவிர மற்ற இந்தியச் சாமானியர்களுக்கு, குறிப்பாக வாராணசியில் லோத்தர் புழங்கிக்கொண்டிருந்த படித்துறைகளிலும் மயானத்திலும் கோவில்களின்

நிழல்கள் குறுக்கும் நெடுக்குமாக விழுந்துகிடக்கும் குறுகிய தெருக்களிலும் அவன் குடியிருப்பதற்காக எப்போதும் தேர்ந்தெடுத்துக்கொண்டிருந்த ஒதுக்குப்புற மான பிரதேசங்களிலிருந்த வாடகை வீடுகளிலும் புழங்கிக்கொண்டிருந்த மனிதர்களுக்கு, தெரியாது. எனவே லோத்தர் கையில் புகைப்படக் கருவியுடன் கங்கைக்கரையிலும் கோவில் வளாகங்களிலும் வாராணசியில் மரணிக்க வேண்டுமென்பதற்காகவே வந்துசேரும் தனியர்களால் நிரம்பி வழியும் மடங்களின் வாசல்களிலும் சுற்றியலைந்துகொண்டிருப்பது அந்த அனாதி நகரத்தின் புகழ்மிக்க காட்சிகளுக்காக மட்டுமல்ல என்பதையும் அவற்றின் மேல் அவன் கண்கள் அலைபாய்வது ஒரு நல்ல பெண் படிமிக்காக வும் தான் என்பதையும் அவர்களால் தெரிந்துகொள்ள முடியவில்லை. பிரமசாரியான அவன் வேசிகளின் குடியிருப்புகளுக்குள் திரிந்துகொண்டிருந்ததை அவ்வப்போது பார்த்தவர்களுக்கும்கூட அதை அவனுடைய தொழிலோடு இணைத்துக் கற்பனை செய்து பார்க்கத் தோன்றவில்லை. பவித்ராவைச் சந்திப்பதற்கு முந்தைய எட்டு ஆண்டுகளில் இந்தியா வெங்கும் நிர்வாணத்தைத் தேடியலைந்த அவனுக்கு வேசிகளும் எப்போதாவது சில திரைப்படத் துணை நடிகைகளும் மட்டுமே அதைத் தந்து உதவினார்கள். அதிகப் பணத்தைப் பிடுங்கிக்கொண்டாலும்கூட தரகர்கள் அவனுடைய நோக்கத்தையும் தேவையையும் புரிந்துகொண்டு நல்ல முக லட்சணமும் இறுக்க மான உடற்கட்டும் (மதுரையிலும் கல்கத்தாவிலும் அவனுக்குக் கிடைத்த இரண்டு படிமிகள் பவித்ராவைத் தூக்கிச் சாப்பிடும்படியான அழகைக் கொண் டிருந்தார்கள்) தொழிலுக்குள் சமீபத்திய பிரவேசமும் கொண்ட பெண்களைத்தான் அவனிடம் அனுப்பி வைத்தார்களென்றாலும், அவர்களும் அவனுக்குத் தங்களால் இயன்ற அளவிற்கு முழு மனதோடேயே ஒத்துழைப்பை நல்கினார்களென்றாலும், அவர்களைக் கொண்டு அவன் எடுத்தனுப்பிய படங்கள் உலகின் மற்ற பகுதிகளிலிருந்த அவனுடைய சக ஊழிய நண்பர்கள் அவனை அதிர்ஷ்டசாலியென்று சொல்லி வெளிப்படையாகவே பொறாமைப்படுமளவிற்கும் லெ ஃப்லர் பூர் லெ சொம்மின் ஒரு முழு இதழைக் கிழக்கின் மூடுண்ட வானத்திலிருந்து சில மின்னல்கள்

என்கிற தலைப்பில் அவன் எடுத்த புகைப்படங் களுக்காகவே அர்ப்பணிக்குமளவிற்கும் தலைமைச் செயலகத்திற்குத் திருப்தியளிக்கவே செய்தனவென் றாலும், வெப்ப நிலமான கீழைத் தேயத்தின், புளியம்பழத்தின் மங்கலான பச்சை கலந்த பழுப்புக்கும் பிரகாசமான தங்க மஞ்சள் நிறத்திற்குமிடைப்பட்ட ஏகதேசமான ஒரு புள்ளியில் எண்ணெய்ப் பிசுபிசுப்புடன் நிலைகொள்ளும் தனித்துவம் வாய்ந்த தோல் நிறமும் சதைப்பற்று மிக்க உடற்கூறும் நீண்ட கரிய கூந்தலும் எப்போதும் மையைவிட்டு நீங்காத விழிகளும் அடர்ந்த நிறம் கொண்ட காம்புகளுடன் கூடிய சரிந்த பெரிய முலைகளும் கொண்ட பெண்ணுடல்மீதான பிரத்யேக ரசனையுமே அந்த நிலத்தின் நிர்வாணக் கோட்பாடுகளைப் புரிந்து கொள்ளப் போதுமானவையென்று அவர்கள் திருப்திப்பட்டுக்கொண்டாலும், தொழில்ரீதியாகத் தன் வருமானத்தைப் பெருக்கிக்கொள்வதற்கு உள்ளூர் விலைமாதர்களின் உதவியே அவனுக்கும் போதுமானதா யிருந்ததென்றாலும், நிஜ உடல்களுக்கப்பால் ஓர் இரண்டு வருட அலைச்சலில் அவன் காண நேர்ந்த கோவில் சிற்பங்களிலும் ஓவியங்களிலும் பேரிலக்கியங் களிலும் நாட்டுப்புறக் கதைகளிலும் தினசரிப் பேச்சுகளிலும் நிரம்பி வழிந்த இந்திய நிர்வாணத்தின் கலை வடிவம் அவனிடம் காட்டிய தீவிரமும் தனித்துவமும் தனிப்பட்ட முறையில் அவனுக்குத் தன் வெற்றியின் மேல் அதிருப்தியையும் அதற்கப்பாலான தேடலில் வேட்கையையும் பெருக்கிவிட்டிருந்தன. அவற்றில் பெண்களின் ஆடையவிழ்ப்பென்பது தன்னைத்தானே ரசிக்கும் அல்லது தன்னை உற்றுப் பார்க்கும் கண்களுக்குத் தன்னை ரசிக்கக் கொடுக்கும் பிரக்ஞைபூர்வமான அழகியல் வெளிப்பாடாக இல்லாமல் உச்சநிலை உணர்வெழுச்சியில் தன்னையும் தன்னின் ஒரு பகுதியாகத் தன் உடைகளையும் மறக்கும் தற்செயல் நிகழ்வாகவே எப்போதும் இருந்ததாக அவன் உணர்ந்தான். பிரக்ஞை நிலையில் (ஒரு கண்ணாடி அல்லது ஒரு தடாகத்தின் முன் நின்று தன் அழகைத் தானே ரசித்துக்கொண்டிருப்பது அல்லது காதலனுக்காகக் காத்துக்கொண்டிருப்பது அதுவுமல்லது தன்னை அலங்கரித்துக்கொள்வதில் ஈடுபட்டிருப்பது போன்ற தருணங்களில்) அவள்

தன்னை அம்மணப்படுத்திக்கொள்வதேயில்லை என்று அவனுக்குத் தோன்றியது. மேலும் அவள் ஒருபோதும் ஓர் உளியின் முன்னோ தூரிகையின் நுனியிலோ கலைஞனைப் பார்த்தபடி அசைவற்றுச் சமைந்திருப்பவளாகவும் இருப்பதில்லையென்பதை அவன் நுணுகிக் கண்டான். அவற்றில் உடல் ஆடை துறந்து துலங்குவதென்பது செயல்படுநிலையின் ஒரு பகுதியாயும் எதிர்பார்த்தேயிராத மின்வெட்டாயும் ரசிக்க முடியாத தருணமாயும் அதன் பிரசன்னம் மறையும் கணத்தில் வரலாறோ கதையோ தன் மாபெரும் திருப்பங்களைச் சந்திக்கும் அதிர்வை உண்டாக்குவதாயுமே அர்த்தப் பட்டது. ஒரு பெண் தன் ஸ்தனங்களைத் தானே ஆடைக்குள்ளிருந்து வெளியே பிடுங்கியெடுக்கிறாளென்றால் அவற்றிலொன்றை அறுத்து எறியும் கோபத்தில் இன்னும் சற்று நேரத்தில் ஒரு நகரம் பற்றியெரியப் போகிறதென்று அர்த்தம், பலவந்தமாக ஓர் ஆணால் அவள் ஆடை அவிழ்க்கப்பட்டதென்றால் ஒரு பெரும் போரை உருவாக்கும் சூளுரை அவள் வாயிலிருந்து புறப்படப்போகிறது, நிதம்பம் வெளிப்படுகிறதென்றால் கடவுளுடனான போட்டியின் உச்சக்கட்டத்தில் தலைக்கு மேலாகத் தன் கால்களைத் தூக்கி நிறுத்தியிருக்கிறாள், அல்லது முழங்கால்களுக்குக் கீழே இறங்கி உடைகள் நெகிழ்ந்து கிடக்கச் சூலாயுதத்தால் யாரையோ குத்திக் கொல்லும் முனைப்பிலிருக்கிறாள், அல்லது முழுவுடலையும் வெய்யில் காய்க்கும்படி திறந்துவிட்டு ஒரு மொட்டைப் பாறைமீது ஏறி ஒற்றைக் காலில் நின்றபடி மழைக்காகத் தவமிருக்கிறாள், அல்லது தன் முலைகளைத் தானே நக்கிக்கொள்ளும் ரத்த தாகத்தில் பலிகளுக்காகக் காத்திருக்கிறாள். இந்தியாவில் ஒரு பெண்ணின் வெளிப்பாட்டைக் கலையாக்க நினைப்பவன் நிறுத்தி நிதானமாக அதைச் செய்ய முடியாது, அவள் சுழலும் வேகத்திற்கு ஈடுகொடுத்து அவனும் எண்திசைகளிலும் தன்னை இயக்கித்தான் அதைப் பெற்றுக்கொண்டாக வேண்டும். இங்கே ஆடையவிழ்தல் என்பது துடியோடு சம்பந்தப் பட்டது, செயல்வேகத்தின் உச்சக்கட்டத்தில் ஒரு வெடிப்பாக நிகழ்வது, நிலைகொள்ளாத தத்தளிப்பைத் தன் செய்தியாக முன்னிறுத்துவது. இதனாலேயே இந்தியாவில் பெண்ணின் ஆடை நெகிழ்ந்த உடல் அழகின் சாயலைவிட அதிகமாக அருளின் இயல்புட

னேயே வெளிப்படுவதாக இருந்தது என்றும் அதனாலேயே தாயின் அந்தரங்கத்தைக்கூடக் கூச்சமின்றி வர்ணிக்கும் (ஹே, லோக மாதா, நீ என் தாய், குழந்தைகளுக்குத் தெரியாத ரகசியமொன்றும் தாயிடமிருக்க நியாயமில்லை) நிர்விகல்பம் மந்திரங்களாயும் பாடல்களாயும் அருள்வாக்குகளாயும் பெருகிக் கிடக்கிறது என்றும் கல் பெண்களும் சுவர்ப் பெண்களும் துறவிகள் மற்றும் கடவுள்களின் முன்னிலையிலேயே பெரும்பாலும் காரியார்த்தமாகத் தங்களை அவிழ்த்துக் கொண்டிருந்ததற்குக் காரணமும் யாருடைய கண்களால் தங்கள் நிர்வாணம் பார்க்கப்பட வேண்டும் என்பதைப் பார்ப்பவனிடம் நிர்பந்திக்கும் உத்தியின் ஒரு பகுதியேயென்றும் லோத்தருக்குத் தோன்றியது. பிரச்சனையென்னவென்றால் எட்டு வருடங்கள் இந்திய நிலங்களில் சுற்றியலைந்த பின்னும் அப்படியான வொரு நிர்வாணத்தைச் சரியாகத் தன் படங்களில் காட்சிப்படுத்திவிட்ட திருப்தி அவனுக்குக் கிடைக்க வில்லை. அவனுக்கு உதவிய தொழில்முறைப் பெண்கள் பரத்தைமையின் இயல்புப்படி அம்மணத்திற்குப் பழக்கப்பட்டவர்களாயிருந்தார்கள். தங்களுடைய அந்தரங்கம் பார்வையால் குடையப்படுவது அவர்களுக்கு மரத்துப்போயிருந்தது. அந்த மரப்பு அவர்களுடைய அசைவுகளில் (அசைவின்மையில்) பிரதிபலித்தது. மேலும் புகைப்படக் கருவியின் முன் ஆடைகளைக் களைந்தவுடனேயே எப்போதும் குற்றவுணர்வோடேயே தங்கள்மேல் கவிழும் உடல்களையும் அன்பின் ஈரமின்றித் தங்கள் உதடு களைப் பற்றியிழுக்கும் வறண்ட முத்தங்களையும் சிறுநீர் கழிப்பதைப் போல வயிற்றினுள் விழவிருக்கும் ஸ்கலிதத்தின் வகை மாதிரிகளையும் அதற்குப் பின்னான அலுப்பூட்டும் சுத்திகரிப்புச் சடங்குகளையும் பற்றிய நினைவுகளில் இயல்பாகவே செயலற்று உறைந்துபோய்விடுகிறவர்களாயும் இருந்தார்கள். அது உயிருள்ள உடலை அதன் இயங்கு கணத்தில் நிலைப்படுத்துவது என்பதாக இல்லாமல் ஏற்கெனவே எடுத்து நிலைப்படுத்தப்பட்ட புகைப்படத்தைப் பிரதியெடுக்கும் உணர்வையே லோத்தருக்குத் தந்தது. அவர்கள் உடலில் பதற்றம் இல்லையென்பது (உலகமெங்கும் நிர்வாணப் படிமகளின் இயல்பும் தொழில் தேவையும் அதுதானென்றாலும்) அவனுக்குப்

பெரும் குறையாக இருந்தது. சுயமாக இயங்கும் நிலையை அவர்கள் ஏறத்தாழ மறந்தேபோய் விட்டிருந்தார்கள். லோத்தரும் தன் படிமிகளைத் தொழில் தேவைக்கப்பால் பிற சுய தேவைகளுக்காக உபயோகப்படுத்திக்கொள்ளும் பழக்கமற்றவனா யிருந்ததால் வெளிக்காற்று பட்டதும் கிளர்ந்து கடினத் தன்மையடைந்து விம்மும் முலைகளுட்பட்ட புலன்களுக்காகவும் பார்வை பட்டதும் மலர்ந்து மங்கலான ஈரத்தில் ரகசியமாக மின்னும் கடிதடத்திற் காகவும் அவன் அவர்களைத் தனியறையில் சிறிது நேரம் சுயமைதுனம் செய்துவிட்டு வரும்படி வற்புறுத்தியபோது அவர்கள் கூடுதல் சலிப்பில் இன்னும் அதிகமாகச் செயல்திறனை இழப்பவர்களாக மாறினார்கள் (இத்தனை ஈரமும் விறைப்பும் வேண்டுமென்றால் இரண்டு வருடங்களுக்கு முன் நீ என்னைச் சந்தித்திருக்க வேண்டும், அப்போது நான் கைபடாத ரோஜாவாக இருந்தேன்). என்ன முயன்றும் அவர்களுடைய உடலைக் குணமாக உருவக நிலைக்கு முன்னேற்ற அவனால் முடியவில்லை. ஒருகட்டத்தில் அவன் அதை நிர்வாணம் என்ற சொல்லால் குறிப்பிடு வதையும் நிறுத்திவிட்டு வெறுமே ஆடை களைந்த உடல்கள் என்ற தலைப்பிலேயே லெ ஃப்லர் பூர் லெ சொம்முக்குப் படங்களை அனுப்பத் தொடங்கியிருந் தான் (ஆடைகளைக் களைவது என்பது தன்மேல் நிலைக்கும் பார்வையால் தன் இருப்பை ஸ்திரப்படுத்திக் கொள்வது என்றும் நிர்வாணம் தான் பிரசன்னமாகும் சூழலை முன்னிறுத்தி ஆடைகளால் உருவாக்கப்பட்ட தன் சமூக அடையாளத்தை அழித்துக்கொள்வது என்றும் அவன் அர்த்தப்படுத்திக்கொண்டான்). தொழிலைக் கலையாக உணரத் தொடங்கிய காலக் கட்டத்திலிருந்து இது குறித்த குற்றவுணர்வு அவனை ஆட்டிப்படைக்கத் துவங்கியிருந்தது. தொடர்ந்து அவனுக்கு உடல்களென்னவோ கிடைத்துக்கொண்டு தான் இருந்தன, அந்த உடல்களிலிருந்து வெளிப்பட்ட ஆயாசமும் அசுவாரஸ்யமும் சாதாரணப் பார்வையாள னுடைய வேட்கையில் பளபளக்கும் பார்வையில் படாமலும்கூடப் போய்விடலாம், ஆனால் சக புகைப்படக் கலைஞர்களின் கவனத்திலிருந்தும் எள்ளலிலிருந்தும் விமர்சனத்திலிருந்தும் அது தப்பிக்கவே முடியாதே. லோத்தருக்குத் தேவைப்பட்டது

ஒரு புத்தம் புதிய உடல். கன்னித் தன்மையென்பதன்று அதன் பொருள், மாறாக ஓர் அந்நியன் முன் அது தன் பிரசன்னத்தைத் தானே புதிதாய் உணர்வதாக இருக்க வேண்டும், அவ்வளவே. இதற்காக அலைந்து அலைந்து கடைசியில் புண்ணியத் தீர்த்தங்களில் மூழ்கியெழும் இந்தியப் பெண்களின் ஓர்மையற்ற அரை நிர்வாணம் சொல்லும் பக்திக் கதைகள் என்றேனும் ஓர்நாள் தங்களை எழுதத் தன்னையும் தேர்ந்தெடுக்கலாமென்கிற நப்பாசையில் அவன் கங்கைக்கரையைத் தேர்ந்தெடுத்து அங்கேயே தங்கி விட்டான். அங்கே அவன் அதன் பொருட்டுச் சந்தித்த முதல் பெண் பவித்ரா அன்று. அவளுக்கு முன்பும் நான்கைந்து பெண்களை அவன் அதற்காக அணுகித் தான் பார்த்தான். அதில் ஒரு பெண் முதலில் சில மாதிரிப் படங்களுக்குப் படிமியாக இருந்துவிட்டு அவனுடைய இறுதி நோக்கம் தெரிந்ததும் மறுத்து விலகிக்கொண்டுவிட்டாள். இன்னொரு பெண் அந்த அளவுகூடச் சம்மதிக்கவில்லை. புகைப்படம் என்பதே ஆயுளை உறிஞ்சும் அட்டை என்கிற தன் நம்பிக்கையை உரக்கவே அறிவித்த அவள் அவனைக் கங்கைக்கரையின் பின்னணியில் சுற்றுலாப் பயணிகளைப் படமெடுத்துக் கொடுக்கும் ஆட்களில் ஒருவன் என்று நினைத்துக் கொண்டு இடக்கையால் விரட்டிவிட்டாள். மற்றவர்கள் கங்கையிலிருந்து வெளிப்படும் தங்களுடைய அரைகுறை உடல் வனப்பு ஒரு ஜோடி மனிதக் கண்களால், அதுவும் ஒரு வெள்ளைக்காரனுடைய கண்களால், கவனிக்கப்படுகிறது என்பது தெரிந்த வுடனேயே பயத்தில் முகம் வெளிறிப்போய் அவனைத் திட்டவும் எச்சரிக்கவும் சிவப்புத் தொப்பிகளை நோக்கிக் கைகளை உயர்த்தி அபயக்குரலெழுப்பவும் தொடங்கிவிட்டார்கள். எனவே அவன் பவித்ராவுட னான கேதார் படித்துறைச் சந்திப்பிற்குப் பிறகு பொறுமையாக மூன்று மாதங்கள் காத்திருந்து அந்த அவகாசத்திற்குள் அவளுடைய (புத்திசாலித்தனமான நிபந்தனைகள் என்கிற நினைப்புடன் சொல்லப்பட்ட) வேண்டுகோள்களை ஏற்று சமஸ்கிருதப் பல்கலைக் கழகத்தினருகில் அவன் தங்கியிருந்த, தென்னிந்தியாவின் ஏதோவொரு சமஸ்தானாதிபதியால் முன்னெப்போதோ அவருடைய கடைசிக்கால ஆசைக்காகக் கட்டப்பட்டுப் பிறகு அவருடைய சந்ததிகளால் கைவிடப்பட்டு

வாடகை வருமானத்திற்காகவும் இறந்தவருடைய நினைவிற்காகவும் ஏதாவது சாவு நிகழ்ந்தால் வந்து செல்லும் உறவினர்களின் ஓரிரு நாள் வசதிக்காகவும் மட்டுமே இருந்துவிட்டுப்போகிறது என்கிற எண்ணத்தில் விற்காமல் விடப்பட்டிருந்த, வாராணசியில் எஞ்சியிருக்கும் வகைமாதிரிக் கட்டடங்களில் ஒன்றான பழைய பெரிய வீட்டின் ஓர் அறையில் அந்தக் குடும்பத்தினர்களாலேயே, வாடகையைத் தவறாமல் வசூலித்து அனுப்பவும் வீடு பாழடைந்து விடாமல் அவ்வப்போது தகவல் தந்து பராமரிப்பு ஏற்பாடுகளைச் செய்துவைக்கவும் அதே வீட்டின் இன்னொரு அறையில் குடிவைக்கப்பட்டிருந்த, அவர்களுடைய தூரத்து உறவினளும் அவர்களோடு ஒருமுறை காசிக்கு வந்துவிட்டுப் பிறகு திரும்பிப்போக மனமின்றிக் கங்கையில் உயிரை விடும் ஆசையோடு அங்கேயே தங்கிவிட்டவளுமான ஒரு முதியவளுடன், அதற்காகத் தனக்குக் கூடுதலான பணச் செலவு எதுவும் வீட்டின் சொந்தக்காரர்களுடன் இருக்கப் போவதில்லையென்றும் பெண்கள் சில மாத கால ஒப்பந்தத்தின் பேரில் படிமிகளாகப் பணியாற்றச் சம்மதிக்கும்போது அவர்களை இப்படித் தன் பொறுப்பில் தங்கவைப்பது வாடிக்கைதானென்றும் கூறி வாடகையெதுவும் தரத் தேவையின்றி அவள் தங்கிக்கொள்ள ஏற்பாடு செய்து, மேலும் அவள் தன் செலவுகளுக்காக நகைகளை விற்கத் தேவைப்படாத வண்ணம் கொஞ்சம் தொகையை முன்பணமாகவும் கொடுத்து அவள் தன்னுடன் ஒத்துழைப்பதற்குச் சம்மதிக்கும் பட்சத்தில் அதற்கான ஊதியத்திலிருந்து அதைக் கழித்துக்கொள்வதாயும் ஒருவேளை அவள் மறுத்துவிட்டால் பிறகு நகைகளை விற்றுப் பணத்தைத் திரும்பக் கொடுப்பதுபற்றி யோசித்துக்கொள்ளலாமென்றும் பேசிச் சம்மதிக்கவைத்து, இதற்கப்பால் மூன்று வாரங்கள் கழித்துப் பவித்ரா அவனுடைய படிமியாக நிற்கத் தான் தயார் என்று கூறிக்கொண்டு தன் கைவசமிருந்த புராதன நகைகள் பட்டுப் புடவைகள் சகிதம் தகப்பனின் விரலைப் பிடித்துக் கொண்டு வெளியே செல்லத் தயாராகும் குழந்தையின் வெகுளித்தனத்துடனும் குதூகலத்துடனும் தன் பெருந்தன்மை குறித்த கர்வத்துடனும் அவன் முன் வந்து நின்றபோது அந்த ஒப்பனைகளுடன் அவளை

ராம்நகர் கோட்டையின் முன்பும் பனாரஸ் மனமகிழ் மன்றத் தோட்டத்திலும் படித்துறை மடத்துக் கட்டடங்கள் மற்றும் கங்கையின் மேல் சூரியாஸ்தமனம் ஆகியவற்றின் பின்னணியுடனும் அஜ்மத்கர் அரண்மனையுள்ளும் நிற்கவைத்துப் படமெடுத்து (லோத்தர் அவற்றைப் பிரசுரத்திற்கு அனுப்பவில்லை. அவர்களுக்கு அவை தேவைப்படாது. அவர் தனிப்பட்ட சேகரிப்பாகப் பல வருடங்கள் அவற்றைப் பாதுகாத்து வைத்திருந்து கடைசியில் தன்னுடைய அன்பளிப்பாக விஸ்வநாதனிடம் கையளித்தார்) அதுவரை தன்னைத் திருமணக்கோலத்தில்கூடப் புகைப்படத்தில் பார்த்திராத அவளுடைய அழகைக் கண்டு அவளே பிரமிக்கும்படி காட்டி அவள் தன்னுடைய துவக்கநிலைத் தயக்கத்தையும் பயத்தையும் சந்தேகத்தையும் கடந்து நம்பிக்கையைத் தீண்டும் புள்ளியைத் தொட்ட பிறகே (அத்தனை தயாரிப்பு களுக்குப் பிறகும் மறுக்கப்படுவதற்குத் தயாரான மனநிலையுடனும்) தன் நிஜமான தேவையைக் கேட்கத் துவங்கினான். நேர்மையான கலை வடிவங்களின் வழியே விட்டுப் பறத்தலின் சாத்தியங்களை முன்வைக்க விழையும் தன் புகைப்படக் கருவியினெதிரே ஒரு தூய படிமியாக உடைகளைக் களைந்துவிட்டு நிற்க அவளால் முடியுமா. இதற்குச் சரியாக இருபத்தியோரு வருடங்களுக்குப் பிறகு இதாவிடம் ஏறக்குறைய அதே போன்ற ஒரு கேள்வியை அவளுடைய பத்தொன்ப தாவது வயதில் ஒரு அசரீரிக் குரல் கேட்டபோது அவள் லோத்தரின் முன்பு பவித்ராவைப் போல திடுக்கிட்டுவிடவில்லை. அவளுடைய முதல் நிர்வாணம் அவளுடைய கல்லூரிப் படிப்பின் இரண்டாம் வருட இறுதியில் கிட்டத்தட்ட ஒரு பத்திருபது ஆண்கள் மற்றும் பெண்களின் நடுவே ஓர் இரவு பூவைப் போல மலர்ந்தது. அதிகாரத்திற்கும் போருக்கும் பழமைக்கும் எதிரான மாணவர்களின் ஒன்றுகூடலாக அறுபதுகளில் துவங்கிக் காட்டுத்தீபோல பரவி எழுபதுகளைச் சுழற்றியடித்துக்கொண்டிருந்த அந்தக் குழுவினருடைய பிரத்யேகமான உடை மற்றும் உருவ அலங்கார பாணிகளின் கவர்ச்சியில் ஈர்க்கப் படாமல் தன்னை ஒதுக்கிக்கொள்வது உலகம் முழுவதிலுமிருந்த எந்த வயதினருக்குமே அப்போது கடினமான (கிட்டத்தட்ட இயலாத) காரியமாகவே

இருந்தபடியால் இயல்பாகவே அவளுக்கும் பூக்குழந்தைகள் என்று லாஸ் ஏஞ்சல்ஸ் மைதானத்திலும் பென்ட்டகன் வாசலிலும் செல்லமாக அழைக்கப்பட்டுப் பிரபலமான அவர்களுடன் தொடர்பு ஏற்பட்டிருந்தது. மூன்றாம் வருடத் துவக்கத்தில் அந்த நட்பு பெரும் மயக்கமாகக் கல்லூரி விடுதியைக் காலி செய்துவிட்டு எழும்பூரில் ஒரு தனியார் மகளிர் விடுதியில் பெயருக்கு ஒரு வாடகை அறையைப் பதிவு செய்துகொண்டு பெரும்பாலான இரவு நேரங்களில் அதிலிருந்து ரகசியமாக வெளியேறிப் பூக்குழந்தைகளுடன் பொழுதுகளைச் செலவழிப்பதற்காக அவர்களுடைய குடியிருப்புக்குச் சென்றுவிடுவதை வழக்கமாகவே ஆக்கிக்கொள்ளுமளவிற்கு வளர்ந்தது. குடியிருப்பு என்றால் மாமல்லபுரம் சாலையில் தரிசாக விடப்பட்டிருந்த மரங்களடர்ந்த பகுதியொன்றில் காவல் துறையினரால் உரிமையாளர்களால் திரும்பக் கோரப்படாதவையென்று தூக்கி வீசப்பட்டிருந்த சில இற்றுப்போன மகிழ்வுந்து மற்றும் பேருந்துகளின் துருப்பிடித்த சுவர்களில் ஓஷோவின் பிரசங்கங்களையும் ஆலன் கின்ஸ்பெர்க்கின் கவிதை வாசகங்களையும் அல்லது வில்லியம் பர்ரோ அல்லது கீதையிலிருந்து மேற்கோள்களையும் இவற்றின் தாக்கத்தில் தாங்களே கண்டுபிடித்த தத்துவ முத்துகளையும் எழுதியும் அவர்களுடைய உருவப் படங்களை வரைந்தும் ஏகதேசமாக உருவாக்கப்பட்டிருந்த தற்காலிகத் தகரக் கூடாரங்களின் தொகுதி என்று அர்த்தம். இதாவின் காதுகளில் மாயக் குரல் அவளுடைய விட்டுப் பறத்தலைப் பற்றி முணுமுணுத்த அன்று அங்கே அவளுடைய நண்பர்களால் ஆச்சாரியரின் பிறந்தநாளையொட்டி வளர்க்கப்பட்டிருந்த குளிர்நெருப்பின் செம்மஞ்சள் ஜுவாலையும், துளையிடப்பட்ட எலுமிச்சம் பழத்தின் வழியே காடி மணத்துடன் சில்லென்று தொண்டைக்குள் இறங்கி நுரையீரலை நிரப்பிக்கொண்டிருந்த மரிஜுவானாவின் புகையும், பதிவு செய்யப்பட்ட ஜான் லென்னனுடைய பியானோவின் பின்னணியில் (அருகில் இரு) குழுவின் தேர்ந்தெடுக்கப்பட்ட மூத்த உறுப்பினர் ஒருவரால் தணிந்த ஆங்கிலத்தில் மீள்பிரசங்கிக்கப்பட்டுக் கொண்டிருந்த ரஜ்னீஷின் செப்டம்பர் 1970 பிரசங்கமும் (உடைகளை நாம் இயற்கையாக ஒத்துக்கொள்ள

வேண்டும், அதில் பிடிவாதம் தேவையில்லை, மேலும் அது நிர்வாணத்தை இயற்கை என்று நாம் ஒத்துக் கொள்ளும்போதுதான் சாத்தியமாகிறது, நிர்வாணத்தை இயற்கையாக ஒத்துக்கொள்ளாமல் உடையணிவதையும் இயற்கையாக நம்மால் பார்க்க முடியாது, நிர்வாணமா யிருப்பதை நீங்கள் பழிக்கும்போதும் மறுக்கும்போதும் உடைகள், அவற்றுக்கு ஒருபோதும் இல்லாத, அறவொழுக்க மதிப்பைத் தாங்களாகவே எடுத்துக் கொண்டுவிடுகின்றன, வாஸ்தவத்தில் இன்று மனிதன் மிக அதிகமாக ஆடையணிகிறான், ஆடைகளின் வழியாகவே தன்னை வெளிப்படுத்திக்கொள்ளும் மார்க்கங்களையும் சந்தர்ப்பங்களையும் கண்டுபிடிக் கிறான், அதுவே அறப்பிறழ்வின் எழுச்சிக்குக் காரண மாகிவிடுகிறது) நடுநடுவே அதற்கு அவரே கொடுத்துக் கொண்டிருந்த அர்த்த இடையீடுகளும் (ஆடைகளைக் களைவதென்பது உடலைத் தளையற்றதாயும் பிரபஞ் சத்தின் அம்சமாயும் நம்மை நாமே உணர்வதற்கேயன்றி நிர்வாணத்தின் அழகை இந்த உலகிற்குத் தெரியப் படுத்தும் இறைத்தூதர்கள் அல்லது கலைஞர்களின் கடமையெதுவும் நமக்குப் பணிக்கப்படவில்லை யென்பது ஒப்பியத்திலிருந்து பிழியப்பட்டதைப் போல ஓஷோவின் சாரமாயிருக்கிறது) அவள் உடலைத் தரையிலிருந்து விடுவித்து மேல்நோக்கி இழுத்துக் கொண்டிருந்தன. ஆனால் ஓர் எல்லைக்கு மேல் அதற்கு அவளை அனுமதிக்காமல், குடியிருப்பிற்குள் நுழைந்ததுமே தன் சம்பிரதாயமான விடுதியுடைகளைக் களைந்துவிட்டு அங்கிருந்த தன் வயதுப் பெண்ணொருத்தி யிடமிருந்து வாங்கி அணிந்துகொண்ட, தோள்களைப் பிடித்துக்கொண்டு இறங்கித் தொடைப்பற்றுவரை தொங்கும் (கொஞ்சம் கவனக்குறைவாய் இருந்தாலும் (இதா ஒருபோதும் கவனமாய் இருந்ததேயில்லை) தொடைகளின் உள்பகுதிவரை வெளிக்காட்டி விடக்கூடிய), இயற்கைச் சாயத்தில் பூக்கள் வரையப்பட்ட, கைத்தறித் துணியாலான ஒரேயொரு மிக மெல்லிய குட்டைப் பாவாடை தடுத்துக்கொண் டிருந்ததாக அவளுக்குத் தோன்றிக்கொண்டேயிருந்தது (இத்தனைக்கும் அதைத் தவிர வேறு உள்ளாடைகள்கூட அவள் உடலில் அப்போது இல்லை. வம்பு அணிவதை அவள் எப்போதோ (கல்லூரி விடுதியிலிருந்தபோதே) நிறுத்திவிட்டிருந்தாள். பிரசங்கி முன் அமர்ந்திருந்த

நேரத்தில் இடைக் கச்சையும் அணிந்திருக்கவில்லை). அவள் கைகள் அனிச்சையாகவே தன் ஒற்றை உடையை அடிக்கடித் தொட்டுப்பார்த்துக்கொண் டிருந்தன. அந்தச் சூழலில்தான் ஏதோ ஒரு கணத்தில் (ஓஷோ பெண்களின் உடலைக் கிருஷ்ணா என்கிற பெயருடன் பிரகிருதி தன்னுடைய புலனாகவே அடையாளப்படுத்திக்கொண்டது பற்றி விவரித்துக்கொண்டிருந்த பொழுதாயிருக்கலாம் அது) அந்த உருவமற்ற குரல் அவள் காதருகே நட்சத்திரங் களுடன் மிதக்க விரும்புகிறாயா இதா என்று கிசுகிசுப்பாகக் கேட்டது. காற்று கடந்துசெல்வதைப் போல அது அவள் உடலில் தேவைக்கதிகமான ஓர் அசைவைக்கூடத் தோற்றுவிக்காமல் வெறுமே காதுகளை மட்டும் தொட்டுக் கடந்தது. இதாவும் கேட்டது யாரென்று பார்க்க முயற்சிக்கவில்லை. தன் முன்னிருந்த பிரசங்கியைப் பார்த்தபடியே அவள் ம் என்று மிக மெலிதாக முனகினாள். பிறகு அமைதியாக இருப்பிடத்திலிருந்து எழுந்து நின்று தோள் முடிச்சை நிதானமாக உருவி உடையைத் தன்னுடலிலிருந்து நழுவவிட்டு அதன் பிடியிலிருந்து தன்னை விடுவித்துக் கொண்டாள். முலைகள் அவற்றின் இருப்பை அவள் தனியே உணரும்வண்ணம் கனத்து எழுந்து நிற்க உடல் முழுவதுமே குளிரிலும் பரவசத்திலும் சிலிர்ப்பு நிலை எய்தியிருப்பதை அவளால் உணர முடிந்தது. நெருப்பின் தங்க ஜுவாலையை அது தன் முழுப் பரப்பிலும் வாங்கிக்கொண்டிருந்தது. குறிமயிரில் அதன் பிரதிபலிப்பும் உஷ்ணமும் பற்றவைக்கப்பட்ட புகையிலைச் சுருளின் நுனியைப் போல ஒளிர்ந்து கொண்டிருந்தன. இதா நெடுநேரம் கண்கள் ஒளிரத் தீயைப் பார்த்தபடி ஒரு முப்பரிமாண ஓவியமாக அசையாமல் நின்றுகொண்டிருந்தாள். அவளை யாரும் திரும்பிப்பார்க்கவில்லை. பார்த்த ஓரிருவரும் அவள் தங்களைப் பார்க்கவில்லையென்பதைப் பொருட்படுத் தாமல் புன்னகைத்துவிட்டுத் திரும்பவும் பிரசங்கத் திற்குள் ஒன்றிவிட்டார்கள். காதுகளில் முணுமுணுத்த குரலைத் தவிர வேறெந்த மனிதக் குரலும் அவளை ஆதரிக்கவில்லை, அடக்கவுமில்லை. பிரகிருதி அவளை அவள் அனுமதியுடன் வைத்த கண் வாங்காமல் கவனித்துக்கொண்டிருக்க மற்ற அத்தனை மனிதர்களும் ஒன்றுசேர்ந்து இதாவிற்கு அந்தப் பொதுவெளியில்

அவளுடைய தனிமையையும் ஏகாந்தத்தையும் விடுதலையையும் பரிசாக அளித்துக்கொண்டிருந்தார்கள். அதை முழுமையாகப் பல நிமிடங்கள் உள்வாங்கி அனுபவித்த இதாவும் பதிலுக்குத் தன் நன்றியறிதலாக அங்கிருந்தவர்களில் தேர்வு எதுவுமின்றிச் சட்டென்று பார்வையில் பட்ட ஒரு நாற்பது நாற்பத்தைந்து வயது மதிக்கத்தக்க மனிதரைத் தொட்டுக் கைலாகு கொடுத்து அழைத்துக்கொண்டு ஒரு குடிலுக்குள் நுழைந்து பெயரோ பின்னணியோ தேவைப்படாத கண்ணியத்துடன் ஒரு வார்த்தைகூடப் பேசாமல் அவருடைய வழிகாட்டுதலோடு அந்த அற்புதமான இரவுக்குத் தன் கன்னிமையைப் பரிசாகத் தந்துவிட்டு விடுதிக்குத் திரும்பினாள். பிறகு, படிப்பை முடிப்பதற்குள், பலமுறை அம்மாதிரியான இரவுகளை (பகல்களும்கூட. பழகிச் சாதாரணமாகிவிடக் கூடாதே என்று சில சமயங்களில் வலுவில் தன்னை அந்த நிலையிலிருந்து தற்காலிகமாக விலக்கிக்கொள்ளுமளவிற்கு) அவள் அனுபவித்திருந்தாள். ஒவ்வொரு அனுபவத்திற்கும் பிறகு வாழ்வு அதன் முழுப் பரிமாணத்தோடு புதிதாகத் துலங்கிக்கொண்டிருந்ததாகவும் உணர்ந்தாள். உயர்ந்த மதிப்பெண்களுடன் முதல் மூன்று மாணவர்களில் ஒருத்தியாகப் பட்டச் சான்றிதழைக் கையில் பெற்றுக்கொண்ட வேகத்தில் அரங்கத்தைவிட்டு வெளியேறி மதிலுக்கு வெளியே காத்துக்கொண்டிருந்த பூக்குழந்தைகளிடம் ஓடிவந்து, வடிகால்களால் எண்ணங்களைச் சீரமைத்துப் படிப்பின் மேல் தன் கவனத்தைக் கூர்மையாக்கிய அவர்களுக்குத் தன்னால் என்ன கைமாறு செய்ய முடியும் என்று குழந்தையைப் போல அதிலொருத்தியின் தோள்மேல் சாய்ந்து புலம்பியபோது சுதந்திரப் பாலுறவு என்பது பாலுறவு குறித்த மனப்பதிவுகளிலிருந்து நம்மை விடுவித்துக்கொள்வதாகும் என்று டேவிட் ஆலின் சொன்னதை இந்த வயதில் கொடிவிடும் பாலுறவுக் கற்பனைகளின் தொந்தரவிலிருந்து நம்மை விடுவித்துக்கொள்வதுமாகும் என்றும் நாம் அர்த்தப்படுத்திக்கொள்ளலாம்தானே புஜ்ஜூ என்று சொல்லி அவள் முதுகைத் தடவிக்கொடுத்தாள் அந்த நண்பி (அது விஸ்வநாதனும் சுமதியும் இதாவின் சேர்க்கையும் விடுதி வாசமும் அவளைக் கெடுத்துவிட்டதென்றும் விஸ்வநாதன் தன் கடந்துபோன தவறுகளுக்

கான, குறிப்பாகப் பவித்ராவுக்குத் தானிழைத்த அநீதிக்கான தண்டனையே இதாவின் பிறப்பு என்றும் நினைத்துப் புழுங்கிக்கொண்டிருந்த காலமாயிருந்தது. ஒவ்வொருமுறை இதா வீட்டுக்கு வருகை தரும்போதும் அவளுடைய நடையுடை பாவனைகளில் தென்பட்ட (பொறுப்பற்ற போக்கிரிகள் மற்றும் கலாச்சாரத்தை மதிக்காத ஓடுகாலிப் பெண்களின் அடையாளமாகத் திரைப்படங்கள் தொடர்ந்து காட்டிக்கொண்டிருந்த) மாற்றங்கள் விஸ்வநாதனையும் சுமதியையும் யாரிடமும் பகிர்ந்துகொள்ள முடியாத மூச்சுத் திணறும் திகிலிலும் கவலையிலும் அமிழ்த்திக்கொண்டிருந்தன. இதாவை வெளிப்படையாகக் கண்டித்துப் பேச முற்பட்டால், உலகம் பூராவிற்குமாகப் பகிர்ந்தளிக்கப் போதுமான காதலைத் தங்களுக்குள் மட்டும் பூட்டிவைத்துக் கொண்டு உருவிலிகளாக ரகசிய வாழ்க்கை வாழ்ந்து கொண்டிருக்கும் யாரோ இரண்டு சுயநலமிகளைக் கர்ப்பஸ்திரியைப் போஷிப்பதைப் போல போற்றி வளர்த்து அதைப் பெருமையாக வேறு பேசிக்கொள்ளும் பரிதாபத்திற்குரிய தோழமைகளையும் உறவுகளையும் இலக்கியத்திலிருந்து திரைப்படங்கள்வரை உருவாக்கி எந்த ஆக்கச் சக்திக்கும் வக்கற்ற அந்த மலட்டுக் காதலுக்காகத் தங்கள் வாழ்வையும் கனவுகளையும் காவுகொடுக்கும் ஒரு சமூகத்தை வளர்த்துக்கொண் டிருப்பது என்ன வகைக் குரூரம் என்று அவள் வினவினால் விஷ முனையும் செங்கூர்மையும் கொண்ட, பவித்ராவின் வெளியேறுதலுக்கும் ஊர்மிளாவின் இறப்பிற்கும் பிறகுப் பல வருடங்களாக அவர்களிருவருமே தங்களுக்குள் கேட்டுக்கொண்டிருந்த, விடை கிடைக்காத அந்தக் கேள்விகளை வாங்கித் தங்களைத் தாங்களே காயப்படுத்திக்கொள்ள வேண்டியிருக்கும் என்கிற பயம் அவர்களுக்கு இருந்தது. ஜாடைமாடையாகப் பேசித் திருத்தலாமென்றால் வாயைத் திறந்த கணத்திலேயே அவள் ஓடிப்போய் சமையலறைக்குள் புகுந்து அங்கிருக்கும் முக்காலியை இழுத்துப் போட்டுக்கொண்டு கதவை உட்புறம் தாழிட்டுவிட்டு மணிக்கணக்காகத் தன்னை அடைத்துக் கொண்டுவிடுவாள். எத்தனை கெஞ்சினாலும் வெளியே வர மாட்டாள். அல்லது நடுநிசி நேரமாயிருந்தாலும் பெட்டியை எடுத்துக்கொண்டு சொல்லாமல் கொள்ளாமல் கிளம்பிப்போய்விடுவாள். அவர்களால்

அதைத் தங்களுக்குள்ளும் பேசிக்கொள்ள முடிய வில்லை. ஏனென்றால் அந்த உரையாடலின் முடிவு ஊர்மிளாவுடன் விஸ்வநாதன் ஒருவேளை தனக்குத் தெரியாமலேயே கொண்டிருந்திருக்கக்கூடிய ரகசியக் காதல்தான் அவள் பெண்ணின் உடலில் தங்கித் தன்னுடன் ஒட்டாததும் தன் பேச்சுக்கு மரியாதை கொடுக்காமல் தன்னை அலட்சியப்படுத்துவதுமான ரத்தமாக அவள் உடலில் ஓடிக்கொண்டிருக்கிறது என்று சுமதி தன்னைப் பழிப்பதாக வந்து முடிந்து விடுமோ என்று விஸ்வநாதனும் தாயற்ற பெண்ணைச் சரியாக வளர்க்காமல் தான்தோன்றியாக அலைய விட்டுவிட்டதாய்த் தன்னை விஸ்வநாதன் பொறுப்பாளி யாக்கும் அபவாதத்தில் வந்து முடிந்துவிடுமோ என்று சுமதியும் (ஏற்கெனவே அதுவரை குடும்பத்தில் நடந்த எத்தனை துயர நிகழ்வுகளுக்குத் தெரிந்தே பொறுப்பாளி யாக இருந்தாயிற்று) பரஸ்பரம் அஞ்சினார்கள். அக்கம்பக்கத்தவர்களிடமும் அவர்களால் அதைப் பகிர்ந்துகொள்ள முடியவில்லை. ஏனென்றால் ஒருமுறை இதா தன் நண்பனென்று வீட்டிற்குக் கூட்டி வந்திருந்த, நாற்பது வயதுக்குமேல் மதிக்கத்தக்க ஒரு வெள்ளைக்கார மனிதனையும் அவள் வயதுடைய, முகமே தெரியாமல் சடை நாய்போல் முடியை வளர்த்துத் தொங்கவிட்டுக்கொண்டிருந்த ஓர் இளைஞனையும் அவர்களுடன் அவள் வெளிப்படுத்திக் கொண்டிருந்த வெளிப்படையான நெருக்கத்தையும் பார்த்துத் தேர்ப்பேட்டை ஜனங்களே கிலியிலும் அசூயையிலும் பொறாமையிலும் பேச்சிழந்து போய்விட்டிருந்தார்கள் (விஸ்வநாதனுக்குத் தனிப்பட்ட முறையில் இதாவின் ஒவ்வொரு நடவடிக்கையும் பழைய ரெகுபதியை நினைவுபடுத்துவதாய் இருப்ப தாகவே தோன்றிக்கொண்டிருந்தது. அதனால்தான் முப்பத்தெட்டு வருட மௌனத்திற்குப் பிறகு ஒருநாள் திடீரென்று அவரிடமிருந்து அழைப்பு வந்தபோதும் இடிபோல அவர் மனதிற்குள் இறங்கிய முதல் கற்பனை இதாவின் முகமாகவேயிருந்தது). எனவே இதா விஷயமாக இனி பேசக்கூடிய ஒரே நபர் அவளுக்கு வரவிருக்கிற கணவன் மட்டுமாகத்தான் இருக்க முடியுமென்று யோசித்து சுமதியும் விஸ்வநாதனும் அவளுக்கு ஒரு கல்யாணத்தைப் பண்ணிவைத்து அவளைப் பற்றிய கவலைகளிலிருந்து தங்களை

விடுவித்துக்கொள்ளும் நாளை ஆவலோடு எதிர்பார்த்துக்கொண்டிருந்தார்கள்). லோத்தரின் கேள்வி பவித்ராவைத் திடுக்கிடவைத்ததுதான். அவள் உடல் ஒருமுறை பலமாக நடுங்கவும் செய்ததுதான். ஆனால் அது பொதுவாக அப்படிப்பட்ட கேள்விகளை எதிர்கொள்ளும் பெண்களின் வழக்கமான பதற்றத்தினாலேற்பட்டதாகவல்லாமல் அவளுக்குள் முறையே சிரிப்பை வரவழைத்ததும் கிலியை உண்டாக்கியதுமான இரண்டு முரண்பட்ட நினைவு களால் கிளர்த்தப்பட்ட உணர்வுகளின் தூல வெளிப்பாடாகவே இருந்தது. லோத்தரைச் செவியுற்ற கணத்தில் அவள் திடீரெனச் செயப்பாட்டு வினை வடிவிலிருந்து செய்வினை வடிவத்திற்குள் தூக்கி யெறியப்பட்டுவிட்ட ஒரு வேடிக்கைப் பொருளாகவே தன்னை உணர்ந்தாள். நினைவு தெரிந்து இருபத்தெட் டாவது வயதுவரை தனக்கு விருப்பமான வழியில் முழு உரிமையுடன் தானே கையாளத்தக்க ஓர் உடல் தன்னிடம் இருக்கிறது என்கிற ஓர்மையோ தனிமையில் கூடத் தன் அழகின் அனுபவமோ அவளைத் தீண்டியதே யில்லையென்றாலும் (அவளுடைய உடலழகை அலங்கரிக்கப்பட்ட நிலையில்கூட அவளே கண்ணாடி யில் பார்த்துக்கொண்டது கிடையாது. பிறந்த வீடு, புகுந்த வீடு இரண்டிலுமே ஆளுயரக் கண்ணாடியும் கிடையாது. வசதி இல்லையென்றில்லை, வழக்கம் அப்படி. முகத்தைப் பார்த்துக்கொள்ளவும் நெற்றித் திலகத்தைத் திருத்திக்கொள்ளவும் ஒரேயொரு, ஒன்றரையடிக்கு ஒரு அடி அளவுக் கண்ணாடி கூடத்துச் சுவரில் மாட்டப்பட்டிருக்கும். அதைத்தான் ஆண்கள் பெண்கள் எல்லோருமே உபயோகப்படுத்திக் கொள்ள வேண்டும். குழந்தைகளுக்குப் பெரும்பாலும் கண்ணாடி பார்த்துக்கொள்ள அனுமதி கிடையாது. பெண்கள் உடைமாற்றிக்கொண்டால் அது எப்படி யிருக்கிறது என்பதை மற்ற பெண்கள் உடை மாற்றும் அறைக்கே (பெரும்பாலும் அது சமையலறை. திருமணமான பெண்களுக்கு மட்டும் கணவனுடைய அறை) வந்து பார்த்துச்சொல்வார்கள். அதையே உலகத்தவருடைய பார்வையாக எடுத்துக்கொள்ள வேண்டியதுதான். குளிக்கும்போதுகூட உடலில் வஸ்திரமில்லாமல் குளிப்பதை சாஸ்திரங்களும் தடை செய்திருந்தன) தங்கள் அந்தரங்கத்தைப் புகைப்படங்

களாகப் பகிரங்கப்படுத்தும் பெண்களை ஆதாரமாகக் கொண்ட ஒரு ரகசியக் கலை வடிவத்தின் இருப்பையும் ஆண்களின் மனதில் அது ஏற்படுத்தும் விளைவுகளையும் பற்றி (பெண்கள் அவற்றைப் பார்ப்பதில்லையென்று சொல்லப்பட்டது) போதுமான அளவு (காதுகள் புளித்துப்போகுமளவு என்றுகூடச் சொல்லலாம்) விஸ்வநாதனிடமிருந்து சுமதிக்குத் துணையாக அவனைச் சந்திக்க வரும் அவர்களுடைய காதற்காலங்களில் கேள்விப்பட்டேயிருக்கிறாள் (காதலர்களின் தனிப்பட்ட உரையாடல்களுக்கப்பால் அவர்கள் மூவருக்கும் பொதுவான லௌகீக விஷயங்களும் பேசுவதற்கு இருக்கத்தான் செய்தன). ஆனால் அவை மனதையும் உடலையும் கிளர்த்தும் வர்ணனைகளாக இல்லாமல் அருவருப்பும் ஆற்றாமையும் கோபமும் கொப்பளிக்கும் குற்றச்சாட்டுகளாகவே எப்போதும் அவன் குரல்வழி வெளிப்பட்டுக்கொண்டிருக்கும். பௌதீகரீதியாக உடல் மலர்ந்து காத்திருக்கும் பிராயத்தில் வழக்கமாகவே அதற்குப் பிரதான காரணமாயிருக்க வேண்டிய இம்மாதிரி விஷயங்களை விஸ்வநாதனுக்கும் அவன் மூலமாக அந்தப் பெண்களுக்கும் கசப்பான அனுபவங்களாக மாற்றிக் கொடுத்த புண்ணியவான் வேறு யாருமில்லை, ரெகுபதிதான். ரெகுபதிக்குத் தன்னுடைய கணித அறிவைக் காட்டிலும் (பேரேடுகளே இல்லாமல் செலவழித்தாலும் இன்னும் மூன்று தலைமுறைக்கு ஜமீன் சொத்து தாக்குப்பிடிக்கும்), வேதப் படிப்பையும் சமஸ்கிருதப் புலமையையும் காட்டிலும் (அதன் தேவை அரண்மனையில் இன்னும் சாகாமலிருந்த பெரியவர்களுக்குத்தான் இருந்தது), நிர்வாகத் திறமையைக் காட்டிலும் (அது ரெகுபதியினுடைய விருப்பங்களைச் செயலாக்குவது என்பதற்குமேல் கூடுதல் பொருள் கொண்டதன்று) அதிகமாகத் தன்னுடைய இலக்கியப் புலமைதான் தேவைப்படுகிறது என்று வேறு யாரிடமும் பகிர்ந்துகொள்ள முடியாத தன் வருத்தத்தைத் தன்னைச் சந்திக்க வரும் அத்தை மகள்களிடம் சொல்லி அரற்றுவான் விஸ்வநாதன். அதிலும் குறிப்பாக ஆங்கில இலக்கியப் புலமை, அதில் பிரத்யேகமாகக் கவிதைகள் மற்றும் காவியங்கள். அவற்றில் முக்கியமாகச் சிருங்காரப் பகுதிகள். வேலைக்குச் சேர்ந்து சில நாள்களுக்குப் பிறகு ரெகுபதி

பையத் தன்னிடம் வெளிநாடுகளில் ஆண் பெண் உறவின் நினைத்துப்பார்க்கவே முடியாத நிலைகளையும் ருசிகளையும் பற்றியெல்லாம் அப்பட்டமாகவே எழுதுவதோடு அவற்றைப் படங்களாகவும் வெளியிடுவார்களாமே, அப்படியா என்று கேட்டதை யும் வெளிநாடுகளில் என்ன, நமது இலக்கியங்களிலும் சிற்பங்களிலும் சித்திரங்களிலுமே தேவையான அளவு சிருங்கார ரசம் நிரம்பிக் கிடக்கிறதே என்று தான் பதில் சொன்னதையும், இருக்கலாம்தான், ஆனால் அபாரமான மைதுனங்களையெல்லாம் இங்கேதான் கடவுள்களுக்கும் புராண நாயகர்களுக்குமே கொடுத்துவிடுகிறார்களே, எனக்குச் சாமானியர்களின் சந்தோஷங்கள் தேவைப்படுகின்றன, மனிதனால் சாத்தியப்படக்கூடியவை, அல்லது மனிதனுக்கும் அனுபவிக்க உரிமையுண்டு என்கிற அறிதல் என்று ரெகுபதி அசடுவழிந்ததையும் அவனுடைய உபத்திரவம் எல்லை மீறிச் செல்லவாரம்பித்ததாக உணர்ந்த காலகட்டத்தில் மிகத் தாமதமாகத்தான் விஸ்வநாதன் சுமதியிடமும் பவித்ராவிடமும் பகிர்ந்துகொண்டான். ஏனென்றால் ரெகுபதியின் இந்தக் காமத்துப்பால்மீதான ஈடுபாட்டை இலக்கிய ஈடுபாடாக நினைத்துக்கொண்டு மெல்லிய ஆச்சரியத்துடனும் கேட்பவருடைய இதயத்தின் மையத்தை நேரடியாகத் தொட்டுக் கிளர்த்தும் தன்னுடைய உபன்யாசத் திறமையின் மீதான கர்வத்துடனும் பிராயத்தின் இயல்பினாலும் (அவனும் அப்போது இருபதுகளைத் தாண்டாதவன் தானே) சுமதியுடனான காதலின் தாக்கத்தினாலும் தனக்கே உண்டாகியிருந்த ரகசிய ஈடுபாட்டுனும் துவக்க நாள்களில் மிகுந்த கூச்சத்துடனும் பிறகு சரளமாயும் ஓவிட்டையும் சாப்போவையும் தன் பிரியத்திற்குகந்த பெட்ரார்ச்சையும் முதலில் ஆங்கிலத்தில் வாசித்து (ஓர் அட்சரம்கூடப் புரியவில்லை யானாலும் ஆங்கில உச்சரிப்பின் நளினம் இயல்பாகவே அதன் ஒலி வடிவத்தில் காமத்தைப் பொதிந்து வைத்திருப்பதாக ரெகுபதிக்கு ஓர் எண்ணமிருந்தது) அதைப் பிறகு தமிழிலும் மொழிபெயர்த்துச் சொல்லத் தொடங்கிய விஸ்வநாதனுக்கு அது நாளாவட்டத்தில் ரெகுபதியின் அதீதமான உந்துதலின் மேலும் தடை செய்யப்பட்ட நூல்களைக்கூட மெட்ராஸிலிருந்தோ அல்லது கப்பல் மூலமாக வெளிநாடுகளிலிருந்தோ

தருவித்துக்கொள்வதில் அவன் காட்டிய ஈடுபாடு மற்றும் அதற்காக வழங்கிய பணத்தின் மேலும் மெதுவாகப் பயணித்து டிஹெச் லாரன்ஸையும் ஜார்ஜ் பத்தேலையும் ஹென்றி மில்லரையும் தொட்டபோது அவன் அடைந்த பரவசத்தையும் நகர்ந்த புள்ளிகளையும் பார்த்துத்தான் கவலையும் மிரட்சியும் உண்டாகத் தொடங்கியது (நாளின் பெரும்பாலான நேரங்களில், அது நான் இருப்புச் சரிக்கட்டுவதற்காகப் போராடிக் கொண்டிருக்கும் காலையாயிருந்தாலும் சரி, அல்லது அரண்மனைக்கு வரி வசூல் பிரச்சனைகளை விவாதிக்க வருகை தரவிருக்கும் துரையை வரவேற்பதற் கான ஆயத்தங்களில் ஈடுபட்டிருக்கும் அந்தியாயிருந் தாலும் சரி, அல்லது ரெகுபதியின் பாட்டனாரின் வேண்டுகோளுக்கிணங்க கம்பராமாயணத்தை வாசித்துக்காட்டிக்கொண்டிருக்கும் மதியப் பொழுதாயிருந்தாலும் சரி, ஜெனே பெண்களைப் பயன்படுத்திக்கொண்ட விதங்கள் குறித்த அவனுடைய நேரங்காலமற்ற சந்தேகங்களுக்குப் பதில் சொல்லிக் கொண்டேயிருக்க வேண்டிய நிர்பந்தம் பெரும் சலிப்பை ஏற்படுத்துவதாகயிருக்கிறது பெண்களே). எல்லா பொழுதுகளிலும் அரண்மனைக் காற்றில் அலைபுரண்டுகொண்டேயிருந்த காமத்தின் வாடை யிலும் அதை ரெகுபதியிடம் கிளர்த்திவிட்டுக் கொண்டேயிருக்க வேண்டிய கட்டாயத்தில் தன்னை உணர்ந்ததிலும் ஒவ்வாமையும் பெருகிக்கொண்டிருந்தது. முதலில் இலக்கியத்தில் ஆர்வமிருப்பதைப் போல தன்னைக் காட்டிக்கொண்ட ரெகுபதி மெதுமெதுவே அவற்றை முழுவதுமாகப் படிக்கும் வேலையை விஸ்வநாதனிடமே கொடுத்துவிட்டு (ஒரு விதத்தில் அதில் எனக்கு சந்தோஷம்தான், எந்த எசமானன் இலக்கியத்தைக் கையில் கொடுத்து அதை வாசிப்ப தற்குச் சம்பளமும் கொடுக்கிறான்) அதிலிருக்கும் சிற்றின்பப் பகுதிகளை மட்டும் தனக்கு வாசித்துக் காண்பித்தால் போதுமென்று சொல்லிவிட, வாசிப்பின் ஒலித் துகள்கள் நா நுனியில் ஒட்டியிருக்கும் போதையோடேயே சுமதியைச் சந்திக்கும்போது (அவள் ஒருபுறம் எப்போதுமே தங்கள் சந்திப்பிற்கு இம்மாதிரியான எண்ணங்களைக் கட்டவிழ்த்துவிடும் தனிமையும் நிசப்தமும் அரைகுறை வெளிச்சமும் குளிர்ச்சியும் நிரம்பிய இடங்களையே தேர்ந்தெடுத்துத்

தன்னையறியாமலேயே அவனுடைய ஆண்மையைச் சோதிக்கும் வேலையைச் செய்துகொண்டிருந்தாள்) மனம் தன் கட்டுப்பாட்டை மீறி அவளை அத்துமீறிக் கற்பனை செய்ய முற்படுவது குறித்த குற்றவுணர்வையும் அவன் சுமதியிடமும் பவித்ராவிடமும் மறைக்காமல் ஒப்புக்கொண்டிருந்தான் (சுமதியும் விஸ்வநாதனும் தங்களுடைய அந்தரங்க உரையாடல்களுக்காகக் கண் மறைவாகச் சென்று அமர்ந்த சிறிது நேரத்திலேயே மலத்தை மிதித்தவளைப் போல சுமதி முகத்தை வைத்துக்கொண்டு மறைவிடத்திலிருந்து வேகமாக வெளிப்படுவதும் பின்னாலேயே மன்னிப்பு கேட்டுக் கொண்டு ஓடிவரும் விஸ்வநாதனைத் திரும்பிக்கூடப் பார்க்காமல் இனி அவன் தன் முகத்திலேயே விழிக்கக் கூடாதென்று சொல்லிக்கொண்டே பவித்ராவின் கையைப் பிடித்திழுத்துக்கொண்டு நடக்கத் துவங்குவதும்கூடச் சில சமயங்களில் நடந்திருக்கிறது. கிறுக்கன், அந்தச் சனியன் ரெகுபதியிடம் பேசிவிட்டு வந்த வாயைக் கழுவாமல் இங்கே மேதாவித்தனமாக ஷேக்ஸ்பியரையோ ஷெல்லியையோ ஒப்புக்குத் துணைக்கழைத்துக்கொண்டு அந்தக் கண்றாவியை யெல்லாம் என்னிடமும் பிரலாபித்துத் தொலைக்கிறான்). இது இதன் பங்கிற்கு அவன்மேல் சுயவெறுப்பை வேறு வாரியிறைத்துக்கொண்டிருந்தது. போதாதற்கு அன்றாடத்தில் ரெகுபதியினுடைய இந்த நடவடிக்கை களால் சில நடைமுறை சார்ந்த பக்கவிளைவுகளையும் அவன் எதிர்கொண்டான். வேலைக்காரனிடம் தன்னுடைய மன விகாரங்களையும் பலவீனங்களையும் வெளிக்காட்டிக்கொண்டிருப்பது குறித்தான வெட்கவுணர்வை சமனப்படுத்திக்கொள்வதற்காக ரெகுபதி விஸ்வநாதனுடைய வேலைகளில் அனுபவ மற்ற கண்டிப்பையும் அதீதமான கச்சிதத்தையும் முக்கியத்துவமற்ற பிழைகளின் மேல் தேவைக்கதிகமான கடிதலையும் திணிக்கத் துவங்கினான். இந்தரீதியில் ஒரு பணியாளின் மனதில் தான் ஏற்றும் தாழ்வு மனப்பான்மை பிற வழிகளில் தன்னைத் திருப்தி செய்யும் மார்க்கங்களைத் தன்னுடைய வற்புறுத்தல் தேவைப்படாமல் தன்னிச்சையாகவே அவனைத் தேடச் செய்யும் என்பது அவன் யோசனை. ரெகுபதி தந்திரசாலிதான். ஆனால் அதிலொரு அப்பாவித்தன மிருந்தது. படித்தவனுடைய தந்திரங்களின் குணமே

வேறு. தன்னுடைய அழுத்தத்தால் தனக்கே முழுவது மாக ஒப்புக்கொடுக்கப்பட்டுவிடுமென்று ரெகுபதி யோசித்ததற்கு மாறாக விஸ்வநாதனுடைய படித்த மூளை அவனுடைய கெடுபிடிகளின் மேல் வெறுப்பும், துவக்கத்தில் தன்னுடைய தனியறையிலேயே இலக்கிய வாசிப்புகளை நடத்திக்கொண்டிருந்த அவன் மாதங்கள் செல்லச் செல்லத் தைரியம் பெற்று ரகசியத்தை விட்டொழித்துவிட்டுத் தர்பார் மண்டபத்திலேயே, தன்னுடன் சேர்த்துக்கொண்ட, ஒத்த மனநிலையை யுடைய அக்கம்பக்கத்து மிட்டா மிராசுகளினுடைய விடலை வாரிசுகளின் முன்னிலையில் இந்தக் காரியத்தைச் செய்யும்படி விஸ்வநாதனைப் பணித்த போது அதன்மேல் அருவருப்பும் கொண்டு அவனைத் தப்பிக்கும் மார்க்கங்களைத் தேடவாரம்பித்துவிட்டது. இந்தத் தேடலுக்குக் கூடுதல் அழுத்தம் கொடுக்கும் விதமாக மேலும் இரண்டு காரணங்கள் ரெகுபதியின் இயல்பின் போக்கில் வந்துசேர்ந்தன. முதல் காரணம், ரெகுபதி தன்னுடைய நண்பர்களின் உபதேசங்களின் மூலம் பெற்ற தைரியத்தில் காகித உடல்களைத் தாண்டி நிஜப் பெண்ணுடல்களைத் தேடி வெளியே செல்லவும் மிக அருமையாக வாய்க்கும் தருணங்களில் அவர்களைத் தன் படுக்கையறைக்கே ரகசியமாகக் கூட்டி வரவுமான அபாயகரமான புள்ளிகளை நோக்கி நகர்ந்தபோது அந்த லீலைகள் அவனுடைய நண்பர்கள் மூலமாகவே சாகஸக் கதைகளின் தொகுப்பாக அவர்களுடைய நண்பர்களுக்கும் அவர்கள்மூலம் வம்பளப்புகளாகப் பொதுவெளிக்கும் பரவி ரெகுபதி யைப் பற்றிய அச்சத்தைப் பெண்களிடம் உண்டாக்கிய தோடல்லாமல் அவனுடன் கூடவேயிருந்த பிராமணப் பையனான விஸ்வநாதன்தான் தன்னுடைய படிப்பறிவாலுண்டான வாக்குச் சாதுர்யத்தையும் தன் குலத்தின் மேல் சமூகத்திற்கிருக்கும் நன்மதிப்பையும் பயன்படுத்தி அவனுக்குப் பெண் பிடித்துக் கொடுக்கிற வேலையைச் செய்துகொண்டிருக்கிறவனென்கிற படிமத்தை ஊர்க்காரர்கள் மத்தியில் ஏற்படுத்திவிட்ட அசிங்கமும் நடந்தேறியது. ஜாடைமாடையான பேச்சுகள் நாக்குகளில் சுழன்று கடைசியில் சுந்தரேசய்யர் காதுகளையும் வந்தடைந்தபோது அவர் வளர்ந்த ஆணென்றும் பாராமல் விஸ்வநாதனைக் கூடத்தில் நிற்கவைத்துத் தோலைப் புளிய மிளாரால்

ஒருபுறம் உரித்தெடுக்கவும் மறுபுறம் அவனுடைய மாமனோ பெண் கேட்டுத் தன் வீட்டு வாசற்படியை சுந்தரேசய்யரோ அத்தை பெண்களென்று சொல்லிக் கொண்டு அவர்களைப் பார்க்க விஸ்வநாதனோ மிதிக்கக் கூடாதென்று சொல்லிவிடவுமாக வளர்ந்தது. விஸ்வநாதன் சுமதியைச் சூடவாடி மலையுச்சிக்கு அழைத்துச்சென்று பவித்ரா இன்னும் விலகிச் செல்லவில்லையென்கிற பிரக்ஞைகூட இன்றி அவள் மடியில் தலைவைத்து மன வலிக்கும் உடல் வலிக்கு மாகச் சேர்த்துப் பெரிதாக அழத் தொடங்கிவிட்டான். பெண்களிருவராலுமே அவனைப் புரிந்துகொள்ள முடிந்தது. சுமதிக்குத் தந்தையை எதிர்த்துப் பேசும் துணிவு இருக்கவில்லையானாலும் அவனுக்காக எத்தனை வருடங்கள் வேண்டுமானாலும் காத்திருக்க முடியுமென்கிற வாக்குறுதியைக் கொடுத்து அவனை ஆறுதல்படுத்த முடிந்தது. அப்போதுதான் அவள் வேறு வேலையொன்றைத் தேடிக்கொள்ளும் யோசனையையும் அவனுக்குச் சொன்னாள் (ஒத்து வரவில்லையென்றால் வேறொரு கௌரவமான உத்தியோகத்தைப் பார்த்துக்கொண்டு வந்து என்னைக் கூட்டிக்கொண்டு போயேன் விச்சு, அப்பாவிற்கென்ன உன் பேரிலேயா வெறுப்பு, நீ இருக்கும் இடத்தின் மேல்தானே). விஸ்வநாதன் விண்ணப்பங்களை எழுதியனுப்புவதோடு அரண்மனைக்கு வந்துபோகும் ஆங்கில அதிகாரிகளுடன் சிபாரிசுக்காக ரகசியமாகப் பேசவும் ஆரம்பித்தான் (சூரியன் அஸ்தமிக்காத சாம்ராஜ்ஜியத்தின் அந்தப் பிரதிநிதிகள் ரெகுபதியின் தூண்டுதலின்பேரில் தொழில்முறை உரையாடல்களுக்கு நடுவே ஆங்கிலச் சிற்றின்ப இலக்கிய நூல்களைப் பற்றி விஸ்வநாதன் தங்களிடம் எதேச்சையாகக் கேட்பதுபோல வினவும்போதும் தங்களிடமிருந்தால் அவற்றை இரவலாகவோ விலைக்கோ கொடுத்துதவும் படி இறைஞ்சும்போதும் அவன் முகம் சிவந்துபோவதை யும் கண்கள் தங்களுடைய பாதங்களை நோக்கித் தாழ்ந்துவிடுவதையும் குரல் குழறுவதையும் ஏற்கெனவே கவனித்துத் தங்களுக்குள் புன்னகைத்துக்கொண் டிருந்தார்கள். அவர்களுக்கு அப்போதே தெரிந்திருந்தது அவன் அங்கே அதிக நாள்கள் இருக்க மாட்டா னென்பது). இரண்டாவதும் முக்கியமானதுமான காரணம் கோட்டை மாரியம்மன் கோவில் கொடை

நாள்களில் ஓசூர் ஏரிக்கரை முழுக்கத் தன் நண்பர்களுடன் கிளி விரட்டித் திரிந்த (பெண்களைத் துரத்துவது) ரெகுபதி அங்கேயெங்கேயோ பவித்ராவைப் பார்த்துவிட்டு அதிலிருந்து அடிக்கடி ஜாடைமாடையாகவும் வெட்கத்துடனும் தயக்கத்துடனும் அவளைப் பற்றி விஸ்வநாதனிடம் விசாரிக்கத் துவங்கியபோது உருவானது. அவன் தன்னைப் பற்றி விஸ்வநாதன் தன் அத்தை வீட்டில் (பவித்ரா இருக்கும்போது) பிரஸ்தாபிப்பதுண்டா என்றும் அப்படியில்லையெனில் அவன் ஏன் தான் அவனைப் பற்றித் தனக்குத் தெரிந்தவர்களிடமெல்லாம் புகழ்ந்து பேசுவதைப் போல தன்னைப் பற்றி அவனுடைய உறவினர்களிடம் பேசிச் சந்தோஷப்படுவதில்லையென்றும் கேட்டு அப்படிச் செய்யும்படி அவனை மென்மையான நாக்குழறலுடன் வற்புறுத்தினான். ஓர் ஆணின் மனதில் ஒரு பெண் அவளுக்காக எதையும் செய்யும் தைரியத்தை அவளையறியாமலேயே வளர்த்துக்கொண்டிருக்கிறாளென்பதுதான் அவளைப் பற்றிப் பேசும்போதோ அல்லது அவளிடம் பேசும்போதோ ஆண் கொள்ளும் நடுக்கத்தின் பொருள் என்கிற உண்மை சுமதியுடனான அனுபவத்தின் வழியே விஸ்வநாதன் ஏற்கெனவே அறிந்திருந்ததுதானாதலாலும் இந்த மாதிரியான சூழ்நிலையில் என்ன செய்ய வேண்டுமென்பதைத் தெரிந்திராத பிராயத்தில் அவன் இருந்தானாகையாலும் அவன் ரெகுபதி பேசச் சொன்னதைப் போல பேசாமல் ரெகுபதி பேசியதையே தன் அத்தையிடம் சொல்லிவிட அதுவே அவன் காதலுக்கு எமனாக வந்து முடியும்வண்ணம் பவித்ராவின் எதிர்காலம் குறித்துக் கவலைப்படவாரம்பித்துவிட்ட அந்தப் பெண்மணி தன் கணவருடன் பேசி ரெகுபதியென்னும் பேயிடமிருந்து பவித்ராவைத் தப்புவிப்பதற்காக அவசர அவசரமாகக் கைவசம் தயாராக இருக்கும் தன் அண்ணன் மகனை (அவன்மீது சுமதியின் ஈர்ப்பு ஊரறிந்த ரகசியமென்றாலும் மூத்த பெண்ணின் வாழ்க்கை அப்போது முதல் தேர்வாக விஸ்வரூபமெடுத்திருந்த நிலையில் சிறியவர்களின் உணர்வுகள் முக்கியமற்றவையாகப் பின்னுக்குத் தள்ளப்பட்டு) மாப்பிள்ளையாக்கும் முடிவையெடுக்கும்படி ஆன கதை தனிக்கதை. ரெகுபதியைப் பற்றிய விஸ்வநாதனின் விவரிப்புகளின் வழியே ஏதோவொரு விதத்தில்

புகைப்படங்களில் பிறந்தமேனியாக நிற்கும் பெண்களுக்குப் பார்வையில் படும் எல்லா பெண்களையுமே அவ்விதமாகப் பார்க்கும் மாயக் கண்ணாடியை ஆண்களுடைய கண்களின் மேல் பொருத்தி அதன் வழியே பார்க்கப்படும் பெண்களுடைய வாழ்க்கையின் போக்கையுமேகூட வேறொன்றாய் வரையறுத்துவிடும் ஊழின் வல்லமை உண்டு என்கிற எண்ணம் தன் ஆழ்மனதில் பதிந்துவிட்டிருந்தது என்பதே லோத்தரின் வேண்டுகோள் உண்டாக்கிய உடல் நடுக்கம் பவித்ராவுக்கு உணர்த்திய முதல் அறிதலாயிருந்தது (லோத்தருடன் பின்னாளில் வேலை செய்த காலம் முழுவதுமே தன்னுடைய கடந்தகாலங்களுக்குப் புத்தம் புதிதான அர்த்தத்தைக் கொடுத்து வேறொரு மனநிலையில் அவற்றை நிகழ்காலமாக அனுபவிக்கும் பழக்கத்தையும் அந்த அர்த்த இடையீட்டைச் சார்ந்து முடிவெடுக்கும் மனநிலையையும் பவித்ரா விரும்பியே வளர்த்துக்கொண்டிருந்தாள்). கன்னிப் பருவத்தில் உடை களைந்த உடல்கள் பற்றிய அவளுடைய அறிதல் இப்படியிருந்ததென்றால் திருமணத்திற்குப் பிறகு தாய்மையடைவதற்கான தவிர்க்கவியலாத முன்தேவையாக அதை அவள் அம்மா அவளுக்கு உபதேசித்துப் பக்குவப்படுத்திப் புகுந்த வீட்டிற்கு அனுப்பிவைத்த போது, அதற்கு அவளும் தன்னைத் தயார்படுத்திக் கொண்டிருந்தபோதும், விஸ்வநாதன் அவளுடனான பன்னிரண்டு வருடத் தாம்பத்யத்தில் ஓர் இரவில்கூட அவளைத் தன் அருகே வரும்படி சொன்னதேயில்லையென்பது இன்னொரு விதமான அறிதலைத் தந்தது. அவள் அதை எதிர்பார்க்கவுமில்லை (குளிக்கும் பொழுதைத் தவிர பிற சமயங்களில் நிதம்பத்தைக் கையால் தொடும் பழக்கத்தையும் அவள் இயல்பாகவே உண்டாக்கிக்கொள்ளவில்லை. சுமதியை விஸ்வநாதனுக்கு இரண்டாம் தாரமாகக் கட்டிவைத்த பின் அவர்களிருவரும் நெருங்கியிருக்கும் சில அசந்தர்ப்பவசமான தருணங்கள் திடீரெனக் கண்ணில் பட்டுவிடும்போது தன்னை மீறிப் பொங்கியெழும் உடற்தினவையும் துக்கத்தையும் தணித்துக்கொள்ளக் கிணற்று நீரை சகஸ்ரநாமத்தோடு சேர்த்து மொண்டு தலையில் கவிழ்த்துக்கொள்ளும் உத்தியைத்தான் அவள் அம்மா அவளுக்கு உபதேசித்திருந்தாள்). அவளுடைய உடலின் வசீகரமான இருப்பை அவள்

பிரக்ஞைக்குக் கொண்டுவந்த முதல் ஆணென்றால் அது கிணற்றடியில் திடீரெனத் தோன்றி அவளைத் தன்னுடன் வந்துவிடும்படி அழைத்த அவளுடைய மரணம்தான். துரதிர்ஷ்டவசமாக அவனுடைய பார்வையும் தீண்டலும் பேச்சும் அருவருப்பான முன்விளையாட்டுகளையும் குற்றவுணர்வில் தோய்ந்த கலவியுச்சத்தையும் பகிரங்கப்பட்டுவிட்ட அவமான உணர்வையுமே அளித்ததிலும் அவனுடைய துரத்தலின் உச்சக்கட்டமாக மணிகர்ணிகா கட்டத்தில் பல பேருக்கு முன்னால் தன்னை முதன்முதலாகத் தன் கணவனின் மடியில் அரைநிர்வாணமாய்க் கண்ட அதிர்ச்சியிலும் அம்மணமும் உடலுறவும் நிரந்தர மாகவே அவள் மனதில் ஒரு பிசாசின் வடிவமாக உருக்கொண்டுவிட்டன. எனவே லோத்தர் அவளுடைய நிர்வாணத்தை உதவியாகக் கேட்டவுடன் எது ஆதிக் காரணமாயிருந்து ரெகுபதியின் பார்வை வழியே தன் வாழ்வின் நிறத்தை மாற்றியமைத்ததோ அதுவாக இப்போது தானே மாறும் ஒரு முரண்நகைத்தனமான வாய்ப்பு தன்னை ஏற்றுக்கொள்ளச் சொல்லித் தன் காலடிகளில் இறைஞ்சி நிற்பதைக் கண்ட விரக்தியும் ஆச்சரியமும் கலந்த வேடிக்கையுணர்விலும் உடை களைக் களைவது என்பதை வலியோடும் குற்றவுணர் வோடும் மரணத்தோடும் இணைத்துப்பார்க்கவே போதித்திருந்த கடந்தகால வாழ்வனுபவத்தின் மீதான பயவுணர்விலும் உண்டான தனிப்பட்ட குழப்பத்தால் பதற்றமடைந்த அவள் முதலில் அவனுடைய முகத்தைத்தான், அதன் எந்தச் சாயலிலாவது தன்னை மயக்கி வீழ்த்தக் காத்திருந்த மரணத்தின் வசீகரம் தென்படுகிறதாயென்பதைக் கண்டுபிடித்துவிடும் பதைப்புடன், உற்றுப்பார்த்தாள். காமரசம் ததும்பும் மரணத்தின் முகத்திற்குப் பதிலாக லோத்தரின் கண்கள் பரிவும் மரியாதையும் நிரம்பிய உயிர்க்களை ததும்பும் முகத்தையே அடையாளப்படுத்தியபோது அது அவளுக்குச் சிறிது நிம்மதியைத் தந்தது. பிறகே அவனுடைய உதவிகளை ஏற்கெனவே ஏற்றுக்கொண்டு விட்ட கடனுணர்வும் பிரக்ஞைக்கு வந்து (அவன் அதை வற்புறுத்தப்போவதில்லையென்று முதலிலேயே திட்டவட்டமாகக் கூறிவிட்டிருந்தானென்றாலும்) மற்ற பெண்களைப் போல அந்த வேண்டுகோளைக் கேட்டதுமே உடனே அவனை உதறிவிட்டு வெளியேறி

விட முடியாதபடி அவள் கைகளைக் கட்டிப்போட்டது. லோத்தரும் தன்னுடைய உதவிகளுக்குக் கைமாறாகச் சிறிதுநேரம் தான் சொல்வதைப் பொறுமையாகச் செவியுறும் சலுகையை மட்டும் அவள் தனக்குத் தந்தால் போதுமானது என்று கூறிவிட்டு உள்ளேயிருந்த அவநம்பிக்கையை வெளிக்காட்டிக்கொள்ளாமல் வார்த்தைகளில் நிதானத்தை வரவழைத்துக்கொண்டு அவளிடம் நிறையப் பேசினான், நிர்வாணம் என்ற சொல்லைக் கேட்டதுமே அவளிடம் உண்டாகும் பதற்றம் உண்மையில் அதன்மீதான ஒவ்வாமையாலோ அச்சத்தாலோ ஏற்பட்டதன்று, தன் உடலை ரசிக்காத, உடலைப் பற்றி யோசிக்காத எந்த ஒரு மனிதப் பிறவியையும் இந்த மண்ணில் பார்க்க முடியாது, எப்போது ஆடை என்கிற ஒன்று மனிதனின் உலகில் கண்டுபிடிக்கப்பட்டதோ அப்போதே நிர்வாணம் என்பது இயற்கை என்கிற நிலையிலிருந்து விலகி ரசனைக்கும் வியப்புக்கும் உரியதாகிப் பிறகு தத்துவம் மற்றும் இறையியல் ஆய்வுகளுக்கு உரிய பிரத்யேக அளவுகோலாயும் அடைய வேண்டிய லட்சியமாயும் மாறித்தான்விட்டது, எனவே உடைகளைக் களைவதன்று பவித்ராவின் பிரச்சனை, மாறாகக் காலப்போக்கில் உடை களைந்த உடலென்பது பாலுறவின் அடையாளமாயும் படுக்கைக்கான அழைப்பாயும் வியாபார உலகத்தால் காட்சிப்படுத்தப் பட்டுவிட்டதால் குடும்பம் என்கிற அமைப்பிற்குள் தவிர்க்கவியலாதபடி கற்பொழுக்கத்தின் அளவாயும் பார்க்கப்படலாகி அது கற்புடன் சம்பந்தப்பட்டது என்கிற நினைப்புத்தான் அதை ஓர் ஆண் இறைஞ் சும்போது அவளை அதிர்ச்சியடையச் செய்திருக்கிறது என்பதை அவன் அவளுக்குப் புரியவைக்க வேண்டி யிருந்தது. இதற்காக இந்தியாவின் இலக்கியங்கள் மற்றும் புராணங்களை முன்வைத்து அவற்றின் காட்சிப் பதிவுகளான கோவில் ஓவியங்கள் மற்றும் சிற்பங்கள் மூலமாக நிர்வாணம் என்பது அசிங்கமானதோ ஆட்சேபகரமானதோ ரகசியமானதோ அன்று என்பதை அவள் ஏற்கெனவே தெரிந்துகொண்டிருக்கிறா ளென்பதையும் பெற்றோரின் கைகளைப் பிடித்தபடி நடந்து சென்றுகொண்டிருந்த பிராயங்களிலேயே அவள் அந்த ஓவியங்களையும் சிற்பங்களையும் யாதொரு உறுத்தலுமின்றிக் கடந்துசென்றிருக்கிறா

ளென்பதையும் அந்த வகையில் ஆடையவிழ்தல் ஒரு கலாச்சாரப் பெண்ணான அவளுக்கு அந்நியமானதும் வியப்பானதுமல்ல என்பது அவளுடைய நனவிலிக்குத் தெரியும் என்பதையும் அவளுக்கு நினைவுபடுத்த வேண்டியிருந்தது. பிறகு மேற்கிலும் பைபிளில் துவங்கி அதற்கு ஆயிரத்துத் தொள்ளாயிரம் வருடங்கள் கழித்து அனாடோலே ஃபிரான்ஸ்ஸால் எழுதப்பட்ட பெங்குவின் தீவுவரை, மேலும் உலகின் மிக மகத்தான ஆடையை அணிந்திருப்பதாய் நினைத்துக்கொண்டு மந்திரிப் பிரதானிகளின் அங்கீகாரத்துடன் அம்மண மாய்த் தன் நகரத்து மக்களிடையே ஊர்வலம்போய் ஒரு சிறுவனால் அவமானப்படுத்தப்பட்ட கர்வம் பிடித்த அரசனைப் பற்றிய ஜெகப் பிரசித்திபெற்ற கதையிலும்கூட மனிதனைக் காம இச்சைக்கும் பேராசைக்கும் பாவத்திற்கும் உந்துவது ஆடைகளேயன்றி நிர்வாணம் அன்று என்றுதான் சொல்லப்பட்டிருக்கிறது என்கிறரீதியில் தன்னுடைய மண்ணிலிருந்தும் மதத்திலிருந்தும் மேற்கோள்களையும் கதைகளையும் எடுத்துக்காட்டி அவளைத் தன் சார்பாக யோசிக்கச் செய்ய அவன் முயற்சிகளை மேற்கொண்டான். சற்று திறந்த மனதுடன் அவள் தன் சிறுவயதில் ஓரக்கண்களால் பார்த்தபடியே அடிக்கடி கடந்துசென்றிருக்கக் கூடிய உள்ளூர்க் கோவில் சிற்பங்களையும் சுவர்ச் சித்திரங்களையும் ஞாபகத்தின் கண்களால் திரும்ப ஒருமுறை இப்போது உற்று நோக்கினால் நிர்வாணம் எப்போதும் மைதுனத்தோடேயே இணைக்கப்பட்டிருப்பதில்லை என்பதையும் நவரசங்களில் சிருங்காரம் மட்டுமே ஆடை நெகிழும் நிலைக்கு உரியதாய் அவற்றில் எப்போதுமே சொல்லப்பட்டதில்லை என்பதையும் ஒவ்வொரு ரசமும் அதன் உச்ச நிலையில் ஆடைகளைத் துறக்கும் நிலையை எட்டுவதாகவே இருக்கிறது என்பதுதான் அவற்றின் செய்தியாக இருக்கிறது என்பதையும் அவளால் சரியாகவே நினைவுகூர முடியும், ரசங்களின் அந்த உச்ச நிலைகளைத்தான் பவித்ராவினுடைய உதவியோடு காட்சிப்படுத்த லோத்தரும் விழைந்தான், சொல்லப் போனால் சிருங்கார பாவத்தை முற்றிலும் விலக்க முடியாவிட்டாலும் அதை அதிகம் சார்ந்திருக்காமல் தன் விழைவைச் சாதிக்க வேண்டும் எனவும் அவன் எண்ணினான், அதற்கு அவனுக்குத் தேவை நிர்வாணத்

திற்கு அதிகம் பழகாத, தன் புகைப்படக் கருவியின் முன் எந்திரம்போல வந்து நிற்காமல் அதனுடன் தன் புதினத்தால் உரையாடலை நிகழ்த்தும் ஓர் உடல் அவ்வளவே, பவித்ரா அவனைத் தாராளமாக நம்பலாம், அவளை வெறுமே காமத்தைத் தூண்டும் கருவியாகத் தன் படங்களில் அவன் நிச்சயமாய்ப் பதிவுசெய்ய மாட்டான், ஒவ்வொரு புகைப்படமும் அவளுடைய ஆமோதிப்புடனேயே பிரசுரத்திற்கு அனுப்பிவைக்கப்படும், மேலும் தனிப்பட்ட முறையிலும் அவனுடைய சுண்டுவிரல்கூடத் தொழில் நிமித்தமாகவன்றி வேறு நோக்கத்துடன் அவளைத் தீண்டாது, இந்தியாவில் பெண்ணுடலின் நிர்வாணம் தாய்மையின் உருவகமாகவும் பார்க்கப்படுவதை முன்னிறுத்தி பவித்ராவுக்குக் கற்பனைத் திறனிருந்தால் அவனைத் தன் கைக்குழந்தையாக நினைத்தேகூட ஆடைகளைக் களைந்துகொள்ளும் சூழலையும் நம்பிக்கையையும் அவன் உருவாக்குவதை அவனுடன் பழகும் சில நாள்களிலேயே அவள் தெரிந்துகொண்டு விடுவாள். இவ்வளவையும் சொன்ன பிறகு லோத்தர் முதன்முறையாகப் பவித்ராவைத் தன் அறைக்கும் அழைத்துச்சென்று லெ ஃப்லர் பூர் லெ சொம் இதழ்களையும் தான் எடுத்த பெண்களின் புகைப்படங் களையும் (அவற்றில் காமத் தூண்டுதலுக்கான படங்கள் இருந்தன என்பதையும்கூட (அவற்றைக் கலை மேற்சென்றுவிடுமென்கிற நம்பிக்கையில்) மறைக்க முயலாமல்) அவளுக்குக் காட்டி அவற்றிலிருக்கும் புகைப்படக் கலைசார்ந்த பிரத்யேக அழகியலை இயன்றவரை எளிமையாக விளக்கி கூடவே ரெம்ப்ராண்டிலிருந்து ரவிவர்மாவரை பிரசித்திபெற்ற மேலை மற்றும் கீழை ஓவியர்களுடன் பெயர் தெரியாத இடைக்காலக் கோவில் சுவர்ச் சித்திரக்காரர்கள் வரைந்த நிர்வாணச் சித்திரங்களையும் அவளுக்குக் காட்டி அவற்றின் மேல் அவளுக்கு மதிப்பையும் நம்பிக்கையையும் உண்டாக்க முயன்றான். மேலும் ஆடை என்பதுமே அதன் தேவை மற்றும் கலாச்சார அடையாளங்களுக்கப்பால் உடலின் அழகை எடுத்துக் காட்டும் நோக்கத்துடன் அணியப்படும்போது (இப்போது ஆடைகளின் பிரதான நோக்கம் என்பது முன் இரண்டு அம்சங்களையும் பின் தள்ளிவிட்டு அழகியலை மட்டுமே முன்னிறுத்துவதாகத்தானே

வடிவமைக்கப்படுகிறது சீமாட்டி), அதாவது நாம் நமக்காக அல்லாமல் பிறருக்காக உடையணியத் துவங்கும்போது, இன்னும் சரியாகச் சொல்வதானால் நாம் ஆடை அணிகிறோம் என்றில்லாமல் ஆடை நம்மை அணிகிறது என்பதாக மாறும்போது, ஆடையணிதலும் பார்ப்பவர் கண்களைக் கொண்டு அதை அவிழ்த்து அம்மணமாதல் என்கிற நிலையை நோக்கித்தானே செல்கிறது என்றும் ஒரு வாதத்தை அவள் முன்வைத்தான். பவித்ராவுக்கு லோத்தர் சொன்னதில் பாதி புரிந்தது. பாதி புரியவில்லை. ஆனால் அவன் வார்த்தைகளிலும் அதை அவன் சொன்ன விதத்திலும் அவளுக்கு நம்பிக்கை ஏற்பட்டுவிட்டிருந்தது. என்றாலும் தன்னுள் மிச்சமிருக்கும் தயக்கத்தைப் போக்கிக்கொள்ளவும் தன் மனச்சாட்சியை இணங்கவைக்கவும் தனக்குக் கூடுதலாகச் சில நாள்கள் அவகாசம் தரச்சொல்லி அவள் லோத்தரை வேண்டிக்கொண்டாள். லோத்தர் அதுவரை பேசியவையே தன்னுடன் தானே பேசிக்கொள்ளப் போதுமானவையென்றும் எனவே தானாக வந்து முடிவைச் சொல்லும்வரை அவன் தன்னை அணுகிக் கூடுதல் சமாதானங்களைத் தரத் தேவையில்லையென்றும் முடிவு எதுவாயிருந்தாலும் தன்னைக் கைவிட்டுவிடாமல் வேலைக்காரியாகவாவது வைத்துக்கொள்வானென்று நம்புவதாயும் சொல்லி விட்டுத் திரும்பினாள். அவ்வாறே லோத்தரும் அவளை அவளுடைய சிந்தனைகளுடன் தனியாகவே விட்டு விட்டான். உண்மையில் பவித்ரா லோத்தருடன் ஒத்துழைப்பது என்கிற முடிவிற்கு ஏறக்குறைய அப்போதே வந்துவிட்டிருந்தாள்தான். ஆனால் வாழ்க்கையில் முதன்முதலாக ஓர் ஆண் தன் இருப்பைப் பொருட்படுத்தித் தன்னுடைய தயவிற்காய்க் காத்திருக் கிறான் என்கிற எண்ணம் கொடுத்த புளகாங்கிதத்தை அவள் நிதானமாக ஆழ்ந்து அனுபவித்துத் தீர்க்க வேண்டுமென விரும்பினாள். எனவே ஒரு பத்து நாள்கள் அவள் வாராணசி மற்றும் சாரநாத்தின் தெருக்களிலும் படித்துறைகளிலும் எதிர்காலத்தின் மீதான புதிய நம்பிக்கையுடனும் மனதிற்குள் வெள்ளமெனக் கரைபுரண்டு ஓடிய உடலின் மீதான புதிய கர்வத்துடனும் தன்னிஷ்டத்திற்கு அலைந்து திரிந்தாள். கோவில் சிற்பங்களோடு தானும் ஒரு சிற்ப

மங்கையாய், கங்கையில் குளிக்கத் தயாராகும் பக்தையாய்ப் படிகளில் கால்வைத்தபடி, அல்லது குளித்துக் கரையேறும் படித்துறைக் கூட்டத்திற்குள் கூடுதலான ஈரத்துடன், தர்ப்பணப் புகை கமறும் தெருக்களில் பாதி தெரிந்தும் பாதி மறைந்தும் ஆவியுருவாய், பல்கலைக்கழகத்தின் முகப்பில், கோட்டைகளின் ரகசியத் திருப்பங்களில் அவற்றின் காலங்களைத் திரும்பத் தொடும் எத்தனிப்பில் உடைகளைப் பறக்கவிடும் பெண்ணாய், புத்தரின் அல்லது பார்ஸுவநாதரின் நிர்வாணத்தின் காலடி களில் தன் நிர்வாணத்தையும் அர்ப்பணிப்பவளாய்த் தன் உடலை லோத்தரின் கண்களால் தன்னெதிரே நிறுத்திப்பார்த்து எந்தச் சூழலுடன் அது சரியாகப் பொருந்துகிறது என்பதைத் தானே கற்பனை செய்து அந்தப் போதையில் மயங்கிக்கொண்டிருந்தாள். பதினொன்றாவது நாள் விடிந்த கையோடு அவள் லோத்தரைச் சென்று சந்தித்தபோது அவளிடம் இறுதியாகத் தலா ஒரு சந்தேகமும் ஓர் ஆசையும் மட்டும் அவனிடம் கேட்பதற்கு மிச்சமிருந்தன. சந்தேகம், ஏதாவது வேலை செய்து பிழைக்காமல் வெறுமே உடலைக் காட்சிப்பொருளாக்கிப் பணம் சம்பாதிப்பது விபசாரத்திற்கு ஒப்பானது இல்லையா. அந்தக் கேள்வியைத் துவக்கத்திலேயே எதிர்பார்த்திருந்த லோத்தர் உடனே அதை வாராணசியில் வாடிக்கையாக அவனுக்கான பெண்களைத் தருவித்துத் தரும் தரகர் கேவத் ஒரு வழக்கமான உரையாடலின்போது சொன்ன வார்த்தைகளின் வழியே எதிர்கொண்டான் (மனமாச்சரியங்களும் பொறாமையுமற்ற அந்த நடுத்தர வயதான, பக்குவப்பட்ட மனிதர் உன் பெண்களை இப்படித் தொழிலுக்கு அனுப்புவாயா என்று ஒரு முறை அவரால் ஏற்பாடு செய்யப்பட்டிருந்த பெண்ணுடன் படுத்துவிட்டு எழுந்துபோன யாரோ ஒரு யாத்ரீகருடைய மனைவி லோத்தரும் அவரும் பேசிக்கொண்டிருந்த சமயத்தில் அவரிடம் வந்து கத்தியபோது சிரித்துக்கொண்டே, நிச்சயமாகச் சொல்ல முடியாது அம்மணி, ஏனென்றால் வாடிக்கையாளர் களைப் பிடித்துக்கொடுக்கும் பொறுப்பை என்னிடம் விட்டுவிட்டு அன்றன்றைக்கான உணவின் மேல் நிச்சயத்துடனிருக்கும் யாரோ பெற்ற பெண்கள் அத்தனை பேரும் வலிக்கும்போது முகம் புதைத்து

அழுவதற்கு அப்பா என்றழைத்தபடி என் தோள்களைத் தேடித்தான் வந்து தொலைக்கிறார்கள் என்று நிதானம் தவறாமல் பதில் சொன்னதைப் பார்த்ததிலிருந்து அவருடைய அநேகமான வார்த்தைகளிலும், ஒரு தடவைகூடப் படிமிகளை இயக்கிக்கொண்டிருக்கும் நேரத்தில் அவனுடைய தொழிற்கூடத்தினுள் நுழையவோ அவன் எடுத்த அவர்களுடைய புகைப் படங்களைப் பார்க்கவோ பிடிவாதமாகவே மறுத்து விட்ட அவருடைய கண்ணியத்தின்பாலும் அவன் வெகுவாக ஈர்க்கப்பட்டு அவருடைய வார்த்தைகளையும் சிந்தனைகளையும் வாய்ப்பு கிடைக்கும் தருணங்களில் தானும் எங்காவது போலிசெய்துபார்க்க வேண்டும் என்று விருப்பம் கொண்டிருந்தான்), பவித்ரா நிர்வாணக் கலையை அப்படிப் பார்க்க வேண்டிய அவசியமில்லை, அறிவின் சாத்தியங்களைத் தேவைகளுக்காகப் பயன்படுத்திக்கொள்வதைத் திறமை என்று ஒத்துக் கொள்ளும்போது உடலின் சாத்தியங்களையும் அதே தேவைகளுக்காக உபயோகப்படுத்திக்கொள்வதை மட்டும் ஏன் அப்படி ஒத்துக்கொள்ளக் கூடாது, உடலையும் மனதையும் ஒன்றிலிருந்து பிறிதொன்றாகப் பிரித்துப்பார்க்க முடியாத காலமொன்றிருந்தது என்பதைத்தானே உலகின் முதல் மனிதத் தம்பதிகளின் கதை நமக்குச் சொல்கிறது, மேலும் தன்னுடைய அறிவையோ உடலையோ, இரண்டில் ஏதொன்றையும், அடிப்படைத் தேவைகளுக்காகவும் படைப்புத் தேவைகளுக்காகவும் தேர்ந்தெடுத்துக்கொள்வது என்பது வேசிமை உள்பட ஒரு தனிமனித உயிரினுடைய உரிமைதான், அவற்றை வெறும் பணத்திற்கான மூலதனமாயும் இச்சையைத் தூண்டும் கருவிகளாயும் மட்டுமே முன்வைக்கும்போது உடலால் மட்டுமல் லாமல் அறிவாலும் விபசாரம் செய்வது என்றுதான் அதை அழைக்க வேண்டியிருக்கும், என்னளவில் நான் உருவாக்க விரும்புவது இச்சையின் வடிகால்களுக் கான காமச் சித்திரங்கள் இல்லை என்று உத்தமனைப் போல சொல்லிக்கொள்ளப்போவதில்லை, ஏனெனில் கண்ணெதிரே தெரியும் நிஜமான அம்மணத்தைவிட கலையாக்கப்படும் நிர்வாணத்திற்குக் காமத்தைத் தூண்டும் குணம் இயல்பாகவே அதிகம் உண்டு என்பதால் பார்வையாளனுடைய பார்க்கும் கோணத்தின் மேல் என்னால் உரிமை கொண்டாட

முடியாது, ஆனால் நான் படமெடுக்க விரும்புபவை பெண்ணின் உடலென்னும் கடவுளின் தீவிரமான மொழியின் வழியே நான் சொல்ல விழையும் கதைச் சித்திரங்கள் என்று நீங்கள் உறுதியாக நம்பலாம். அடுத்ததாகப் பவித்ராவிற்கிருந்த ஆசை, அவள் சொன்னாள், லோத்தர், உங்கள் புகைப்படக் கலையின் சாத்தியாசாத்தியங்கள் பற்றி எனக்கு எதுவும் தெரியாது, ஆனால் நீங்கள் என்னை உங்கள் படிமியாகத் தேர்ந்தெடுத்த பிறகு உடல் பற்றிய பிரக்ஞை என்னுள் அபரிமிதமாக வளர்ந்துவிட்டது, உங்களுக்கு முன்பே கடந்த பத்து நாட்களில் இந்தப் புண்ணியத்தலத்தின் ஒவ்வொரு புள்ளியிலும் ஒவ்வொரு பொழுதின் பின்னணியிலும் பிறகு அவற்றை என் மனக்கண்ணில் மீண்டும் வரவழைத்தபடி கண்ணாடியின் முன்பும் நான் என்னை நிறுத்திப் பார்த்து ரசித்துக்கொண் டிருந்தேன் (உடைகளுடன்தான், என்னுடைய அறையில் ஆளுயரக் கண்ணாடியொன்றை நீங்கள் பொருத்தியிருக்கறீர்களென்றாலும் அதன் முன் நின்றுகூட ஆடைகளை அவிழ்க்க எனக்கு இன்னும் பழக்கம் வரவில்லை), ஆனால் அதிலிருந்துமே என் அறிவிற்கு எட்டியவரை எனக்கு ஒரு ரகசியம் தெரிய வந்தது, அதாவது, வேறெந்த இடத்தையும்விட மயானப் பரப்பிலும் வேறெந்த மனிதர்களின் அணுக்கத்தையும்விட பிணங்களின் அருகாமையிலும் வேறெந்த ஒளியையும் விடச் சிதை நெருப்பின் ஒளியிலும் என் உடல் அபாரமாகத் துலக்கம் பெறும் என்று எனக்குத் தோன்றியது, நிர்வாணத்தின் வழியே சொல்ல விரும்பும் கதைகளுக்குப் பெண்ணின் உடல் ஒரு தீவிரமான மொழி என்று நீங்கள் சொன்னது உண்மையானால் என் உடலைக் கொண்டு மரணத்தின் கதைகளை எழுதிப்பார்க்க வேண்டும் என்று ஆசைப்படுகிறேன் லோத்தர், உங்களால் எனக்கு உதவ முடியுமா. பவித்ரா சொன்னதைக் கேட்டு லோத்தர் முதலில் குழப்பத்திலாழ்ந்துவிட்டான். அவள் சொன்ன மாதிரியிலான இணைப்பின் சாத்தியங்களை அதுவரை அவன் கற்பனை செய்தே பார்த்திருக்கவில்லை என்பது ஒன்று (மோகினிப் பேய்களைப் பற்றிய கற்பனைகள் உலகம் முழுவதற்குமே பொதுவானவைதானென்றாலும் அவைகூடத் தங்கள் பூதவுடலோடு மயானத்தைச் சேர்வதில்லையே (எனவே அது பார்வையாளர்மீது

அவலச்சுவையை ஏற்றுமா, அச்சத்தை உண்டாக்குமா அல்லது அருவருப்பைத் தருமா என்பதை அவனால் உடனே கணிக்க முடியவில்லை)), மற்றொன்று, அவனுக்கு அறிமுகமான தொழில்முறைப் படிமிகள் யாரும் உள்புறம் தாழிடப்பட்ட அறைக்கு வெளியே தங்களுடைய பிறந்த மேனியைக் கொண்டுசெல்வதற்குச் சம்மதித்ததில்லை. சம்மதிப்பதென்ன, திருட்டு உட்பட எல்லா தொழில்களுக்குமே தார்மீக வரையறைகளையும் நெறிமுறைகளையும் சடங்குகளையும் இறைப் பிரதிநிதித்துவத்தையும் நிறுவியிருக்கும் இந்தியக் கலாசாரத்தின் இறுக்கமான பின்னணியில் அவர்களை அப்படிக் கேட்பதற்கே அவனுக்கு மிகுந்த தயக்கம் இருந்தது. இரண்டே இரண்டு சந்தர்ப்பங்களில் (சிர்ஸியிலும் கொடைக்கானலிலும்) இரண்டு படிமிகள் ஆளரவமற்ற அடர்வனத்தினுள் மிகுந்த முகச்சுளிப்புடனும் வெட்கத்துடனும் (அவர்கள் வெட்கப்படுவதை முதன்முதலாக அவன் பார்த்தான்) நிச்சயமாகக் காவல்துறை குறித்தல்லாத வேறு ஏதோவொரு உருவமற்ற பார்வையைப் பற்றிய அச்சத்துடனும் அதிகபட்ச சன்மானத்திற்கான நிபந்தனையுடனும் தங்களை மிகச் சில நிமிடங்களுக்கு மேல் வெளிக்காட்டிக் கொள்ளப் பிடிவாதமாகவே மறுத்துவிட்டார்கள். எனவே பின்னணிக்கான வெளிகளையும் பிரதேச அடையாளங்களையும் திறமையான வாடகை ஓவியர் களைக் கொண்டு வரையப்பட்ட திரைச்சீலைகளைப் பின்னால் நிறுத்தி அதுவும் தன் கற்பனைத் திறன்களில் ஒன்று என்கிற போலியான சமாதானத்தோடு அவனாகவேதான் உருவாக்கிக்கொண்டிருந்தான். அதனாலேயே அதற்கான நடைமுறைத் தேவைகளையும் சாத்தியங்களையும் பற்றியும் அவன் அதுவரை யோசித்திருக்கவும் இல்லை. அந்த நிலையில் முதன் முதலாக ஒரு பெண் தன் பிறந்தமேனியைத் திறந்தவெளி யில் அதுவும் மயானத்தில் பார்ப்பதற்குத் தானே ஆசைப்படுவதாய்ச் சொன்னபோது அப்படியொரு தனித்துவமானதும் வினோதமானதுமான வாய்ப்பை (உங்களுக்குத்தான் அது அப்படி லோத்தர், கணவனால் தொடப்படாத உடலை சிவனுக்கு அர்ப்பணித்துவிட்டு பூதவுடலோடேயே சுடுகாட்டில் உலவும் பெண்களும் முலையைக் கிள்ளியெறிந்து ஊரையே எரித்துத் தனக்கான சுடுகாட்டைத் தானே உருவாக்கிக்கொள்ளும்

பெண்களும் எங்கள் ஊர் மக்களுக்கு ஏற்கெனவே அறிமுகமானவர்கள்தான்) பயன்படுத்திக்கொள்வதற்குத் தயாரான நிலையில் அவன் இருக்கவில்லை (வெட்கம்). அதற்காக அவன் தன் பலவீனத்தை ஒத்துக்கொண்டு அந்தச் சந்தர்ப்பத்தைத் தவறவிடவும் விரும்பவில்லை. அவனுடைய பல வருடக் காத்திருப்பு பவித்ராவினு டையதைப் போன்ற ஓர் உடல். பவித்ரா தன் விருப்பத்தை ஒரு வேண்டுகோளாகத்தான் முன் வைத்தாளே தவிர அதை அவன் மறுத்தாலும்கூட அறைக்குள்ளேயே அவனுடைய படிமியாவதற்கும் அவள் தயாராகித்தான்விட்டிருந்தாளெனினும் அவள் அழைப்பிலிருந்த, எந்தப் படிமியும் என்னை இப்படி நிறுத்திப்பார் என்று சொல்லி அவன் பார்த்திராத சவால் உடலைத் தனக்கான கலையாக மாற்றுவ தென்னும் லட்சியத்தின் மேல் அவன் கொண்டிருந்த நம்பிக்கையின் உறுதியைச் சோதித்துப்பார்க்கச் சொல்லி அவனை வற்புறுத்தியது. அவன் அதைப் பயக்கிளர்ச்சியோடு ஏற்றுக்கொண்டான். சவாலின் பகுதிகளாகத் திரைச்சீலைகளிலேயே மயானவெளியை யும் மரணத்தையும் கொண்டுவந்து அறைக்குள்ளேயே வேலையை முடித்துக்கொள்ளும் வழக்கமான உத்தியைக் கையிலெடுப்பதில்லையென்றும், பிரதானப் படப்பிடிப்பிற்கு முன் தொழிற்கூடத்தினுள் படிமியைப் பூர்வாங்கப் புகைப்படங்களுக்காக உடைகளை அவிழ்க்கச் செய்து அவளுடைய முகம் மற்றும் உடலமைப்பிற்கான பிரத்யேகக் கோணங்களைத் தேர்வு செய்துகொள்வது என்னும் நடைமுறையை மேற்கொள்வதில்லையென்றும் பவித்ராவினுடைய உடலின் முதல் வெளிப்பாடு அவளைப் போன்றே, அவள் விரும்பும் சூழலிலேயே, சூரியோதயத்தைப் படம் பிடிப்பதைப் போன்ற முன்தயாரிப்புகளுடன் அல்லாது மின்னலை எதிர்கொள்வதற்கான நிச்சயமற்ற ஆயத்தங்களோடும் பயக்கிளர்ச்சியோடும், வெளிப்படும் கணத்தில் தவறவிட்டுவிடக் கூடாதேயென்கிற தவிப்போடும் தனக்கும் முதன்முதலாக நிகழட்டும் என்றும் அவன் முடிவெடுத்துக்கொண்டான். இந்த முடிவைச் செயலாக்குவதற்குத் தேவையான ஆபத்தான உள்ளூர் உதவிகளைத் தேடிச் சேகரிப்பதன் பொருட்டுப் படப்பிடிப்பு மேலும் சில தினங்கள் தாமதப்பட்டது. அவன் பெரியவர் கேவத்திடம் தனக்குக் கிடைத்திருக்

கும் பெண்ணையும் அவளுடைய நிபந்தனைகளையும் பற்றிப் பேசி (அதன்மீதான ஆச்சரியத்தை அவர் வெளிப்படுத்தியபோது அவன் அவருடைய வார்த்தைகளைக் கொண்டுதான் அவளைச் சம்மதிக்கவைத்ததாகச் சொல்லி அவரைக் கூடுதல் ஆச்சரியத்தினுள்ளும் சந்தோஷத்தினுள்ளும் ஆழ்த்தினான். பனித்த கண்களுடன் அவர் அவனிடம் அவன் அவளுக்குத் தந்த உறுதிமொழிகளிலிருந்து ஒருபோதும் தவறக் கூடாது என்று வேண்டிக்கொண்டார்) அவனால் இறுதி செய்யப்படும் ஒரு சமீபத்திய இரவில் (முதல் தடவையென்பதால் பகலில் இந்தப் பரிசோதனையை மேற்கொள்ள முடியாது) மயானக் கரைக்குத் தன்னுடன் வருவதற்கு நான்கு வேசிகளை ஏற்பாடு செய்து கொண்டான் (அன்று படிமிகளாக நிற்கப்போவது அவர்களல்லவென்பதால் அவர்களுடைய துணிவையும் மதியூகத்தையும் இரவோடு அவர்களுடைய அனுபவத்தையும் தவிர மற்றபடி உடல் வனப்போ முக லட்சணமோ கட்டாயமில்லை, சொல்லப்போனால் வயதாகி ஓய்வு பெற்றுவிட்ட மூத்த பெண்களே ஓரளவு குறைந்த கூலிக்கு உத்தமமான தேர்வும்கூட, இன்னும் களத்தில் இருக்கும் பெண்களானால் அவர்களைச் சும்மா நிறுத்தியே வைத்திருந்தாலும் ஓர் இரவுக்குரிய சம்பளத்தை அவர்களுக்குக் கொடுத்தாக வேண்டுமென்று கேவத்தே வற்புறுத்தி வாங்கிக் கொடுத்து விடுவார்). அதற்கு ஒரு வாரத்திற்குப் பிறகு வளர்பிறை இரவில் அந்த முன்னாள் விபசாரிகள் லோத்தரின் உத்தரவுப்படி புகைப்படக் கருவியின் பார்வைப் பரப்பிற்கு வெளியே யாராவது வெளியாட்கள் நடமாட்டமிருந்தால் எச்சரிக்கை செய்வதும், அறியாமல் உள்ளே புக முயற்சிக்கிறவர்களை ஏதாவது காரணம் சொல்லி (பெண்கள் மட்டுமே கலந்து கொள்ளும் விசேஷ சக்தி பூஜை நடந்துகொண்டிருக்கிறது, ஆண்களோ அந்நியர்களோ பார்க்க அனுமதியில்லை, (அல்லது) கொலை வழக்கொன்றில் சிக்கிய பிணத்தை எரித்துக்கொண்டிருக்கிறார்கள், உள்ளே நுழைந்தால் நீங்களும் கொலைக்குச் சாட்சியாகிவிடுவீர்கள், வேறு வழியில் போய்விடுங்கள், (அல்லது (உள்ளூர்க்காரர்களாய் இருந்தால்)) கேவத் அய்யாதான் அவருடைய வாடிக்கையாளர் ஒருவருடன் ஏதோ வியாபாரத்தில் ஈடுபட்டிருக்கிறார், சற்று அந்தரங்கமான விஷயம் என்பதால்

உள்ளே பிரவேசிக்க வேண்டாமென்று உங்களைக் கேட்டுக்கொள்ளச் சொன்னார்) அப்புறப்படுத்துவதும், கறிக்காகவும் எலும்புகளுக்காகவும் சாம்பலுக்காகவும் எப்போதாவது பிணங்களைத் தேடி வருகிற அகோரி களைச் சமாதானப்படுத்தி அனுப்புவதுமான (அவர் களுக்கு அப்படிப் பேசிப் பழக்கமிருந்தது, அகோரிகளும் விஷயத்தைச் சொன்னால் சிரித்துக்கொண்டு, கேட்காமலேயே ஆசீர்வதித்துவிட்டு அகன்று போய் விடுவார்கள்) பணிகளுக்காக நான்கு திசைகளிலும் நிறுத்திவைக்கப்பட்டார்கள் (தொழிலுக்குப் புதிய வளான பவித்ராவுக்கு அவளைப் பார்க்கிற ஆண்கள் தாபத்தில் தங்கள் குரல்வளையைக் கிழித்துக்கொள்ளும் வண்ணம் சில அவயவங்களைப் புகைப்படத்தில் எப்படி எடுத்துக்காட்டுவது என்று அவர்கள் தாங்களாகவே முன்வந்து சொல்லிக்கொடுக்க முயன்ற போது காவலாக இருக்கும் வேலையை மட்டும் அன்றிரவு அவர்கள் செய்தால் போதுமென்று கூறி கேவத் அவர்களைத் தடுத்துவிட்டார்). கேவத் வழியாகவே வயதான டோம் ஒருவருடைய உதவியை யும் தான் எடுக்கவிருக்கும் புகைப்படத்தின் அசல் பின்னணிக்காக (காவலர்களின் கவனத்தை ஈர்த்துவிடக் கூடிய ஆபத்தான உதவி என்பதால் வழக்கத்தைவிடச் சற்று கூடுதலான பொருட்செலவில்) லோத்தர் பெற்றுக்கொண்டிருந்தான். அந்த டோம் முதலில் கங்கையின் கிழக்குக் கரைப் படகுத்துறையில் அவ்வப் போது கரை தட்டும் அனாதைப் பிணங்களிலொன்றை இழுத்துவந்து அங்கேயே காய்கறித் தோட்டங்களுக்கு நடுவிலோ மணல் அள்ளிய பள்ளங்களிலோ போட்டு எரித்துத் தேவையான பின்னணியை உருவாக்கிக் கொள்ளலாம் என்று யோசனை சொன்னார். ஆனால் கிழக்குக் கரையின் இரவு வேளைகள் மற்ற நேரங்களில் எலியும் பூனையுமாக முறைத்துக்கொள்ளும் மள்ளர் களும் யாதவர்களும் குடித்துவிட்டு ஒன்றாகக் கூடிக் குலாவும் சூழலாக இருக்குமென்பதாலும் அவர்கள் மூலம் பவித்ராவுக்கு ஏதேனும் தொந்தரவு ஏற்படலா மென்பதாலும் கேவத் அந்த யோசனையை மறுத்து அதே சாத்தியங்களை அஸியும் கங்கையும் சந்திக்கும் முனையின் பின்புறம் பின்னிரவிற்கு மேல் ஆள் நடமாட்டம் முற்றிலும் அற்றுப்போகும், ஆனால் நகரத்திற்குச் சற்று சமீபமாயுமுள்ள நக்வா கட்டத்தில்

வைத்து முயன்றுப்பார்க்குமாறு ஆலோசனை சொன்னார். சாத்தியங்கள் இல்லாமலில்லை. அந்த முனையிலும் படகுகள் கட்டி நிறுத்தப்படுகின்றனதான். அவற்றினிடையிலும் அனாதைப் பிணங்கள் சிக்கித் தேங்குவதுண்டுதான். ஆனால் துரதிர்ஷ்டவசமாக லோத்தர் தேர்ந்தெடுத்த அந்தக் குறிப்பிட்ட இரவன்று டோமுக்கு மனிதப் பிணங்கள் எதுவும் கைக்குச் சிக்கவில்லை. கடைசியில் கேவத்தும் லோத்தரும் பேசிக் கரையோரத்தில் சில நாள்களுக்கு முன் தூக்கி வீசப்பட்டிருந்த குதிரையொன்றின் பாதி அழுகிய சடலமொன்றை எடுத்துவரச் செய்து அதை நரவுடலுக்காக ஏற்பாடு செய்யப்பட்டிருந்த சிதையில் கிடத்தி எரியூட்டச் செய்தார்கள் (கொடுத்துவைத்த குதிரை, போன ஜென்மத்தில் புர்பியா சாதிப் பெண்ணாகப் பிறந்திருக்கும் என்று கேவத்திடம் சொல்லிச் சிரித்துக் கொண்டார் அந்த டோம்). பவித்ராவின் இடுப்புயரத்திற்கு சிரத்தையாக அடுக்கப்பட்டிருந்த சிதை நன்றாகப் பிடித்து எரியும்வரை இருந்து கங்குத் துணுக்குகளும் சதைத் துணுக்குகளும் சூட்டில் வெடித்துத் தெறிக்காவண்ணம் புடைத்தெழும் எலும்புகளைத் தட்டிச் சமனப்படுத்தித் தூண்டிவிட்ட பின் கேவத்தும் டோமும் சற்றுத் தொலைவிலிருந்த அஸி படித்துறையை நோக்கி லோத்தரின் பணி முடிந்ததும் திரும்பிவருவதாகச் சொல்லிவிட்டுச் சென்றதும் லோத்தர் படிமியின் மேல் சிதை நெருப்பின் பிரதிபலிப்பையொட்டி மின்னொளியின் தேவையைக் கணக்கிட்டு அதைச் சுற்றி ஏழெட்டுக் கோணங்களில் ஒவ்வொரு கோணத்திலும் தேவையான அளவு கருப்பொருளின் மீது மட்டுமல்லாமல் சிறிது தூரம்வரை அதைச் சுற்றியிருக்கும் பொருள்களின் மீதும் வெளிச்சம் பாய்ந்து அவன் எதிர்பார்க்கும் மனநிலையைக் கட்டியெழுப்பும்படி குவிய நிறுத்தங்களில் தன் நிலையைக் குறித்துக்கொண்டு குவியாடியின் வழியே பலமுறை படப்பதிவின் துல்லியத்தையும் உறுதி செய்து கொண்ட பின் நக்வா படித்துறைப் படிகளிலொன்றில் ஒற்றை ஆடையை மட்டும் உடல்மேல் சுற்றியிருந்தவளாய் நான்காம் பிறை நிலவைப் பிரதிபலிக்கும் நதியின் கருத்தவோட்டத்தைக் கவனித்தபடி மரணத்தைக் கடைசியாகச் சந்தித்த சந்தர்ப்பத்தை நினைவுகளில் அசைபோட்டுக்கொண்டே அவன் அழைப்பிற்காகக் காத்திருந்த பவித்ராவைக் கூப்பிட்டுச் சிதையின்

பக்கலில் நிற்கச்செய்து பிணமெரியும் காட்சியோ மயானச் சூழலோ சதை பொசுங்கும் துர்மணமோ அவளை ஒவ்வாமைக்கோ அச்சத்திற்கோ உள்ளாக்க வில்லையென்பதை உறுதி செய்துகொண்ட பின் (என் உடலை நானே முதன்முறையாகப் பார்க்கவிருக்கிறே னென்கிற கிளர்ச்சிதான் என் மனதை நிறைத்திருக்கிறது, அதில் வெட்கமும் சேர்த்திதான், பிறகு இந்த இறந்த குதிரை, ஏக காலத்தில் இதன் பக்கலில் என்னை ஒரு வேத காலப் பட்டத்தரசியைப் போலவும் காலகாலமாக வாய்மொழியாகக் கடத்தப்பட்டுவந்த ஒரு புனிதப் பாடலின் ரகசிய அச்சுப் புத்தகத்தின் முதல் பக்கத்தைப் புரட்டவிருப்பவளைப் போலவும் உணர்கிறேன், உள்ளுக்குள் என் உடல் மலர்கிறது, நான் தயார்) புகைப்படக் கருவியின் ஒவ்வொரு குவிய நிறுத்தத்தையும் தன் இடத்திலிருந்து அவள் எப்படி நின்று எப்படியான பாவங்களுடன் எந்த அளவு உடலசைவுகளுடன் பார்க்க வேண்டும் என்பதைச் சொல்லிவிட்டுத் தன் நிலைக்கு வந்து நின்றுகொண்டு ஆகட்டும் என்று குரல் கொடுத்தான். பவித்ரா ஒற்றையாடையைத் தன் உடலிலிருந்து உரித்தெடுத்து (தேவைப்பட்டால் உடனே எடுத்து அவளிடம் திரும்ப வீசுவதற்கு வசதியாக) லோத்தரை நோக்கி வீசிவிட்டு ஒருபுறம் நதியின் சில்லிடும் காற்றும் மறுபுறம் அழல்நுதிகளின் ஊசித் தீண்டலும் உடலை ஊடுருவிச் சிலிர்ப்பிக்கப் பிறந்தமேனியளாக அவன் முன் நின்றாள். புகைத் திரளின் நடுவே தோன்றியும் மறைந்தும் தென்பட்ட அவளுடைய உடலைச் சில வினாடிகள் கவனித்து நிதானப்படுத்திக்கொண்டு பிறகு குனிந்து கருவியின் கண்களால் அவளைப் பார்த்தபடியே லோத்தரும் தன் நிலைகளில் வேகமாக இயங்கத் துவங்கினான். ஒவ்வொரு நிலையிலும் மூன்று கோணங்கள். மொத்தம் ஏழு நிலைகள். உபரியாக வெவ்வேறு மூடுவேகத்தில் இரண்டு சொடுக்குகள். ஆக மொத்தம் இருபத்து மூன்று படிமங்களில் பவித்ராவின் ஏழு நிலைப்புகள். உடலின் சித்திரம் பாலாடைக் கட்டியாகத் திரண்டு வந்தது. கை படாத கன்னியுடல். பிருஷ்டபாகத்திலும் கெண்டைச் சதையிலும் குழந்தைமையின் எச்சங்கள் கூட விரவிக் கிடந்தன (பவித்ராவுக்கு வயது முப்பதை நெருங்கிக்கொண்டிருக்கிறது என்பதை அவள் சொல்லித்தான் லோத்தர் பிறகு தெரிந்துகொண்டான்.

அதற்குப் பிறகும் அந்த விசித்திர உடல் எப்போதுமே அதன் இருபத்தைந்தாவது வருடத்திலேயேதான் தங்கியிருந்தது). வாழ்ந்ததன் சுவடுகளே படியாத, வீணாக்கப்பட்ட யவ்வனத்தின் வெற்றுப் பெருவனப்பு. புகைப்படக் கருவியின் எல்லை வகுக்கப்பட்ட பார்வையின் வழியே பிரபஞ்சத்தின் அகண்டம் வடிகட்டப்பட்டு அதன் சாரம் லோத்தரின் நிபுணத்துவத்தால் ஒரு மனநிலையாகப் பதிவானபோது அதுவரை புதருக்குள் மிருகத்தைப் போல உடைகளுக் குள் பதுங்கியிருந்த உடலின் பெருந்துயரம் தன் முழு விம்மலுடன் எழுந்து ஒரு கணத்தின் பதினாறில் ஒரு பங்குக் கண்சிமிட்டலில் கருவிக்குள் கலையாகப் பதிவாகித் தன் நித்யத்துவத்தை அடைந்துகொண் டிருந்தது. தொடைகளின் நடுவே மழிக்கப்படாத பெருவிருளினுள் பொதிந்திருந்த சிருஷ்டிக் கேந்திரத்தின் ஆளரவமற்ற பன்னெடுங்கால பௌதீகத் தனிமை மயானச் சூழல் எழுப்பிய ஆதூரமான இசைமையில் தேடிக்கொண்டிருந்த ஆறுதலின் அவலம் லோத்தரின் மனதில் பிரமிப்பையும் பரிவையும் பரிதாபத்தையும் ஒருசேர உண்டாக்கியது (அதனாலேயே அரை மணி நேரத்தில் முடிந்திருக்க வேண்டிய அமர்வு, கேவத்தும் டோமும் தொலைவிலிருந்து அடிக்கடி குரல் கொடுத்துத் தாமதமாகிக்கொண்டிருப்பதைக் கவலை யுடன் தெரிவித்துக்கொண்டிருக்கும்வண்ணம், ஒரு மணி நேரத்தை அதிகமாக எடுத்துக்கொண்டது). வாஸ்தவத்தில் லோத்தர் தன்னுடைய எத்தனைப் பக்குவப்பட்ட தொழிற்பார்வைக்கப்பாலும் அந்த இரவில் ஒரு தேவதையின் பிரசன்னத்தைத்தான் எதிர்பார்த்துக்கொண்டிருந்தான். சூழலின் அவலச் சுவையைப் பவித்ராவின் அழகு மேவிக் கபளீகரம் செய்துகொண்டுவிடும் என்கிற புனைவியற்பாணிக் கற்பனை அவனுக்கு இருந்தது. ஆனால் அவளுடைய நிர்வாணம் முழுவதிலும் விரவிக் கிடந்த சாவின் நிச்சயமும் எதிர்பாராமையும் இரக்கமின்மையும் அவனை அதிர்ச்சிக்கு உள்ளாக்கிவிட்டன (அவ்வள் ஊகித்தது எத்தனை சரி). நேரம் ஆக ஆகக் குவியாடியை விட்டுக் கண்களை எடுத்து அவளை நேரில் பார்க்கவே அவனால் முடியாமலாகிவிட்டிருந்தது. கைகளுக்குப் பழக்கப்பட்ட தொழிற்கருவியாக அல்லாமல் அந்த உடலின் அச்சம் தரும் துயரக் காட்சியை அவனால்

தாங்க முடிகிற அளவிற்கு மென்மைப்படுத்திப் பார்வைக்குக் கடத்தும் ஒரு வடிகட்டியாகவே அவனுடைய புகைப்படக் கருவி மாறிக்கொண்டிருந்தது. கருவியுடன் உரையாடும் உயிருள்ள படிமிகள் என்று அவன் உருவகமாயும் கோட்பாட்டளவிலும் வரிந்து கொண்டிருந்த ஒரு கருத்துருவின் பிரத்யட்சம் உண்மையில் ஒரு வெருட்டும் லட்சியம் என்பதையும் அவன் கண்டுகொண்டான். அதுவரை அனுபவித்திராத கர்வபங்கமும் பெரும் தாழ்வுணர்ச்சியும் அவனைப் பீடித்தது. அதன் காரணமாகவோயென்னவோ ஆண்டுகள் கடந்தபோது தன் உடலின் மாற்ற முடியாத கிலியூட்டும் ஆளுமையின் வழியே தன்னை வெளிப் படுத்திக்கொள்ளும் நிலைகளைத் தானே தேர்ந்தெடுக் கும் உரிமையைப் பவித்ராவிடம் அவன் தன்னை யறியாமலேயே விட்டுக்கொடுத்துவிட்டான். கூடவே அவன் விரும்பிய, ஆனால் வருடங்களுக்குப் பிறகு இதா வந்து சந்திக்கும்வரை அவனுடைய அறிதலுக்குள் (பவித்ராவினுடைய அறிதலுக்குள்ளும்தான்) வந்திராத, பவித்ராவின் அம்மணமும் அவனுடைய புகைப்படக் கருவியும் இணைந்து உருவாக்கிய மரணத்தின் கதைகளும், லெ ஃப்லர் பூர் லெ சொம்மின் வாசகர்கள் அந்தப் புகைப்படங்களிலிருந்து தாங்களே உருவாக்கிக் கொண்ட கற்பனைக் கதைகளுக்கப்பால், எங்கெங்கோ என்னென்ன வடிவிலோ வளர்ந்து செழித்துக்கொண் டிருந்திருக்கலாம். ஊர்மிளாவின் மரணம் அதன்மீதான பகுத்தறிவின்பாற்பட்ட விளக்கங்களுக்கப்பால் அந்தக் கதைகளுள், அதாவது பவித்ராவின் உடல் சிருஷ்டித்த மரணங்களின் கதைகளுள், ஒன்றாகவும் இருக்கலாம். அது பவித்ரா லெ ஃப்லர் பூர் லெ சொம்மின் முகமறியாத வாசகர்கள் முன் லோத்தரின் குவியாடியின் வழியே தன் உடைகளை முதன்முதலாக அவிழ்த்தெறிந்து குதிரைச் சிதையினருகே படமாகப் பதிந்த அதே இரவின் அதே கணத்தில்தான் நிகழ்ந்தது. இவளுடைய உடல் மயானச் சூழலின் வழியே திகிலூட்டும் நிர்வாணமாகக் கருவியினுள் குவிக்கப்பட்டுக் கொண்டிருந்ததென்றால் அவளுடைய அம்மணம் ஓசூர் அரசு மருத்துவமனைப் பிரசவக் கட்டிலின் மேல் சின்னாபின்னமாகச் சிதறிக்கொண்டிருந்தது. கர்ப்ப வாயிலில் முண்டிக்கொண்டிருந்த சிசுவை வெளியேற்றும் அளவிற்குப் பெரிதாக அவளுடைய கரு வாயில்

விஸ்வநாதனால் தயாரிக்கப்பட்டிருக்கவில்லை. திருமணமான ஐந்து வருடங்களில் (1947-52) மிஞ்சிப்போனால் ஒரு நான்கைந்து முறை அவள் அவன் முன்னால் உடைகளைக் கழற்றியிருப்பாள். முதல் கர்ப்பத்திற்கு முன்னால் இரண்டு தடவைகள், கர்ப்பம் கலைந்த பின் இரண்டாவது கர்ப்பத்திற்காக ஓர் இரண்டு மூன்று முறைகள். அவளுடைய உடல் வனப்பு ஒருபோதும் விஸ்வநாதனைக் கிளர்த்தியதில்லை. அது அவளுக்கும் தெரியும். பவித்ரா லோத்தரைச் சந்திக்கும்வரை உடல் ஞானமே இல்லாதவளாயிருந்தவ ளென்றால் ஊர்மிளா திருமணத்திற்கு முன் தன் உடல் குறித்த அபாரமான அறிதல் கொண்டவளா யிருந்தவள். இவளும் பவித்ரா வளர்ந்த, கண்ணாடியில் தன் அழகைப் பார்த்து ரசித்துக்கொள்ளும் வாய்ப்புகள் மறுக்கப்பட்ட அதே இறுக்கமான சம்பிரதாயங்களின் சூழலில் வளர்ந்தவள்தான். ஆனால் ஒரே சூழல் என்பது மனித மனங்களை ஒரே மாதிரியாகக் கட்டமைக்கும் ஒற்றை வார்ப்படமாயென்ன. பவித்ராவிற்கு உடல்பற்றிய எண்ணமே எழாவண்ணம் அவளுடைய ஆளுமையை அடக்கிப்போட்ட அதே சூழல்தான் ஊர்மிளாவின் மனதில் அதைப் பற்றிய கற்பனைகளை அதீதமாகத் தூண்டிவிட்டதாயுமிருந்தது. கண்ணாடி இல்லையென்றால் என்ன, வாய்ப்பு கிடைக்கும்போதெல்லாம் அவள் தன்னைத் தண்ணீரிலும் அறைச் சுவரில் மற்ற எந்தப் பிம்பங்களைக் காட்டிலும் அதிகமான மயக்கத்தை அளிக்கும் விதத்தில் உடலின் வடிவியல் படிமங்களை வரைந்து காட்டும் முட்டை விளக்கின் நிழற்சித்திரத்திலும் பள்ளி செல்லும் வழியில் தனக்காகக் காத்திருந்து விழி விலக்காமல் பார்த்து நிற்கும் ஆண்களின் கண்மணிகளிலும் போதுமான அளவு பார்த்துப் பெருமைப்பட்டுக்கொண்டாள். லெ ஃப்லர் பூர் லெ சொம்மின் முதல் சன்மானத்தைப் பார்த்த பிறகே பவித்ராவின் மனதில் உண்டான, நல்வாழ்வை நோக்கிய தன் உடலின் சாத்தியங்கள் பற்றிய நம்பிக்கை ஊர்மிளாவுக்கு அவளுடைய பள்ளிப் பிராயத்திலேயே அதீதமாகவே வந்திருந்தது. விஸ்வநாதனுடனான தாம்பத்யம்கூட அவளுடைய மூத்த சகோதரிகளினுடைய வற்புறுத்தலால்தான் ஏற்பட்டது என்றாலும் திருமண வாழ்வு என்கிற ஒரு நெடிய நிகழ்வை அதன் லௌகீக வசதிகளுக்கு மேல்

அதிகமாக அதன் மூப்புவரை கற்பனை செய்து பழக்கப் பட்டிராத பத்தொன்பது வயதின் அறியாமைக்கும் அப்பா காலமாகிவிட்ட நிலையில் சகோதரிகள் தனக்கு நல்லதைத் தவிர வேறெதையும் நினைக்க மாட்டார்களென்கிற நம்பிக்கைக்கும் இதற்கெல்லாம் மேலாக எப்போதுமே தனக்கு விருப்பமான அக்காள் புருஷனுடன் (விஸ்வநாதன் பவித்ராவினுடைய கணவனாய் அதே வீட்டினுள் வளைய வந்து கொண்டிருந்தபோது அவர்களிருவரையும் தாய் வீட்டிலிருந்து பார்க்க வரும்போதெல்லாம் ஊர்மிளா அவனுடைய ஆஜானுபாகுவான உடற்கட்டையும் கம்பீரமான உயரத்தையும் படிப்பால் பக்குவப்பட்ட உரையாடல்களையும் பதவிசான பழக்கவழக்கங் களையும் பார்த்து ரசிப்பதும் அக்கா ஒத்துழைக்கா விட்டால் இங்கே வந்துவிடுங்கள் அத்திம்பேர் என்று கிண்டலென்கிற பெயரில் தன் தாபத்தை வெளிப் படுத்திக்கொள்வதும், வாய்ப்பு கிடைக்கிறபோதெல்லாம் பகிரங்கமாகவே அவனைத் தொட்டு ஒட்டிக்கொள்வது மாகத் திரிந்தவள்தான்) இனி தானும் தன் அக்காள் களைப் போல நிரந்தரமாகவே இருந்துவிடலாமென்கிற குழந்தைத்தனமான குதூகலத்திற்குமப்பால் அவர் களால் முடியாத ஒன்றை நிறைவேற்றித் தரத்தான் தன் உடல் தேர்ந்தெடுக்கப்பட்டிருக்கிறது என்கிற அறிதல் கொடுத்திருந்த கர்வமும் அதைக் கொண்டு எதையோ சாதிக்கத் தயாராகிற சாகஸவுணர்வும்தான் பிரதானமாக அதை அவளுடைய விருப்பத்திற்குரிய ஒன்றாக ஆக்கிவிட்டிருந்தன (அல்லது குறைந்தபட்சம் ஆட்சேபத்திற்குரிய ஒன்றாக ஆக்காதிருந்தன). ஆனால் சாந்தி முகூர்த்த அறையினுள் விஸ்வநாதனால் வரவேற்கப்பட்ட விதம் அந்த நம்பிக்கையைச் சிதைத்து அவளை நிலைகுலையச் செய்தது. தன்னை அதுவரை யில் அக்காள்களின் கணவனென்கிற நிலையிலிருந்து ஒரு சிறு பெண்ணாகவே பார்த்திருந்த அவன் திடீரெனக் கிடைத்த கணவனென்கிற உறவை இன்னும் தன் மனதில் உள்வாங்கியிருக்க மாட்டானென்றும் எனவே தன்னைக் கையாள்வதில் இயற்கையாகவே அவனுக்குத் தயக்கமும் ஓரளவு மறுப்பும்கூட இருக்குமென்றும் அதைப் போக்கி அவனைத் தன் உடலுடன் இணக்கப்படுத்த வேண்டியது தன்னுடைய பொறுப்புத்தான் என்றும் அதற்காகவே தான் அந்த

அறைக்குள் அனுப்பப்பட்டிருக்கிறோம் என்றும் தன்னைப் பெரிய மனுஷியைப் போல எண்ணிக் கொண்டு, தயங்காதே, எடுத்துக்கொள், இது முழுவதும் உனக்குத்தான் என்கிற தோரணையில் உடைகளைக் களைந்துவிட்டு அவன் முன் வந்து நின்றபோது தாக்காத வெட்கம் அவன் அதை ஒரு வீட்டு மிருகத்தின் அம்மணத்தைப் பார்ப்பதைப் போல வெறித்துப் பார்த்துவிட்டு அவளை அருகே படுத்துக்கொள்ளச் சொல்லி சைகையும் செய்துவிட்டு விறைப்பிற்காகச் சிசினத்தின் மீது தன் கைகளை உபயோகிக்கத் துவங்கிய குரூரமான காட்சியைக் கண்டபோது பெரும் அச்சமாயும் அருவருப்பாயும் அவமானப்பட்டுவிட்ட வலியாயும் பலவித உணர்வுகளாகப் பேருரு கொண்டு ஒரு கல்வீச்சாக அவளைத் தாக்கியது. ஒரு மானஸ்தனின் தவறு பகிரங்கப்படும்போது அதை அவன் அம்மணமாக்கப்பட்டதைப் போல உணர்வானென்று சொல்வார்கள், எனில் ஒரு தன்னிச்சையான அம்மணம் புறக்கணிக்கப்படுவதன் அவமானத்தைச் சொல்ல அதற்கு மேலான உவமானமென்று ஒன்று இருக்க வாய்ப்பில்லையென்பதால் அது சாவைத் தொட்டு விட்ட உளமரப்பைத்தான் கொடுக்கக்கூடும். லோத்தரின் முன் நின்ற ஒவ்வொருமுறையும் பவித்ரா தன் உடல் குறித்தான புத்தம்புதுக் கற்பனைகளைப் பெருக்கிக்கொண்டேயிருந்தாளென்றால் ஊர்மிளா சாந்தி முகூர்த்தத்திற்குப் பின் வந்த இரவுகளின் வழியே உடல் குறித்த பெரும் மறதியை நோக்கித்தான் மெதுமெதுவே பயணப்பட்டாள். அவளும் விஸ்வநாத னும் உள்புறம் தாழிடப்படாத அறைக்குள் உடலைக் கனியவைக்கும் வார்த்தைத் தயாரிப்புகளோ விரல்களின் மீட்டலோ விழிகளில் காமத்தின் ஒளியோயின்றி நேராகவே யோனிக்கும் லிங்கத்திற்கு மான இணைப்பைத் துவக்கி உடலுறவை நிகழ்த்தி னார்கள் (ஊர்மிளா அறைக்குள் நுழையும்போதே விளக்கெண்ணெயைக் கையோடு கொண்டுவந்து விடுவாள் (அதையும் அவளேதான் புழையில் தடவிக் கொள்ள வேண்டும்)). இருவர் கண்களுமே மற்றவருடைய அம்மணத்தை ஒரு புலப்படா இருப்பைப் போல பாவனை செய்துகொண்டு அவளுடைய பார்வை விட்டத்தையும் அவனுடையது தலையணையையும், இமைப்பதைக்கூடக் கூடுதல் இசைவாகக் கருதுவதைப்

போல விடாமல் வெறித்துக்கொண்டிருக்கும். உடைகளோடு புணர்ந்தால் உடலின் நேரடிச் சூடு படாமல் லிங்கம் பூரண விறைப்பை எய்தாது என்கிற ஒரே காரணத்திற்காகவேதான் அந்த வலிந்த அம்மணமும். அப்படியும்கூட விஸ்வநாதனுடைய, காதலில்லாவிடினும் காமத்திலாவது கடினப்பட்டிருக்க வேண்டிய குறி லட்சியமின்றிப் போகிற போக்கில் எறியப்பட்ட கல்லைப் போல தற்செயலாக எதிர்ப்படும் இலக்கை மோதித் தன்னை நிறுத்திக்கொள்ளும் முனைப்பில் சோகையான வேகத்துடனும் விறைப்புடனுமேதான் ஊர்மிளாவினுடையதை மோதித் துழாவும். அவள் அந்தச் சமயங்களில் வேறெதையாவது நினைத்துக் கவனத்தைத் திசை திருப்பிக்கொள்ள முயல்வாள். ஆனால் உள்ளே பிரவேசித்த பிறகு பௌதீகத்தின் இயல்பில் தன்னிச்சை யாகப் பெருக்கத் துவங்கும் சிசினம் நரம்புகளில் பரத்தும் வலியானது காரியம் முடியும்வரை அதைத் தவிர வேறெதிலும் பிரக்ஞையைப் பிறழ்த்திக்கொள்ள ஒருபோதும் அவளை அனுமதித்ததேயில்லை. அப்படியாக, அவிழ்த்த உடலுடன் விஸ்வநாதன் முன் தலையைக் குனிந்தபடி தயாராக நின்ற முதல் இரவு துவங்கி இதாவைப் பிறப்பித்துவிட்டுத் தன் கடமை முடிந்ததென்கிற நிறைவோடு அவளை சுமதியின் கைகளில் ஒப்படைத்துவிட்டுப் போய்ச்சேர்ந்த கடைசி இரவுவரை ஊர்மிளாவின் ஒவ்வொரு உடை களைதலும் அவளுக்குச் சாவை முன்னறிவிக்கும் கெட்ட கனவுகளாகவேதான் அமைந்தன. கடைசியில் காதலற்ற லிங்கம் நுழைந்து நுழைந்து கர்ப்பப் பையினுள் சேகரமாகியிருந்த மொத்த வாதையையும் அவமானத்தையும் ஒரே தடவையில் வெளித்தள்ளிவிடும் இறுதிப் போராட்டத்தில் அதன் ஐந்து வருட விஷம் கைகால்களுடன் திரண்டு புழையின் வழியே பீறிட்ட வேகத்தைத் தாங்கிக்கொள்ள முடியாமல் அவள் வீரமரணமெய்திவிட்டாள். ஊர்மிளா ஊனைப் பிழிந்து வடித்த தன் துயரங்களின் அழகிய சிருஷ்டியை ஒருமுறை பார்க்கவாவது விரும்பினாளா. தெரியாது. ஏனெனில் உண்மையில் இதாவின் பிறப்பு அதற்குப் பிறகு ஊர்மிளா உயிரோடிருந்திருந்தால் அவளுடைய பாடுகளை இன்னும் அதிகமாகத்தான் ஆக்கியிருக்குமே தவிர குறைத்திருக்காது. தாயான பிறகு சுகத்திற்காக

இல்லாவிடினும் சும்மாவேனும் கணவனின் அருகில் படுத்துக்கிடக்கும் வாய்ப்புகளும் அவளுக்கு நிரந்தர மாகவே மறுக்கப்பட்டிருக்கும். அகம்பாவமும் சுயமரியாதை உணர்வும் நிரம்பிய அவளால் அதைத் தன்னை அணுஅணுவாகக் கொல்லும் அவமானமாகவே தவிர வேறெப்படியும் எடுத்துக்கொண்டுவிட முடியாது. பவித்ரா விதியின் மேல் பாரத்தைப் போட்டுவிட்டு ஒரு வேலைக்காரியைப் போல வீட்டினுள் நடமாடிக் கொண்டிருந்தவள். ஊர்மிளா திருமணமான முதல் நாளிலிருந்தே ராணியைப் போல நடத்தப்பட வேண்டு மென எதிர்பார்த்தவள். அதிலும் கர்ப்பவதியான பின் மற்ற இரு சகோதரிகளுமே அவளை ஒரு வேலை யும் செய்யவிடாமல் உள்ளங்கையில் வைத்துத் தாங்கினார்கள். பள்ளியறைக்குள் தான் படும் அவமானங்களுக்கும் ஏமாற்றத்திற்கும் பரிகாரமாக அதற்கு வெளியே தாய்மைத் தகுதியைத் தனக்குச் சாதகமாக்கி அதிகாரத்தைத் துளியும் இரக்கமின்றி அவள் தன் குறுகிய ஆயுளின் சாம்ராஜ்ஜியத்தில் ஸ்தாபித்துக்கொண்டாள். அதிகாரத்தின் வெறுப்பும் பழிவாங்கும் வெறியும் ஏறிய குரல் அவளுடைய விருப்பத்திற்கு மாறாகவே அவளிடம் தொற்றிக் கொண்டது. விஸ்வநாதனுடன் இருந்த ஐந்து வருடங்களில் அவனுடைய அறைக்குள் நுழைய பவித்ராவையோ சுமதியையோ ஓர் இரவில்கூட அவள் அனுமதித்ததில்லை. அதே சமயத்தில் ஒரு பகலில்கூட அவனுடன் ஒரு வார்த்தை பேசவோ அவனுக்கான காரியங்களைச் செய்யவோ அவள் முன்வந்ததுமில்லை. ஊர்மிளா விஸ்வநாதன் திருமணம் உண்மையில் அந்த வீட்டை அதற்கு முன் எப்போதுமே நிலவியிராத நிரந்தர மௌனத்திற்குள் அமிழ்த்தி விட்டிருந்தது. பால்வீதிக் கிரகங்களாக அதற்குள் ஒவ்வொரு மனித உடலும் ஊர்மிளா கொடுக்கவிருக்கும் குழந்தையைப் பற்றிய கற்பனைகளில் தங்களைச் சுழற்றிக்கொண்டும் அதன் ஈர்ப்பு விசையிலேயே அன்றாடங்களின் பாதையில் சுழன்றுகொண்டுமிருந்தன. அந்தத் தருணம் கனிந்தபோதோ ஊர்மிளா தன் பழிவாங்கலின் உச்சமாகத் தாய்ப்பாலுக்கு ஏங்கியழும் ஓர் அனாதையாகத் தன் குழந்தையை (பின்னாளில் அது இதாவாக வளர்ந்தபோது தாயை அப்படியே பிரதிபலிக்கும் அடாவடிக் குணத்தைக் கண்டு

வியப்பும் சலிப்பும் கொள்ளும் சுமதி அவளைத் திட்டித் தீர்க்க வசதியாக) பிறக்கும்போதே தாயை விழுங்கி விட்டுப் பிறந்தவள் என்கிற செல்லப் பெயரையும் கொடுத்து (ஆனால் விஸ்வநாதனின் கண்களுக்கு இதா தன் பிறப்பால் அந்த அப்பாவிப் பெண்ணை அவளுடைய துயரங்களிலிருந்து விடுவித்த தேவதை யாகத்தான் தென்பட்டாள்), அவர்கள் கைகளில் வீசியெறிந்துவிட்டுப் போய்ச்சேர்ந்தாள். தன்னருகே சிதையில் எரிந்துகொண்டிருந்த அழுகிய குதிரையின் சடலம் தன் தங்கையின் சிதைந்த அம்மணத்தினுடைய உருவகமாக இருக்கலாமென்றோ முகத்திலும் உடலிலும் தான் தருவித்துக்கொண்டிருந்த துயர பாவத்தை ஊர்மிளாவின் ஆவி தனக்கானதாகச் சுவீகரித்துக் கொள்கிறது என்றோ பவித்ரா அப்போது கற்பனை செய்துகூடப் பார்த்திருக்க மாட்டாள் என்று வருடங் களுக்குப் பிறகு முகமறியாத தன் தாயின் மரணத்தை இதா லோத்தரிடம் பிரஸ்தாபித்தபோது அவர் ஆச்சரியத்துடன் சொல்லிப் பெருமூச்சுவிட்டுக் கொண்டார். எத்தனை வினோதங்கள் நிறைந்த வாழ்க்கையை யதார்த்தம் என்கிற பெயரில் எத்தனை தட்டையான கலையாக்கிக்கொண்டிருக்கிறோம் நாம், அதை எத்தனை அழகாகத் தான் வாழ்ந்ததன் வழியே தன்னையறியாமலேயே தெரிந்துவைத்திருந்தாள் உன் பெரியம்மா. லோத்தர் சொன்னது உண்மைதான். அவனும் பவித்ராவும் இணைந்து வேலை செய்த ஏழு வருடங்களும் லெ ஃப்லர் பூர் லெ சொம் சற்றும் எதிர்பார்த்திராத புகைப்படங்களின் காலமாயிருந்தது. உலகமெங்கும் அதன் வாசகர்களிடமிருந்து வியப்பும் இன்ப அதிர்ச்சியும் நிறைந்த பாராட்டுகள் குவிந்த வண்ணமிருந்தன. விற்பனை எண்ணிக்கையிலும் கணிசமான உயர்வு. மயானக் கரையில் வைத்து எடுக்கப்பட்ட நான்கு புகைப்படங்கள் அடங்கிய முதல் தொகுப்பிற்காக அனுப்பப்பட்ட சன்மானத்தை லோத்தர் கொண்டுவந்து கொடுத்தபோது பவித்ரா உண்மையிலேயே மிரண்டுதான்போனாள். அது அவள் தன் கனவிலும் நினைத்துப்பார்த்திராத தொகை. சம்பிரதாயமான பாராட்டுகளுக்கப்பால் அவள் இனி லெ ஃப்லர் பூர் லெ சொம் இதழின் சொத்து என்கிற பிரகடனத்துடனும் அடுத்த ஐந்து வருடங்களுக்கு வேறு பத்திரிகைகளுக்காக வேலை செய்யக்

கூடாதென்கிற நிபந்தனையுடனும் அவளுடைய வனப்பின் பராமரிப்பிற்கும் தன் உடலை இப்படியொரு கோணத்தில் வைத்துப்பார்க்க வேண்டுமென யோசித்த அவளுடைய இயற்கையான மேதமையும் தைரியமும் பொருளாதாரக் காரணங்களால் வற்றிவிடாதிருப் பதற்கும் (அவள் தன் குடும்பத்திற்கே மறுபடி திரும்பிப் போய்விடாதிருக்கவும் என்பது அதன் உட்கிடை) நிர்வாகம் லோத்தரின் பிரதிநிதித்துவத்தின் வழியே பொறுப்பேற்றுக்கொள்கிறது என்கிற உறுதிமொழி யுடனும் அவள் கைகளை நிறைத்துக்கொண்டிருந்தது ஏறக்குறைய அவளுடைய ஒரு வருட வளமான அன்றாடத்திற்கான பணம் பொதிந்தக் கடித உறை. தன்னுடைய காத்திருப்பு, ஏமாற்றம், துயரம், அச்சம், கனத்துக்கொண்டிருந்த கன்னிமை, மரணத்தின் அண்மை ஆகியவற்றின் அழுத்தம் ஏதோவொரு விதத்தில் தன்னுள் அமுந்தி மட்கிச் சிருஷ்டிபரமாய்ப் பழுத்திருக்கிறது என்கிற அறிதலை மட்டும் பவித்ரா அந்த உறையிலிருந்து உவகையுடன் உருவிக்கொண்டு பணத்தை லோத்தரிடமே திருப்பிக்கொடுத்துவிட்டாள். லெ ஃப்ப்லர் பூர் லெ சொம் ஒரு காலாண்டிதழ். அதன் ஒவ்வொரு பருவ இதழிலும் இடம்பெறும் உலக அளவிலான அழகிகளின் புகைப்படங்களின் சுழல் வரிசையில் பவித்ராவின் முறை வருவதற்கு எப்படியும் ஒன்றரை வருடங்கள் ஆகிவிடும். இதழுக்கு மூன்று அல்லது நான்கு பிரத்யேகப் படங்கள் என்கிற வகை யில் அவள் படிமியாக வேலை செய்த மணித்துளிகள் அவளுக்குக் கிடைத்த சன்மானத் தொகையோடு ஒப்பிடும்போது மிகச் சொற்பம்தான். எனவே லோத்தர் வேண்டாமென்று சொன்னாலும்கூட மனச்சாட்சியின் உறுத்தலின் மேல் மிகுதி நேரத்தில் மறிநிலைப் படிமங் களைக் கழுவி ஆங்காங்கே தொட்டுப் பழுது நீக்கி ஒளியைத் தேவைக்கேற்பக் கூட்டிக் குறைத்துப் படத்தின் எல்லைகளைத் துல்லியமாக வடிவமைத்து தகுந்த தலைப்புகள் கொடுத்துப் பிரசுரத்திற்காக அனுப்பும் பணிகளில் லோத்தருக்கு உதவியாகத் தன்னையும் ஈடுபடுத்திக்கொண்டிருப்பாள். அவற்றில் சில படங்களுக்குத் தன் பங்கிற்குச் சந்திரமதி, தமயந்தி, மாத்ரி என்கிற பெயர்களைக்கூடத் தலைப்புகளாக அவள் சிபாரிசு செய்தாள். லோத்தர் சிரித்துக்கொண்டே அவற்றை ஒத்துக்கொள்ளாமல் தவிர்த்துவிட்டான்.

ஏற்கெனவே மத்திய காலச் சூழலையே போலி செய்யும் அந்தப் படங்களில் அவளுடைய துயரத்தையும் தனிமையையும் இவ்வாறான தலைப்புகளால் இன்னும் அதிகமாகப் பௌராணிகப்படுத்தும்போது அவை ஓவியங்கள் என்கிற இன்னொரு கலை வடிவத்திற்குள் தள்ளப்பட்டுக் குவியாடிகளே கண்டுபிடிக்கப்படாத காலத்திற்குள் போய் விழுந்துவிடும் என்றும் பிறகு புகைப்படக் கலையின் இருப்பிற்கான நியாயம் கிடைக்காமல் போய்விடும் என்று அவன் அவளுக்குச் சமாதானமும் சொல்வான். பவித்ராவோ எந்தச் சிறு வாய்ப்பு கிடைத்தாலும் தன் உடலைக் காலமும் சாவும் இன்னும் துவங்கியிராத பிரபஞ்சத்தின் துவக்கக் கணத்திற்குள் கொண்டு சேர்ப்பித்துவிட வேண்டு மென்கிற வெறியோடு இருப்பாள். லோத்தரின் வார்த்தைகளில் சொல்ல வேண்டுமென்றால் அவள் தானோர் ஏவாளாகிவிட வேண்டுமென்றேதான் துடித்துக்கொண்டிருந்தாள். எனவேதான் கனி மரங்கள் நிறைந்த தோட்டங்களுக்கு அஞ்சி வறண்ட மயானங் களே எப்போதும் அவளுடைய தேர்வாயிருந்தது. என்றாலும் ஒரேயொருமுறை மட்டும் லோத்தர் அவளுடைய திருப்திக்காக நான்காவது தொகுப்பிற்கு சாவித்ரியென்கிற பெயரைத் தேர்ந்தெடுத்து வைத்தான். சோனு பிறந்த வருடமான 1956ம் வருடத்திய லெ ஃப்ளர் பூர் லெ சொம்மின் வசந்தகால இதழில் பிரசுர மானது அது. அந்தப் புகைப்படங்களின் தொகுப்பில் அவள் முன் எமனோ அவளருகே அவள் கணவனான சத்யவானோ பிரத்யட்சமாகக் காட்டப்படவில்லை (இந்தப் புகைப்படங்களின் மறிநிலைப் படிமங்களைக் கழுவிக்கொண்டிருக்கும்போதுதான் சுமதி விஸ்நாதன் காதற்காலங்களின் கதையை அவள் லோத்தருக்குச் சொன்னாள். சாவித்ரியை சுமதியாயும் விஸ்வநாதனைச் சத்யவானாயும் தன்னை எமனாயும் அவள் மனம் அப்போது உருவகித்துப் பார்த்துக்கொண்டிருந்தது. மரணத்தின்பால் புகைப்படத்தில் பிரத்யட்சமாகக் காட்டப்படாதிருந்தது அப்படிக் கற்பனை செய்து கொள்ள வசதியாகவுமிருந்தது). ஆனால் படத்தின் தலைப்பிலிருந்தும் அதிலிருக்கும் பெண்ணினுடைய விழிகளின் கோணத்திலிருந்தும் சட்டகத்திற்கு வெளியே நிற்கும் எமனைத்தான் அவள் கண்ணீரும் கோபமும் தெறிக்கப் பார்த்துக்கொண்டிருக்கிறா

ளென்பதைப் புரிந்துகொள்ள முடியும். அந்தத் தொகுப்பு சாவித்ரியை வழக்கமான பிற புராணிகப் படிமங்களிலிருந்து இரண்டு பிரத்யேகமான காட்சிப் படுத்தல்களின் வழியே தனித்துவப்படுத்தியிருந்தது. ஒன்று, அதில் அவள் மகாபாரதத்தின் வன பர்வத்து விவரணைப்படி மரவுரி தரித்திருக்கவில்லை. மாறாகத் துணியாடைகள் ஏதுமற்ற தன் உடலின் மேல் காது, மூக்கு, நெற்றி, கழுத்து, கைகள், கால்கள், இடை என்று எல்லாயிடங்களிலும் நீக்கமற, பவித்ரா ஊரிலிருந்து கொண்டுவந்திருந்த அவளுடைய பரம்பரை நகைகளை ஏராளமாக அணிந்திருந்தாள். விஸ்வநாதனிடமும் இதாவிடமும் லோத்தர் பிற்பாடு அவர்களைத் தன் இல்லத்தில் சந்தித்தபோது விளக்கியபடி, பொதுவாகவே இந்தியக் கலையுலகில் நிர்வாணம் என்பது செயலின் முடிவும் அதன் விளைவின் துவக்கமும் சந்திக்கும் புள்ளியில் ஒரு வெடிப்பாய் நிகழ்வது என்கிற பார்வையடிப்படையில் அந்தப் புகைப்படத்தில் இருப்பது சாவித்ரியினுடைய மங்களத்துவத்தின் இறுதிக் கணம், அதற்கடுத்த கணத்தில் அவள் ஒன்று விதவையாக வேண்டும் அல்லது கணவனுடன் கூடவே இறந்துபோக வேண்டும், கதைப்படி அவள் இந்த இரண்டு விளைவுகளையுமே மறுத்து எமனிடம் போராடுகிறாள், இந்தப் போராட்டத்தின் உச்சக்கட்டம்தான் அவளுடைய நகைகளையே ஆடையாயணிந்த கோலமாய் வெளிப் படுகிறது, நகைகள் சுமங்கலித் தன்மையையும் நிர்வாணம் இனி வீணாகவிருக்கிற இளமையையும் எமனின் முன் அவள் தரப்புச் சாட்சிகளாக, தீர்ப்பிற் காக அல்லாமல் உணர்த்துதலுக்காக, முன்வைக்கின்றன, சாவித்ரியினுடைய வெளிப்பாடு ஓர் இரங்கத்தக்க காட்சியாகவல்லாமல் கண்களால் சந்திக்கவஞ்சும் ஒரு விஸ்வரூபமாக, தன் இளமையின் மீது தீர்ப்பெழுதும் உரிமை இன்னொருவருக்குக் கிடையாது என்பதைக் காலனுக்கு உணர்த்தும்விதமாக, தானே ஒரு மரணமாக, தென்னிந்திய அரசனொருவனின் முன் கவனக்குறை வாக ஏற்கெனவே தன் கணவனை எமன் கொண்டு செல்ல விட்டுவிட்ட ஒரு கைம்பெண் விட்டெறிந்ததாகச் சொல்லப்படும் சிலம்பைப் போல புகைப்படத்தின் சட்டகத்திற்கு வெளியேயிருந்து தன்னைக் கவனிக்கும் கண்களின் முன் ஒரு செந்தழல் பிழம்பாய் வீசியெறியப்

பட வேண்டும் என்று சொல்லித்தான் பவித்ரா அந்த நிலையைத் தேர்ந்தெடுத்தாள் (பிரசுரமான காலத்தில் பலத்த வரவேற்பைப் பெற்ற பவித்ராவின் இந்தக் கம்பீரமான நிர்வாணம்தான் இருபத்தியொரு வருடங் களுக்குப் பிறகு இதாவின் கை வழியே காட்வார் கிருஷ்ணாவின் முன் வெளிப்படும் (இதாவும் கிருஷ்ணா அவளுடைய வார்த்தைகளைக் கொண்டே அவளைத் தவிர்க்கவியலாமையின் மூலைக்கு நகர்த்தும் சமயத்தில் வேறு வழியின்றித் தன் கடைசி அஸ்திரமாகத்தான் அதைப் பிரயோகிப்பாள் (சூது என்பதில் பெறுவதும் இழப்பதும் விதியென்றே வைத்துக்கொள்வோம், பெரியவரே, நீங்கள் உங்கள் சூதாட்ட நாள்களில் எத்தனைமுறை எதையெதை இழந்திருக்கிறீர்கள், அஸி கட்டத்தினுடைய உரிமை சோனுவின் தகப்பனாரிட மிருந்து உங்கள் வசமானதற்கு முன்போ பின்போ நீங்கள் பிறரிடம் சூதாடி இழந்தவற்றில் மதிப்புமிக்க ஒரு பொருளை, ஒரேயொரு பொருளைச் சொல்லுங்கள் பார்க்கலாம், சோனு எல்லாவற்றையுமே என்னிடம் சொல்லிப் புலம்பியிருக்கிறான், இந்தப் பதினெட்டு வருடங்களாக உங்களை உற்றுப்பார்ப்பதை அவன் நிறுத்திக்கொள்ளவேயில்லை, நீங்கள் வாதித்தபடி பணயப் பொருளின் பாத்யதையைப் பற்றிய கேள்வி சூதின் விதிகளுக்குத் தேவையற்றதென்றே வைத்துக் கொண்டாலும்கூட அதன் மற்றொரு தார்மீக விதியினடிப்படையிலும்கூட நீங்கள் நேர்மையாக நடந்துகொள்ளவில்லைதானே, சூதில் பெறுவது இழப்பது என்பதெல்லாம் சூதாடிகளுக்கு மட்டுமே யான விதி, நீங்கள் சொன்னபடியே சூதாட்டம் என்பது ஒரு விளையாட்டு என்பதை நினைவுபடுத்தும் விதி, இதன் பொருள் வென்றவன் தோற்றவனுக்கு வாய்ப்பளிக்க வேண்டும் என்பது, நான் சொல்வது சரிதானே, என்னுடைய நண்பர்களுடன் நானும் நிறையச் சூதாடியிருக்கிறேன், எங்கள் குருவின் வழிகாட்டலில் அதையொருவிதத் தியானமாகவே நாங்கள் பயிற்சி செய்திருக்கிறோம், சூதாடிகள் வெற்றியையோ தோல்வியையோ முன்வைத்துச் சூதாடக் கூடாது என்பதே சூதின் தார்மீகம், விளையாட்டின் போதைக்காக மட்டுமே அது ஆடப்பட வேண்டும், வெற்றிபெற்றதும் தோற்றவனைக் களத்தில் தனியே விட்டுவிட்டு ஆட்டத்தை முடித்துக்

கொண்டு எழுந்துவிடுகிறவர் நேர்மையான சூதாடியாக இருக்க மாட்டார், ஓர் உண்மையான சூதாடிக்கு இரண்டாவது ஆட்டத்தின் பணயப் பொருள் என்பது முதல் ஆட்டத்தில் ஜெயித்த அத்தனையும்தானென்பது வாஸ்தவமா இல்லையா, பதினெட்டு வருடங்களாக யார் யாரோ பேசி மாற்றிவிட முடியாத உங்கள் மனதை எனக்கிருக்கும் சொற்ப அவகாசத்தில் பேசி மாற்றிவிடப்போகிறேனென்கிற அசட்டு நம்பிக்கையுட னெல்லாம் நான் இங்கே வரவில்லை, எனக்கு என் நண்பன் சார்பாகக் கொஞ்சம் பேச வேண்டும், உங்களால் இயலுமானால் உங்கள் மனச்சாட்சியிட மிருந்து அதற்குச் சில பதில்களும் வேண்டும், அவ்வளவுதான், சொல்லுங்கள், வாஸ்தவம்தானே, எனில் நீங்கள் ஒரு நல்ல சூதாடியா, அப்படிக் கேட்பது கூடத் தவறு, முதலில் நீங்கள் சூதாடிதானா, இல்லைதானே, தர்மங்கள் உருவாக்கப்பட்ட காலத் திற்குப் பின்னர் வரலாற்றிலேயே தன்னைச் சூதாடியல்லன் என்று சொல்லிக்கொள்வதில் பெருமைப்பட முடியாமல் அதையொரு அவமான மாகக் கருதித் தலையைக் குனிந்துகொள்ளும் முதல் மனிதர் நீங்களாகத்தானிருப்பீர்கள், ஆனால் அதைத் தான் சோனுவும் என்னிடம் சொன்னான், நீங்கள் சுபாவத்திலேயே ஒரு சூதாடியில்லை என்று, பொழுது போக்காகச் சில்லரைகளை வைத்து விளையாடிக் கொண்டிருந்தவர், ஆனால் சோனுவின் அப்பா ஒரு தொழில்முறைச் சூதாடி, எதேச்சையாக ஒருமுறை அவர் போதையிலிருந்த சமயத்தில் மைத்துனரென்கிற நம்பிக்கையில் உங்களோடு விளையாட அமர்ந்து ஆட்டத்தின் விதிப்படி தோற்பதற்கான வாய்ப்பிலும் உங்களை நம்பி நுழைந்தபோது நீங்கள் அவரைக் கைவிட்டுவிட்டு உங்கள் வெற்றியோடு எழுந்து விட்டீர்கள், சோனு ஆற்றாமையோடு குறிப்பிட்ட விஷயம் என்னவென்றால் அந்த வெற்றிக்குப் பிறகுமே கூட நீங்கள் யாருடனும் எப்போதும் சூதாட்டத்தில் இறங்கியதேயில்லை, அதாவது தோற்பதற்கான எந்த வொரு வாய்ப்பிற்கும் நீங்கள் உங்களை ஆட்படுத்திக் கொண்டதேயில்லை, ஒரு சூதாடியல்லாதவருக்கு அவர் தற்செயலாகப் பெற்ற வெற்றிக்கு உரிமை கொண்டாடும் தகுதி உண்டாயென்பதைப் பெரியவ ராகிய நீங்கள்தான் இந்தச் சின்னப்பெண்ணுக்குச்

சொல்ல வேண்டும், ஏனென்றால் இதற்கு முன் இந்தக் கேள்வியை யோசிக்காத வாராணசியின் சூதாட்ட மேதைகளெவரிடமிருந்தும் இதற்கான நியாயமான பதிலைப் பெற்றுவிட முடியுமென்று எனக்குத் தோன்ற வில்லை, சொல்லவில்லையென்றாலும் பரவாயில்லை, பஞ்சாயத்திடம் போகும் உத்தேசம் எதுவும் எனக்கில்லை, இங்கே உங்களுக்கெதிராக ஒரு மள்ளனும் வாயைத் திறக்க மாட்டானென்று சோனு சொல்லியிருக்கிறான், மீறித் திறப்பதற்குச் சாட்சியும் கிடையாது, மேலும் அதற்கான கால அவகாசம் எனக்கும் கிடையாது, நாளை காலையில் நான் வாராணசியைவிட்டுக் கிளம்புகிறேன், நான் வந்திருக்கும் நோக்கம் தெரிந்து இவ்வளவு நேரத்திற்குப் பிறகும் நான் பேசுவதைப் பொறுமையாகக் கேட்டுக் கொண்டிருப்பதிலிருந்து என் பேச்சில் ஏதோவொரு சுவாரஸ்யத்தை நீங்கள் கண்டுபிடித்திருப்பதாக நான் ஊகித்துக்கொள்கிறேன், அல்லது நான் உங்கள் மகளின் வயதுடைய இன்னொரு சிறுமி, அல்லது பத்திரிகைக்காரி, அல்லது உங்கள் வெற்றியின் மேல் உங்களுக்குப் பெருமையெதுவுமில்லை, ஆனால் அது எதாயிருந்தாலும் அந்தச் சலுகையின் மேல் தொடர்ந்து இன்னும் சில வார்த்தைகளையும் பேசி முடித்துவிடுகிறேன், அஸி கட்டத்தின் காட்வார் உரிமையை மீண்டும் சோனு குடும்பத்திற்கு விட்டுத்தருவதைப் பற்றி யோசிப்பதாக நீங்கள் என்னிடம் சொல்ல வேண்டும், முடியாது என்றுதான் உங்களிடமிருந்து பதில் வரும் என்பது எனக்குத் தெரியும், ஆனால் அதைக் கேட்பதற்காக நான் இந்த அதிகாலைப் பொழுதில் இங்கே வந்து உங்களிடம் பேசிக்கொண்டிருக்கவில்லை, முடியும் என்று நீங்கள் சொல்ல வேண்டுமானால் அதற்கு நான் என்ன செய்ய வேண்டும், அதுதான் எனக்குத் தெரிய வேண்டும், இந்தக் கங்கையின் பிரவாகத்தில் மூழ்கிச் சோனுவுக்காக என் உயிரை விட்டுவிட ஒத்துக்கொள்ள வேண்டுமா, அதை ஒரு பந்தயமாக எடுத்துக்கொள்ள நான் தயார்தான், ஆனால் நிஜமாக அன்று, ஒரு குறியீடாக, உயிரை விடுவதற்குச் சமமான வேறொரு செயலைச் செய்வதன்மூலம், அதற்கு முன் உயிரைக் காவு கேட்கும் பந்தயமென்பதால் வேறு வாய்ப்புகள் ஏதேனும் இருக்கிறதாவென்று பார்த்து விட்டு இதைத் தேர்ந்தெடுப்பதற்கு மட்டும் எனக்கு

அனுமதியளித்தால் போதும், ஒன்றுக்கு இரண்டு வாய்ப்புகள் இருக்கின்றன, முதலாவது, சோனுவின் தகப்பனாருக்கு இன்னொரு வாய்ப்பை நீங்கள் கொடுக்கலாம், தோற்றவருக்கான வாய்ப்பு, இந்த வாய்ப்பைக் கொடுக்காததால்தானே வேறு வழிகளில் அவரிடமிருந்து அதைக் கேட்க வெட்கப்பட்டுக்கொண்டு குடும்பத்தை வறுமையில் உழலவிட்டுக்கொண் டிருக்கிறார் அந்த நேர்மையான சூதாடி, ஆனால் நீங்களே ஒத்துக்கொண்டதைப் போல நீங்களொன்றும் தேர்ந்த சூதாடியல்லர், பஞ்சத்துக்கு ஆடிக் கெலித்தவர், மன்னித்துக்கொள்ளுங்கள், சோனுவின் தகப்பனாரோடு மறுபடி சூதாட்டத்தில் அமர்ந்தால் வெற்றி யாருடையதாயிருக்குமென்பதை ஆடித் தெரிந்து கொள்ள வேண்டுமென்கிற அவசியமேயில்லை, முதல் தடவையாவது ஆட்டத்தில் உங்களுடைய தேர்ச்சி யின்மைக்கு இணையாக அவருடைய போதை பணயமாக இருந்திருக்கும், ஆனால் இனியொருமுறை அவருடன் ஆடுவதென்பது சிங்கத்தோடு எலி மோதுவதைப் போன்றதுதான், முதலில் சோனுவின் அப்பாவே அதை விரும்புவாராயென்பதேகூடச் சந்தேகம்தான், நானும் இந்தமுறை அவருடையதையல் லாது உங்களுடைய பலத்தை வெளிக்கொணரவே ஆசைப்படுகிறேன், எனில் நாம் இரண்டாவது வாய்ப்பைச் சோதித்துப்பார்க்கலாம், சோனுவின் தகப்பனாருக்குப் பதிலாக நீங்கள் என்னுடன் விளையாடலாம், மீண்டும் மன்னித்துக்கொள்ளுங்கள், என் தகப்பன் வயதுடைய ஒருவரைச் சூதாட அழைக்குமளவிற்கு, அது எத்தனை நியாயமான காரணத்திற்காயிருந்தாலும், படிப்பும் அறிவும் என் நடையுடை பாவனைகள் வெளிப்படுத்தும் என்னுடைய நட்பு வட்டமும் என்னை அதிகப்பிரசங்கியாகவோ கண்ணியக் குறைவானவளாகவோ ஆக்கிவிடவில்லை, உங்களையும் உங்கள் மகள் வயதுடைய ஒரு பெண்ணுடன் பகடையாடுமளவிற்குக் கீழிறக்கி அவமானப்படுத்தும் எண்ணமும் எனக்கில்லை, அஸி கட்டத்தின் மேல் கொண்ட ஆசைக்காக இந்தச் சம்பவங்களையெல்லாம் எதிர்கொள்ள வேண்டி யிருக்கிறதேயென்று இத்தனை வருடங்கள் கழித்து முதல் தடவையாக உங்களுக்கு வேதனையாக இருக்கக் கூடும், சற்று பொறுமையாகக் கேளுங்கள், நான்

உங்களை விளையாடத்தான் அழைத்தேனே தவிர பகடையாட்டம் விளையாட அன்று, அதில் நானொன்றும் அத்தனை கரைகண்டவளுமல்லள், மேலும் பகடையுருட்டுவதொன்றுதானா சூதாட்டம், நான் உங்களுடன் விளையாட விரும்புவது ஒரு குழந்தை விளையாட்டு, நீங்கள் விரும்பினால் அதை ஒரு விளையாட்டாகவே ஆடி முடித்துவிடலாம், பணயங்களின் மூலமாகச் சூதாகவும் மாற்றிக் கொள்ளலாம், நான் இரண்டையுமே உங்கள் கைகளுக்கே விட்டுவிடுகிறேன், எனக்குத் தெரியும் அஸி கட்டத்தின் மீதான உரிமையென்பது ஒரு ரூபாய் இரண்டு ரூபாய் விஷயமன்று, போனால் போகிறதென்று விடுவதற்கு, அதனால்தான் நானும் முன்பே சொல்லி விட்டேன் அந்த முடிவை எடுக்கும் உரிமையை உங்களிடமே விட்டுவிட்டேனென்று, இல்லையென்றால் நான் நேராக சோனுவிடம் அல்லவா போய்ப் பேசியிருப்பேன் இந்த விளையாட்டில் பணயப் பொருளாக நான் வைக்க விரும்பும் இதோ இந்தப் புகைப்படங்களைப் பற்றி))). இரண்டாவது பிரத்யேக அம்சம், காலனுடன் சத்யவானின் உயிருக்காக சாவித்ரி வாதிடும் களமும் கானகத்தின் வேர்கள் புரையோடிய மண்ணாக இல்லாமல் கங்கையின் நடுவே தன்னந்தனியான ஒரு படகின் மரத் தரையாக இருந்தது. அதுவும் அவள் முதுகின் பின்னே சற்று தொலைவில் வரிசையாக அணிவகுத்து நிற்கும் படகுகளின் பின்னணியும் இணைந்து பிரபலமானதும் மற்ற இந்திய நிலங்களுக்குப் பொதுவானதுமான ஒரு புராணிகக் கதைக் காட்சியை வாராணசியினுடைய தனித்துவமிக்க நம்பிக்கைகளின் உருவகமாக மாற்றி யிருந்தன. லோத்தரின் விளக்கம், காலம் என்பது நதியாகவும் இம்மை மறுமை என்கிற இரண்டும் இந்த நதியின் எதிரெதிர்க் கரைகளிலிருக்கும் இரண்டு நகரங்களாகவும் மரணம் ஒரு கரையிலிருந்து மனிதவுயிர்களையும் இன்னொரு கரையிலிருந்து ஆன்மாக்களையும் ஏற்றிக்கொள்வதும் அவற்றை எதிர்க்கரையில் இறக்கிவிடுவதுமான செயலை ஓய்வின்றி நிகழ்த்திக்கொண்டேயிருக்கும் ஒரு படகாகவும் பார்க்கப்படும் வாராணசி லட்சியங்களின் பின்னணியில் சாவித்ரியினுடையது இந்த இரண்டு கரைகளுக்குமிடையில் கால நதியின் மீதே யமனுடன்

நடத்தப்படும் போராட்டமென்பதால் நதிநடுப் படகும் கரைப் படகுகளும் பின்னணியாக வைக்கப்பட்டன (அதுவொரு நல்ல கற்பனைதான், படகுகளின் மீதான வாழ்க்கை எப்போதும் மரணத்துடன் மோதும் போர்க்களமாகவேதானிருக்கிறது என்பதைக் குறிக்கும் சில நாடோடிப் பாடல்களை நானும் இங்கே வாராணசியில் சம்பாதித்துக்கொண்ட என்னுடைய ஓடக்கார நண்பன் பாடிக் கேட்டிருக்கிறேன், அதன் துயரம் நெஞ்சைப் பிளக்கக்கூடியதுதான்), இதுவும் பவித்ராவினுடைய கற்பனைதான். பவித்ராவும் லோத்தரும் இணைந்து வேலை செய்த ஏழு வருடங்களி லும் (ஏழாவது வருட இறுதியில், தன் முப்பத்தெட்டாவது வயதில் பவித்ரா காரணமேயில்லாமல் அகால மரணமடைந்தாள்) தனக்கு அவன் அண்மையைத் தவிர, அவளுடைய மூலதனமான உடலைச் சரியாகப் பராமரித்துக்கொள்ளவாவது தேவைப்படுமென்று லோத்தர் சிபாரிசு செய்த வேறெந்தச் சிறப்பு வசதிகளையும் ஏற்க அவள் மறுத்துவிட்டாள். அதை முதல் சன்மானக் கடித உறையை அவன் கையில் திருப்பியளித்தபோதே தீர்மானமாகச் சொல்லியும் விட்டாள். லோத்தர் பவித்ராவைக் கைவிடவில்லை. பவித்ராவும் லோத்தரை ஏமாற்றவில்லை. அவள் அவனை அவன் ஏற்கெனவே பார்த்துக் கடந்திருந்த இடங்களுக்குள் ஒளிந்திருந்த புதுப்புது அண்டங்களை நோக்கிக் கையைப் பிடித்து அழைத்துச்சென்று தன் உடலின் ஒளியில் அவற்றை அவன் விரும்பியவண்ணம் கதைகளாக்கிக்கொள்ள ஒத்துழைத்தாள். கைவிடப் பட்டுப் பாழடைந்த கோவில்களின் இருளோடிய பிரகாரங்களில் ஆதிக்கம் செலுத்தும் குரங்குகள் மற்றும் வௌவால்களின் அண்மையிலும், கங்கையின் கிழக்குக் கரையில் வாடகைக்கு அமர்த்தப்பட்ட ஆட்களால் தேடிக் கண்டெடுக்கப்பட்டுக் கொண்டு வந்து குவிக்கப்பட்ட கபாலங்களின் நடுவிலும், பெண்மையைக் கண்டு கைகளை விரித்து சிவா என்று கண்ணீர்விட்டுப் பைத்தியம்போல் சிரிக்கும் அகோரி களின் காலடியிலும், அழுகி உடலும் முகமும் கோரமாகச் சிதைந்த பிணங்களோடு பிணமாகத் தண்ணீரில் மிதந்தபடியும், புதிய அனாதைப் பிணங்களுக்காக அவற்றினருகில் பிற வேசிகளுடன் குழுவாக அமர்ந்து துக்கித்த பாவனையிலும், எலும்பு

களைத் தலையில் செருகிக்கொண்டும் அல்லது அவற்றை மாலையாக்கிக் கழுத்தில் அணிந்துகொண்டும், கருக்கலிலும், பகலிலும், மதியத்திலும், அந்தியிலும், நடுயிரவிலும், மழையிலும், பனியிலும், வெய்யிலிலும், கழிவுகள் காய்ந்து கிடக்கும் நக்வாவின் வறண்டு வெடித்த பறந்தலை நடுவிலும் இருந்துகொண்டே யிருக்கும் சாவின் சதாவான இருப்பை உயிர்ப்பின் அடையாளமாக அதுவரை அவன் கண்டுகொண்டிருந்த நிர்வாணத்தால் படமாக்க உந்தினாள். பவித்ராவின் நட்பிற்குப் பின் லோத்தருக்கும் அவனைப் போன்ற பிரத்யேகப் புகைப்படக் கலைஞர்களின் பெரும்பாலான நேரத்தை அபகரித்துக்கொள்ளும் நிர்வாணப் படிமிகளைத் தேடும் வேலை முற்றாகவே நின்றுவிடவே (ஆனால் பவித்ராவுக்கு கேவத்தும் அவருடைய வேசிகளும் நித்திய நண்பர்களாயிருந்தார்கள். உடலும் புணர்ச்சிக்காகவே உடைகளை உரித்துக்கொள்வதும் பழகிப்போன அவர்களுடைய கதைகள் லோத்தரின் கருவியின் முன் தன்னை எப்போதும் புதியவளாகவே நிறுத்திக்கொள்ளும் மனவுறுதியையும் அதற்கான பயிற்சிகளையும் (அவளுக்குச் சிறுவயதில் பயிற்றுவிக்கப் பட்டிருந்த நடனக் கலையை (சுமதிக்கு நடன வகுப்புகளில் ஈடுபாடு இல்லாமலிருந்தது. வினோதமும் விளையாட்டுத்தனமும் நிரம்பிய சிந்தனைப் போக்கையுடையவளாயும் நன்றாகக் கவிதையெழுது கிறவளாயுமே அவள் தன்னை வெளிப்படுத்திக் கொண்டிருந்தாள். ஊர்மிளாவுக்குத் தன் தனித்துவத்தை எடுத்துக்காட்ட தன் அழகிற்கப்பால் இன்னொரு உப தகுதியெதுவும் தேவையில்லை என்கிற மனோபாவம் இருந்தது) ஒரு உடற்பயிற்சியாகவும் கடைசிவரை பவித்ரா இறுகப் பற்றிக்கொண்டிருந்தாள்) தக்கவைத்துக்கொள்ள அவளுக்குப் பெரிதும் உதவின) அவர்களிருவருக்குமே தங்களுடைய படைப்புகளை அதிகபட்சத் துல்லியத்திற்கும் பார்வையாளர்கள் மனதில் தாங்கள் விரும்பும் மனச் சலனங்களை உண்டாக்கும் பிம்பமாக்கலுக்கும் ஆட்படுத்துவதற்குத் தேவையான அவகாசம் நிறையவே கிடைத்துக் கொண்டிருந்தது. ஏழாவது வருட இறுதியில் தன்னுடைய எட்டாவதும் இறுதியானதும் மற்றொரு மரணத்தின் கதையைச் சொல்லவிருக்கிற புகைப்படத் தொகுதிக்காகப் பவித்ரா தயாராகிக்கொண்டிருந்த

போது முதன்முறையாக லோத்தர் அவளிடம் ஒரு மாறுதலுக்காகக் குறிமயிரை நீக்கிக்கொள்ள முடியுமா என்று கேட்டான். பவித்ரா முதலில் தயங்கினாள். அரும்பத் துவங்கியதிலிருந்தே ஒருமுறைகூட நீக்கப் படாத அந்தப் பூஞ்சுருள் ரோமப்படலம் அல்குலை மறைக்கும் இயற்கையாடை என்கிற வகையில் நிர்வாணத்தை இயற்கையின் ஜடத்தன்மையோடு ஒப்புமை கொள்ளச் செய்யும் ஓர் அம்சமாகவே புகைப்பட பிம்பங்கள் காட்டுகின்றன என்பது லோத்தரின் கருவியோடு பழக்கம் ஏற்பட்ட பின் அவளை வந்தடைந்த எண்ணமாயிருந்தது. மயிர் நீக்கம் அதைப் பிரக்ஞைவயப்பட்டதாக்கிப் பிரகிருதியி லிருந்து பிரித்துவிடும் என்று அவள் சந்தேகப்பட்டாள். மேலும் அவள் கழுத்தில் எப்போதும் தொங்கிக் கொண்டிருந்த தாலியைப் போல (அவள் தன் தாலியை ஒருபோதும் வெறுக்கவோ கழற்றவோயில்லை. யாரோவொரு தீர்க்கதரிசி யாருக்காகவோ செய்த அற்புதம் உலகப் பொதுவானதாகி எல்லா வீட்டுச் சுவர்களிலும் படமாகத் தொங்கிக்கொண்டிருப்பதைப் போல சுமதிமீதான விஸ்வநாதனின் காதல் அவள் கழுத்தில் தாலியாகத் தொங்கிக்கொண்டிருந்தது) யோனி மயிரும் ஏதோவொரு விதத்தில் தான் விட்டொழித்துவிட்டு வந்த உறவுகளின் எச்சமாயும் தன் தனிமைக்குத் துணையாகவும் இருந்தது என்பது லோத்தர் அதை நீக்கச் சொன்ன கணத்தில்தான் ஆச்சரியப்படும் விதத்தில் அவளுக்குத் தெரியவும் வந்தது. கண்டிப்பாக அதைச் செய்துதான் ஆக வேண்டுமா என்று அவள் லோத்தரைக் கேட்டாள். அவன் அது தன்னுடைய விருப்பம் என்றும் ஆனால் அவளைக் கட்டாயப்படுத்தப் போவதில்லையென்றும் பதில் சொன்னான். அது அவளுடைய மனச்சாட்சியை இன்னும் அதிகமாகப் பேசும்படி செய்தது, பழகத் தொடங்கிய நாளிலிருந்து கடந்த ஏழு வருடங்களில் அவன் அவளுக்காக எவ்வளவோ செய்திருக்கிறான், கிட்டத்தட்ட ஓர் ஆயுளுக்குப் போதுமான பணம் அவளுடைய பெயரில் வங்கியில் இருப்பு வைக்கப் பட்டிருக்கிறது, அவனுடைய கலையரங்கம் இருந்த அதே புராதன வாடகை வீட்டின் ஒற்றையறையும் புழங்குவதற்குச் சமையற்கட்டுமே தனக்குப் போதுமான தென்று அவள் சொல்லிவிட்டிருந்தாலும் அதற்குள்

அவளை அவன் ராணியைப் போலத்தான் வைத்துப் பார்த்துக்கொண்டான், அவனுடைய அண்மையில் அவளுடைய பெண்மைக்குப் பூரணப் பாதுகாப்பிருந்தது, கண்ணியக் குறைவான தொனியை அவன் வார்த்தை களிலோ பார்வையிலோ அவள் ஒருபோதும் உணர்ந்ததில்லை, குவியாடிக்கு வெளியே அவளுடைய உடலைப் பார்க்க அவனும் விரும்பியதில்லை, அவள் தேர்ந்தெடுத்துக்கொண்ட கன்னிமையைத் தக்க வைத்துக்கொள்ள (நான் நிறைய காலம் உயிரோடு வாழ விரும்புகிறேன் லோத்தர், காமம் எப்போதும் சாவுடன் தொடர்புடையதாகவே எனக்குத் தெரிகிறது) அவளை அவன் தன்னுடைய தொழில் தேவையை உத்தேசித்தும் கடைசிவரை அனுமதித்திருந்தான், சுருக்கமாகச் சொன்னால், கணவனைத் தவிரப் பிறர் முன்னிலையில் பெண் தன் ஆடைகளை உரித்து கொள்வதென்பது எப்போதுமே அநாகரீகமானதும் அருவருப்பானதும் ஆபத்தானதுமான செயலாக இருக்க வேண்டியதில்லை என்கிற பார்வையையும் அது சார்ந்து அவள் அதுவரை பார்த்துப் பழகியிருந்த சிறிய உலகத்தை இன்னும் விஸ்தாரமான பார்வையின் வழியே அவதானிக்கவும் அவன்தான் அவளுக்குக் கற்றுக்கொடுத்திருந்தான், தாலியைக் கழற்றச் சொல்லி வற்புறுத்திக்கூட அவன் அவளைத் தர்மசங்கடப்படுத்திய தில்லை. எனவே லோத்தரின் வேண்டுகோளை அவளால் தட்டவியலவில்லை. மட்டுமல்லாமல் அந்தப் படம் அவளுடைய புதிய அம்சம் தெளிவாகத் தெரியும்படியாகவும் மின்னொளியைப் பயன்படுத்தத் தேவையில்லாதபடிக்கும் நல்ல இயற்கை வெளிச்சத்தி லும் அதுவரை புகைப்படத்தில் பதியாத புதிய இடமொன்றின் பின்னணியிலும் அது நிகழ வேண்டு மெனவும் லோத்தர் விரும்பினான். அதையும் அவள் ஒத்துக்கொண்டாள். அவர்களிருவரும் தீரப் பேசி யோசித்துக் கடைசியில் கேவத்தின் யோசனைப்படி ஓர்ச்சாவைத் தேர்ந்தெடுத்துப் பிணங்களின் மற்றொரு நதியான பேத்வாவின் கரையிலிருந்த வானளாவிய ரஜபுத்திரக் கல்லறைகளின் நடுவிலும் லெக்ஷ்மி நரசிம்மர் கோவிலின் பாழடைந்த பதினைந்தாம் நூற்றாண்டுச் சுவர்ச் சித்திரங்களின் பின்னணியிலும் படப்பிடிப்பை நிகழ்த்தி முடித்தார்கள். ஓர்ச்சா கேவத்தின் சொந்த ஊரானதால் அவர் உள்ளூர்க்காரர்

களிடமும் சத்ரிகள் வளாகத்தின் காவலாளியிடமும் பேசி வெளியாட்களின் இடையூறு இல்லாமல் பார்த்துக்கொண்டார். பவித்ராவின் இணைவில் தான் எடுத்த புகைப்படங்களிலேயே மிகச் சிறந்த மாதிரிகளை ஒளித்துவைக்கப்பட்ட நகரமான ஓர்ச்சாவின் இயல்பாகவே துயரமும் மூங்கைமையும் ரகசியமும் கவிந்த வானிலையும், ஒவ்வொரு படத்திலும் (பதினாறு. அவற்றில் பத்து கருப்பு வெள்ளை) தற்செயலாக, ஆனால் தவிர்க்கவியலாமல், கல்லறைக் கோபுரங் களிலும் சதுர்புஜ் மந்திரின் தற்கொலைக்குத் தூண்டும் மொட்டைமாடியிலும் பேத்வாவின் சத்ரிகளை நோக்கிய மறுகரைக் காட்டின் மரங்களின் மேலும் அவளுக்குத் துணையாகவோ அல்லது அவளுடைய தனிமை துலக்கமாகத் தெரியும்வண்ணமோ திரும்பத் திரும்பச் சுழன்று அவள் பின்னே வந்து அமர்ந்து முன்பு எப்போதோ பார்த்த இளவரசிகளின் சாயலை (சலீமின் காதலியாயிருப்பாளோ இவள்) அவளுடைய புதிய, முழுமையான நிர்வாணத்தில் உற்றுப்பார்த்துக் கொண்டிருந்த பிணந்தின்னிக் கழுகுகளும் கொடுத்து விட்டதாகச் சொல்லி லோத்தரும் அவற்றை மெச்சிக் கொண்டான். ஆனால் காடி அமிலக் கரைசலிலிருந்து மறிநிலைப் படிமத்தைப் புகைப்படமாக வெளியே எடுத்ததுமே அந்தரங்கத்தின் மேல் மூர்க்கமாகப் பாய்ந்திருந்த வெய்யிலைப் பார்த்து முகத்தைச் சுளித்ததோடல்லாமல் தன் புகைப்படங்களில் வழக்க மாகக் கவிந்திருக்கும் அவலச் சுவையை ஓர்ச்சா சத்ரிகளின் பிரம்மாண்டமும் அழைப்பிதழைப் போல பதிவாகியிருக்கும் மழித்த கடிதடத்தின் பகிரங்கமும் அவன் உணர்வதற்கெதிராக ஒருவிதமான கேளிக்கை நிலையை நோக்கி நகர்த்திவிட்டதாகவே தனக்குப் படுவதாயும் கடந்த ஏழு வருடங்களில் அவன் முன்னிலையில் தன்னையே மரணமாகக் கற்பனை செய்துகொண்டிருந்ததைப் போலல்லாமல் அதற்கு முன் உணர்ந்ததைப் போல மரணம் வேறு தான் வேறாகப் பிரிந்து அதன் அருகில் நிற்பவளாய்த் தெரிவதாயும் பவித்ரா அபிப்பிராயப்பட்டாள் (சூரியவொளியில் சுரோனிதக் கசிவு ஏதும் வாமத்தில் பளபளக்கிறதா என்றுகூட அவள் கண்கள் ரகசியமாயும் கவலையுடனும் அந்தப் படங்களில் தேடின. ஆனால் அவளின் நிஜ மரணம் அந்தப் புகைப்படத்திலிருந்து

வெளிப்பட்ட, இடைப்பட்ட காலங்களில் லோத்தரின் உதவியுடன் அவள் சற்றே மீண்டுவந்திருந்த அவளுடைய பழைய துயரம் மற்றும் அச்சத்தின் நச்சுத்தன்மையின் பாதிப்பால் உண்டானது என்று சொல்வதற்கில்லை. உண்மையில் அவள் அந்தப் புகைப்படம் பிரான்ஸுக்கு அனுப்பப்பட்ட கையோடு அதை மறந்து அடுத்த புகைப்படத் தொகுப்பிற்கான ஆலோசனைகளில் வழக்கமான உற்சாகத்துடனேயே லோத்தருடன் இறங்கிவிட்டாள்தான். அவளுடைய மரணம் அவள் விரும்பியபடி (ஆனால் நிறைய வாழ வேண்டும் என்று ஆசைப்பட்டதற்கு மாறாக மிக இளமையிலேயே) முற்றிலும் இயற்கையான வழியில் அமைதியாய்த்தான் நிகழ்ந்தது. எனவே அவளுக்கு ஒவ்வாமையைத் தந்த ஓர்ச்சா புகைப்படங்கள் அவளுடைய இறுதிப் படங்களாய் அமைந்தது முற்றிலும் தற்செயல் என்றுதான் சொல்ல வேண்டும்). அதே சமயத்தில் புகைப்படங்கள் கூடுதலான ஈடுபாடும் துல்லியமும் கொண்டிருப்பதையும் ஒத்துக்கொண்டாள். எனவே அவற்றைப் பிரசுரத்திற்கு அனுப்புவதை அவள் ஆட்சேபிக்கவில்லை. சன்மானம் அளிக்கிறவனென்கிற முறையில் அது அவனுடைய உரிமையும்கூட. அந்தப் படங்களும் லோத்தர் எதிர்பார்த்ததைப் போலவே பிறகு லெ ஃப்லர் பூர் லெ சொம்மின் உலகளாவிய வாசகர்களிடம் அவளுடைய தொகுப்புகளிலேயே சிறந்த கலையமைதி கொண்டவையென்று அதிகபட்ச மான வரவேற்பைப் பெற்றன என்பதும் உண்மை. இந்தப் புகைப்படங்கள்தான் பதினேழு வருடங்களுக்குப் பின் சுமதியைக் கொன்றன. புகைப்படங்கள் எடுக்கப் பட்ட இடத்திலிருந்தும் காலத்திலிருந்தும் மிகத் தொலைவிற்கப்பாலிருந்து (லோத்தர் அவற்றைச் சொடுக்கியது 1959ம் ஆண்டுத் துவக்கத்தில். லெ ஃப்லர் பூர் லெ சொம் வெளியிட்டது 1960ம் வருடத்தின் கூதிர் பருவ இதழில் (அதற்குள் பவித்ராவே காலமாகி விட்டிருந்தாள்)) அது வெளிவந்த இதழின் ஒரு பிரதியை வழக்கம்போல தன் தனியறைக்கு எடுத்துச்சென்று வாயிலும் கண்களிலும் மதநீர் வடிய பக்கங்களைப் புரட்டிப் படம் பார்த்துக்கொண்டேயிருந்த ரெகுபதி நாயக்கர் பவித்ராவின் புகைப்படங்களிருந்த பக்கங் களுக்கு வந்து சேர்ந்தபோது முதல் சில நிமிடங்களுக்கு அது மஞ்சள் பத்திரிகையென்கிற நிச்சயத்தைத் தாண்டி

ஓர் அயல்நாட்டுச் சஞ்சிகையில் தனக்கு மிகவும் அறிமுகமான ஓர் உள்ளூர்ப் பெண்ணின் புகைப்படம் வெளியாகியிருப்பதை நிஜம் என்று உள்வாங்கிக் கொள்ளவே திணறினார். அது ஏதோவொரு விதத்தில் வினோதமான நிகழ்வாக மனதிற்குப் பட்டது. தன்னால் ஃபிரெஞ்சு மொழியின் ஓர் அட்சரத்தைக்கூடப் படிக்க முடியாது என்று தெரிந்தும் முன்பக்கத்தைத் திருப்பி உள்ளடக்கப் பட்டியலில் பவித்ராவின் பெயர் இருக்கிறதா என்று அசட்டுத்தனமாகச் சிறிதுநேரம் தேடிக்கொண்டிருந்தார். பிறகு மீண்டும் படங்களுக்குத் திரும்பியபோதும், பின்னணியில் நின்ற ஓர்ச்சாவின் கல்லறைகளையும் ஆவிகள் குடியிருக்கும் அரண்மனை அந்தப்புரங்களையும் வல்லூறுகள்மீதான கலை விளக்கங்களையும் அறிந்திராத நிலையிலும்கூட பவித்ராவின் நிர்வாணம் அவருக்கு அவருடைய வயோதிகத்தையும் வாய்ப்பைத் தவறவிட்டுவிட்ட சுயவெறுப்பையும் நெருங்கிக்கொண்டேயிருக்கும் கால முடிவையும்தான் நினைவிற்குக் கொண்டுவந்தது. ஒரு காலத்தில் தன் மனம் அந்தப் பெண்ணை விரும்பத் துவங்கி அரும்பிலேயே கிள்ளிப்போடப்பட்டது என்கிற நினைவு அவர் கண்களில் மெல்லிய நீர்ப்படலத்தையும் தூறியது. அவருக்கு அந்தப் படங்களை ஓரிரு நிமிடங் களுக்கு மேல் பார்க்கப் பிடிக்கவில்லை. அதுகூட அதிலிருப்பது அவள்தானா என்பதை நிச்சயம் செய்துகொள்ளத்தான் தேவைப்பட்டது. பிறகு அதை மூடிவைத்துவிட்ட அவர் இரண்டாவது தடவை திறந்து பார்க்கவுமில்லை. மனம் கோபத்திலும் துயரத்தி லும் பழுத்துக் கனத்துக்கொண்டிருந்தது. இருப்புக் கொள்ளாமல் அறையின் குறுக்கும் நெடுக்குமாக உலாத்திக்கொண்டிருந்தவரால் நேரம் ஆக ஆகப் பவித்ராவைத் தனக்கும் கிடைக்கவிடாமல் தானும் நன்றாக வைத்துக்கொள்ளாமல் குரங்கு கைப் பூமாலை யாக அந்தப் பார்ப்பான் சீரழித்துவிட்டானென்கிற ஆற்றாமை பொங்க அதைப் பேசித் தீர்க்காவிட்டால் நெஞ்சு வெடித்துவிடும்போல உணர்ந்து உடனே வேலையாள் மூலமாக விஸ்வநாதனைக் கையோடு அழைத்துவரப் பணித்தார். காலத்தைத் தவிர வேறு எந்தக் காரணமும் விஸ்வநாதனின் பிரிவு ரெகுபதி நாயக்கரிடம் உண்டாகியிருந்த காயத்தை ஆற்றுவதற்கு இடைப்பட்ட முப்பத்தைந்து வருடங்களில் இரண்டு

தரப்பிலுமே உண்டாகியிருக்கவில்லையாதலால் எத்தனை யோசித்தும் அந்த அழைப்பிற்கான சரியான காரணத்தை சுமதி, விஸ்வநாதன் இருவராலுமே ஊகிக்க முடியவில்லை. ஒருவேளை நாயக்கரின் பையன் இதாவை எங்காவது தற்செயலாகப் பார்த்து ஆசைப்பட்டுத் தன் விருப்பத்தைத் தந்தையிடம் சொல்லித் தங்களிடம் பேசச் சொல்லி வற்புறுத்தி யிருப்பானோ என்று விஸ்வநாதன் சுமதியிடம் நிராதர வான குரலில் கேட்டபோது அவள் அது அப்படித் தானென்றால் அது அவளுடைய விருப்பம் என்று இதாவின் மேலேயே பழியைப் போட்டுவிட்டுத் தப்பித்துக்கொள்ளுமாறு கூறி அவரைத் தைரியப் படுத்தித் தன்னுடைய கலக்கத்தை வெளிக்காட்டிக் கொள்ளாமல் அனுப்பிவைத்தாள். மறுபடியும் ரெகுபதி நாயக்கரை மறுக்கவிருக்கும் காட்சியைக் கற்பனை செய்து அதற்கொப்ப எப்படி நடந்துகொள்ள வேண்டு மென்பதையும் மனதிற்குள் ஒத்திகைபார்த்துக்கொண்டும் அந்த அழைப்பை மறுக்க முடியாத தன் பலவீனத்தை யெண்ணித் தன்னையே நொந்துகொண்டும்தான் விஸ்வநாதன் அவரைப் பார்க்கச் சென்றார். போனயிடத்தில் ரெகுபதி நாயக்கர் (தவிர்க்க முடியாத நிகழ்வென்றாலும்கூட மனைவியின் உடலைத் தான் பார்த்துவிட்டோமென்கிற எண்ணம் அவள் கணவனின் மனதில் ஓடுமென்கிற நினைப்பு எடுத்தயெடுப்பிலேயே அதை விஸ்வநாதனின் முன் அப்பட்டமாக நீட்டுவதில் வெட்கவுணர்வு கொள்ளச் செய்ததாலும் அவளை அந்த நிலைக்கு ஆளாக்கிவிட்ட அவனை நாக்கைப் பிடுங்கிக்கொள்ளும்படி நாலு கேள்வி கேட்காமல் அத்தனை எளிதாக அதைக் கொடுத்து அனுப்பி விடுவதாயென்கிற வன்மமும் அதற்குத் தோதான சூழலை உருவாக்க வேண்டுமென்கிற யோசனையும் ஏற்பட்டிருந்ததாலும்) பெரியதொரு வார்த்தைப் போரைத் தன் குத்தல் பேச்சால் தூண்டிவிட்டுவிட்டார். விஸ்வநாதனும் விஷயம் தெரியாமலேயே சீண்டப்பட்டு நாயக்கர் விரித்த வலைக்குள் விழுந்துவிட்டார். இருவருமே மாறிமாறி ஒருவர்மீது ஒருவர் சுடுசொற்களை வீசிக்கொண்டார்கள் (விஸ்வநாதனுக்கு இத்தனை வருடம் கழித்து ரெகுபதி எதற்காகத் தன்னை வலிந்து அரண்மனைக்கு வரவழைத்துப் பழைய விஷயங்களை இழுத்துச் சண்டையிட வேண்டுமென்று தெரியாத

குழப்பம் ஒருபுறம் உறுத்திக்கொண்டேதானிருந்தது). நாயக்கர் தன்னைத் தன் வீட்டுப் பெரியவர்களும் ஊராரும் கேவலமாகப் பார்த்ததற்குக் காரணம் விஸ்வநாதன் தன்னைக் காட்டிக்கொடுத்ததுதான் என்றால் அவர் பெண்கள்பாலுள்ள தன்னுடைய பலவீனத்திற்காக வெட்கப்படுவதை விட்டுவிட்டுத் தன்னுடைய சுதந்திரத்தின் மீது பழி சொல்வது கோழைத்தனம் என்று பதில் சொன்னார் விஸ்வநாதன். தன்னை ஸ்திரீலோலன் என்று எல்லோரையும் சொல்லச் செய்துவிட்டுப்போனவன் ஒன்றுக்கு மூன்று பெண்களைச் சுகித்துக்கொண்டு அந்த அசிங்கத்திற்கு ஊர்க்காரர்களின் அங்கீகாரத்தையும் அனுதாபத்தையும் வேறு சம்பாதித்துக்கொண்டதுதான் வீரச்செயலா என்றும், தன்னுடன் ஒரு முறையேனும் படுத்துவிட்டு எழுந்த எந்தப் பெண்ணும் மறுபடி தன் ஆயுள் உள்ளவரை வேறு யார் முன்பும் தன் முந்தானையை விலக்கத் தேவையில்லாத அளவிற்கு அவர்களுடைய வாழ்க்கை தன்னால் அரவணைத்துப் பாதுகாக்கப்பட்டிருக்கிறது என்றும் அந்த வகையில் தானொரு உண்மையான ஜமீன்தார் என்பதை எப்போதும் நிரூபித்திருப்பதாயும், சொல்லப்போனால் தனக்குக் கிடைத்த ஸ்திரீ சம்பந்தம் தங்களுக்குக் கிடைக்கவில்லையே என்கிற பொறாமையில் தன்னை நிந்திப்பவர்கள் இருந்தார்களே தவிர தன் கைகளுக்குள் வந்த எந்தப் பெண்ணும் தன்னை அதுவரை சபித்ததில்லையென்றும் ஆனால் விஸ்வநாதன் தன்னைப் போல வைப்பாட்டிகளாகவல்லாது ஒன்றுக்கு மூன்று பெண்களைத் தீ வளர்த்துத் திருமணமே செய்து கொண்டுவிட்டு அவர்களில் ஒருத்தியைக்கூட சந்தோஷமாக வைத்துக்கொள்ளாமல் பாழாக்கினானென்றும் நாயக்கர் பொருமினால் தேவடியாள்களுக்குப் பணம் கொடுத்துச் சந்தோஷப்படுத்துவதும் மனைவியுடன் சுகதுக்கங்களைப் பகிர்ந்துகொள்வதும் ஒன்றா என்றும் ஊர்ப் பெண்களையெல்லாம் சந்தோஷமாக வைத்திருப்பதாகப் பெருமையடித்துக் கொள்ளும் ரெகுபதி தன்னுடைய பெண் சகவாசத்தின் மேல் வீட்டிற்குள்ளேயே இருக்கும் தன் மனைவி சந்தோஷமாயிருக்கிறார்களா என்று ஒருமுறையேனும் கேட்டுப்பார்த்துக்கொண்டிருக்கிறாரா என்றும் பதிலுக்கு அவரைக் காய்ந்தார் விஸ்வநாதன். மேலும்

தன்னுடைய மூன்று திருமணங்களில் ஒன்றுகூடத் தன் விருப்பப்படி நடக்கவில்லையென்றும் அவை யாவுமே விதிவசப்பட்டவையென்றும் ரெகுபதி நினைப்பதைப் போல அந்தப் பெண்களிடமிருந்து எந்தச் சுகத்தையும் தான் பெறவில்லையென்றும் மாறாகச் சக்திக்கு எட்டியவரை அவர்களைத் தான் சந்தோஷமாகவே வைத்துக் காப்பாற்றிவந்ததாயும் எனவே ரெகுபதி இவற்றைப் பற்றி இத்தனை அக்கறை கொள்ளத் தேவையில்லையென்றும் பேசினார். ஆனால் விஸ்வநாதன் பவித்ராவைப் பாராமுகத்தால் தொலைத்துவிட்டதும் ஊர்மிளாவைப் பேராசையால் கொன்றுவிட்டதும் சுமதியைத் தன் சகோதரிகளின் விதியை நினைத்து மீளாத துயரத்தினுள்ளும் அவனைப் பற்றிய பீதியினுள்ளும் வைத்து உயிரோடு கொன்று கொண்டிருப்பதும் ஊர்மிளாவுக்குப் பிறந்த பெண்ணைத் தான்தோன்றியாக வளர்த்துவிட் டிருப்பதும்தான் உண்மையில் நடந்தது என்றார் ரெகுபதி நாயக்கர். இதாவைப் பற்றி ரெகுபதி நாயக்கர் பேசியதும் விஸ்வநாதன் தன்னுடைய குடும்ப விவகாரங்களில் தலையிட்டு அபிப்பிராயம் சொல்லும் அவசியமோ உரிமையோ அவருக்கு இல்லையென்றும் அதற்குப் பதில் சொல்லிக்கொண்டிருக்கும் பொறுப்பும் அவகாசமும் வயதும் தனக்கும் இல்லையென்றும் சொல்லிவிட்டு வீட்டிற்குக் கிளம்பத் தயாராகிவிட்டார். நாயக்கர் இதுதான் தக்க சமயமென்று ஊகித்து அவரிடம் பவித்ரா எங்கே, என்ன நடந்தது அவளுக்கு என்று திடீர்க் கேள்வியாகக் கேட்டார். நினைத்து போலவே விஸ்வநாதன் அந்தக் கேள்வியை எதிர்பார்க்க வில்லை. காதுகள் அதைக் கேட்ட நொடியில் உடல் சில்லிட்டுவிட்டது. பவித்ரா சம்பந்தமாக விரும்பத்தகாத எதையோ தெரியப்படுத்தப்படுவதற்காகத்தான் தான் அழைக்கப்பட்டிருக்கிறோமென்பதும் அவருக்குத் தெரிந்துவிட்டது. ஒருகணத்தில், பவித்ரா வெளியேறிய நாளிலிருந்து அன்றுவரை வருடக்கணக்காக அவருக்குள் பதுங்கியிருந்த சந்தேகமும் அது மானக்கேடாக வெளிப்படவிருக்கும் காலத்தை எதிர்பார்த்துக் காத்திருந்த கலக்கமும் திடீரெனக் கண்பார்வை மங்கிப் போகும்படியாக அவர் முன் விஸ்வரூபமெடுத்து நின்றுவிட்டன. அவர் தன்னைச் சிரமப்பட்டுச் சமாளித்துக்கொண்டு, பவித்ராவுக்கு என்ன நடந்தது

என்று யோசிப்பதைத் தான் நிறுத்திப் பதினாறு வருடங்களாகிவிட்டது என்று பதில் சொன்னார். ஆனால் என்ன நடந்திருந்தாலும் அதற்கு அவள்தான் பொறுப்பு என்று தன் மனதைச் சமாதானம் செய்து கொண்ட பிறகுதான் அவர் அப்படி யோசிப்பதை நிறுத்தினார், ஏனென்றால் தன்னைத் திருமணம் செய்துகொண்டு எந்தச் சுகத்தையும் அவளால் அடைய முடியாது என்று திருமணத்திற்கு முன்பே அவர் அவளிடம் தீர்மானமாகச் சொல்லித்தான் விட்டிருந்தார், ரெகுபதியின் நட்பால் தன்னிடம் ஒட்டிக்கொண்டிருந்த விரும்பாத படிமத்தைச் சுட்டிக்காட்டித் தன்னைப் பிடிக்கவில்லையென்று அத்தையிடம் சொல்லித் தப்பித்துக்கொள்ளும்படி அவரும் சுமதியும் அவளைக் காலில் விழாத குறையாக வேண்டிக்கொண்டார்கள், பவித்ராவும் அதை முயன்று பார்ப்பதாகத் தான் சொன்னாள், அவளுக்கு விஸ்வநாதன்மீதான சுமதியின் வெறித்தனமான காதலைப் பற்றித் தெரியும், ஆனால் வேலை கிடைத்த கையோடு தன் மகனுக்குத் திருமணம் செய்துவைத்து (தானாகக் கற்பனை செய்துகொண்டிருந்த) தீய வழிகளிலிருந்து அவனை மீட்டுவிட வேண்டுமென்று திட்டமிட்டுக்கொண்டிருந்த சுந்தரேசய்யரின் அவசரமும் எப்படியாவது பவித்ராவை ஒரு நல்லவன் கையில் பிடித்துக்கொடுத்து ரெகுபதியென்னும் நெருங்கி வரும் ஆபத்திலிருந்து அவளைக் காப்பாற்றிவிட வேண்டுமென்கிற அவருடைய தங்கையின் பதற்றமும் அவர்களிருவரையும் ஒருசேர விதியின் கைகளில் ஒப்புக்கொடுத்துவிட்டது. இரண்டிற்குமே காரணம் ரெகுபதிதானென்று அவர் தான் கேள்விப்படவிருக்கும் தீச்செய்தியைப் பற்றிய ஊகத்தால் உண்டான படபடப்பை மறைத்துக்கொள்ள நாயக்கரைப் பார்த்து மிகையாக உறுமினார். பின்னும், வாழ்வின் துயரங்க ளனைத்தும் ஓர் ஆதித் துயரத்தின் பிரதிபலிப்புகள் தான் என்று மூதுரைகள் சொல்வது உண்மையானால் பவித்ரா தன் வாணாள் முழுவதும் அனுபவித்த தனிமை மற்றும் அவமானங்களின் மூலவூற்று தங்கள் குடும்பத்தின் மீது ரெகுபதியின் பெண்பித்து ஏற்றி வைத்த அச்சம் மட்டுமேதானென்றும், பவித்ரா எங்கேயென்று கேட்டால் அவள் இறந்திருக்கலாம், நிம்மதியாகத் தன்னை இறப்பித்துக்கொள்வதற்குத்தான்

அவள் வீட்டைவிட்டு வெளியேறினாளென்றே தான் இன்னுமே நம்புவதாயும், ஏனெனில் அவள் ஒசூரில் இருந்தவரை ரெகுபதிதான் அவளுடைய மரணமாக இருந்தானென்றும், அவன் அவளை விரும்பினானென்பது அவளுக்குத் தெரியும், ஆனால் அவனை அவள் அவனுடைய குணத்திற்காகவே அருவருத்தாளென்றும் பொரிந்துதள்ளினார். ஆனால் தன்னைக் கணவனாயும் தன் பாராமுகத்தைத் தாம்பத்யமாயும் இளமையைச் சாபமாயும் அடைந்த பிறகு என்றேனும் ஒரு சந்தர்ப்பத்தில் ஒரு கணமேனும் அவள் ரெகுபதியை யெண்ணிப் பெருமூச்சுவிட்டிருப்பாளோயென்று அவருக்குத் தோன்றிக்கொண்டேயிருந்ததை, காரணம் அவள் விபத்தில் மாட்டிக்கொண்டு உயிர் பிழைத்ததாக ரெகுபதி உட்பட ஊராரெல்லோருமே எண்ணிக் கொண்டிருந்த மூன்று சந்தர்ப்பங்களுமே அவள் தன் மரணத்தை விரும்பியே அணைத்துக்கொள்ள முயன்ற தருணங்கள்தானென்றே அவர் நிச்சயமாக நம்பியதை, நாயக்கரிடம் வெளிப்படையாகவே சொல்லவும் செய்தார் (என்ன சுகத்தைக் கண்டாள் அவள் என்னுடனான வாழ்வில்). அவர் சொன்னது நாயக்கரின் கோபத்தை இன்னும் அதிகமாகக் கிளறி விட்டது. அவர் கூரைக்கும் தரைக்குமாக ஆங்காரத் துடன் துள்ளிக்குதித்தார். விஸ்வநாதன்தான் அவள்மீதான மெய்யான காதல் ரெகுபதி மனதில் மொக்குவிடத் தொடங்கிய கணத்திலேயே அதுவும் அவனுடைய கிளி விரட்டும் விபரீத விளையாட்டில் ஒன்றுதானென்று சொல்லிச் சதி செய்து சாதிப் புத்தியென்னும் வெந்நீரையூற்றிச் சாகடித்துவிட்டானே, அந்த இளவரசியைத் தன்னிடமும் கொடுக்காமல் தானும் பத்திரமாக வைத்துக்கொள்ளாமல் பாழடித்து விட்டானே, ரெகுபதி பெண்பித்தன்தான், ஆனால் பிறன்மனை விரும்பும் கீழ்மை குணம் கொண்டவனல்லன், என்றாலும் விஸ்வநாதனிடமிருந்து தப்பித்த அவள் விஸ்வநாதனே கற்பனை செய்ததுபோல அவனிடம் வந்திருந்தால் அவன் தன் மனைவிக்கோ மகனுக்கோ ஊராருக்கோகூட அஞ்சாமல் அவளுக்கு அடைக்கலம் கொடுத்துக் காப்பாற்றியிருந்திருப்பான் (புதிதாக என்ன நல்ல பெயர் கெட்டுவிடப்போகிறது). ஆனால் அந்தக் கணத்தில் தான் ஏன் தன் அதிகாரத்தையோ பணபலத்தையோ உபயோகப்படுத்திப் பலவந்த

மாகவேனும் அவளைத் தனக்குச் சொந்தமாக்கிக் கொண்டிருந்திருக்கக் கூடாது என்றும் அவள் இறந்திருந்தால்கூட நன்றாக இருந்திருக்குமே என்றும் தான் நினைத்து வருத்தப்படுவதாகச் சொன்னதோடு வாக்குவாதத்தை அதன் சரியான புள்ளிக்கு இட்டு கொண்டுவந்துவிட்ட முத்தாய்ப்புடன், விச்சு, கோழைப்பயலே, அந்தப் பெண் வாழ விரும்பினாளடா, வாழ விரும்பினாள், அவள் தன்னைச் சாகடித்துக் கொள்ள முயன்றாளென்பது அவளுடைய சீரழிவின் மேல் உன் பொறுப்பைத் தட்டிக்கழிப்பதற்கான உன்னுடைய படித்த புத்தியின் கற்பனை, அதை நான் நம்பவில்லை, அவள் வாழ்வின் மேல் தீராத ஆசை கொண்டவளாய்த்தானிருந்திருக்கிறாள், ஆனால் ஒரு காட்டுப்பூவைப் போல யாராலும் அறியப்படாமல் ரகசியமாகவே பூத்துக் கடைசியில் மிருகங்களின் காலில் மிதிபடும் இதழ்களாக உதிர்ந்துவிட்டாள், மரணத்திற்கு அஞ்சித் தப்பித் தப்பிக் கடைசியில் மரணத்தையே தன் இருப்பாக மாற்றிக்கொண்டு விட்டாள், பவித்ராவின் மரணம் நானல்ல விச்சு, நீதான், இதோ பார் அதற்குச் சாட்சியாக அவள் தன்னைப் பிணமாக்கிக்கொண்டிருக்கும் கோலத்தை என்று ஆவேசமாகக் கத்தியபடி விஸ்வநாதன் முகத்தின் மேல் லெ ஃப்லர் பூர் லெ சொம்மின் பவித்ரா இருக்கும் பக்கங்களைத் திறந்து விட்டெறிந்தார். அவருடைய மிகையானதும் காலங்கடந்ததுமான கோபத்தின் மீதான குழப்பத்துடனேயே அதைக் கையில் பிடித்துத் திறந்த விஸ்வநாதன் முதலில் அவரைப் போன்றே கண்கள் பார்ப்பதை நம்ப முடியாத தவிப்புடனும் பிறகு மெதுமெதுவே பேயைக் கண்டுவிட்ட முகவிகாரத்துடனும் அதன்மேல் தன் பார்வையை ஓட்டியபோது அவரை உறையச் செய்துவிட்ட கணத்திற்கும் மீண்டும் அவர் தன் நிதானத்தை மீட்டுக்கொண்ட கணத்திற்குமிடைப்பட்ட மிகச் சில நிமிடங்களுக்குள் அது தனக்குள்ளிருந்து என்னவிதமான உணர்வை மேலெழுப்பியது என்பதையே அவரால் தெளிவாக விளங்கிக்கொள்ள இயலவில்லை, பவித்ரா உயிரோடு இருக்கிறாளென்பது தெரிந்த ஆனந்தமா அல்லது அவளின் நிர்வாணக் கோலத்தைக் கண்ட அதிர்ச்சியா அல்லது அப்படி நிற்பவள் அவளாக இருக்க முடியுமா என்கிற சந்தேகமா அல்லது

ஒவ்வொரு தடவையும் அவளுடைய உடலழகை இன்னொருவர் முன்னிலையிலேயே காண நேர்வது குறித்த வெட்கமா அல்லது அந்தப் புகைப்படத் தொகுப்பு ரெகுபதி நாயக்கர் மூலமாகத் தன் வாழ்வில் விளைவிக்கக் காத்திருக்கிற கூடுதல் பிரச்சனைகள் குறித்த கற்பனையாலுண்டான திகிலா. ஆனால் அதிர்ச்சியிலிருந்து மீண்டு பிரக்ஞையை மீட்டுக் கொண்டவுடன் அவரைத் தாக்கிய அபத்தமான, வெட்கமற்ற முதல் எண்ணம், இந்தப் பேரழகையா நான் அது மரியாதை செய்யப்பட வேண்டிய படுக்கை யறையைத் தவிர வீட்டின் பிற எல்லா இடங்களிலும் அலைக்கழித்துக்கொண்டிருந்தேன், இந்த உடலா பெட்ரார்ச்சின் வெண்ணிறப் பொன்மானைப் போல எனக்காகக் காத்திருந்து விரக்தியடைந்து என்னை நீங்கிச்சென்றது, ஆனால், ஓ கடவுளே, இந்த உடல் (ஒரு கனவைப் போலிருக்கின்றன அந்த நாட்களின் நினைவுகள்) என் முன் பிரத்யட்சமாகியிருந்தால் நிச்சயம் அது என்னை மரணத்திற்குள்தான் தள்ளியிருக் கும், கல்லறைகளின் நடுவே தன் அழகின் பயங்கரத்தை எத்தனைத் துல்லியமாகப் புரிந்துவைத்திருக்கிறது இது என்பதாகத்தான் இருந்தது. விஸ்வநாதனுக்கு அழைப்பு விடுத்தபோது அவமானத்தில் அவருடைய முகம் இருண்டுபோவதைக் கண்டு வாய்விட்டுச் சிரிக்க வேண்டுமென்கிற அடக்க முடியாத பழியுணர்வு ரெகுபதி நாயக்கருக்குள் கனன்றுகொண்டிருந்த தென்னவோ வாஸ்தவம்தான். ஆனால் அந்தப் பக்கங் களில் ஒட்டிச் சிதைந்துகொண்டிருந்த விஸ்வநாதனின் முகபாவத்தின் வழியே அந்தப் படங்களை மீண்டும் மனக்கண் முன் கொண்டுவந்தபோது அவரும் அந்த வயதில் தன் மாஜி வேலைக்காரன் முன் வெடித்து அழுதுவிடுவோமோ என்று பயப்படவாரம்பித்து விட்டார். அதற்குப் பிறகு இருவர் தரப்பிலுமே வார்த்தைப் பிரயோகம் சட்டென்று நின்றுவிட்டது. விஸ்வநாதன் முகத்தில் செம்மையுடனும் விழிகளில் பிணத்தின் வெறிச்சிடலுடனும் கையில் லெ ஃப்லர் பூர் லெ சொம் இதழுடனும் ரெகுபதி நாயக்கரின் அரண்மனையைவிட்டு வெளியேறினார். இதற்குப் பதினைந்து நிமிடங்களுக்குப் பிறகு தன் வீட்டிற்குள் நுழைந்த அவரால் கனத்த மௌனத்துடன் நீட்டப்பட்ட அதன் பக்கங்களை அசிரத்தையுடனும் (இதை எதற்கு

என்னிடம் கொடுக்கிறாய், என்ன புத்தகம் இது) ஆச்சரியத்துடனும் (மனித உடலை இத்தனை விதமாகப் பார்க்க முடியுமாயென்ன) அசூயையுடனும் (வெளிநாடு களில் இப்படியெல்லாமா பெண்கள் வெட்கமில்லாமல் பிறர் முன் நின்று தங்கள் அழகையும் அந்தரங்கத்தையும் மலிவாக்கிக்கொள்வார்கள்) பரிகாசத்துடனும் (ரெகுபதியைச் சந்திக்கும் ஒவ்வொரு முறையும் உனக்கு இதே பிரச்சனைதானா, உன்னிடம் பேசுவதற்கு அந்த மனிதருக்கு வேறு விஷயங்களே கிடைக்காதா) புரட்டிய சுமதி கடைசியில் பவித்ராவின் புகைப்படங்களை வந்தடைந்தபோது அதை உற்றுப்பார்த்து மற்றவர் களைப் போலவே முதலில் தன் கண்களை நம்ப முடியாமல் குழம்பி ஆனால் அவள்தான் என்று நிச்சயமான வினாடியில் அவர்களிருவரையும் போல தன் உணர்வுகளை அடக்கிக்கொள்ளத் தெரியாமலும் அதற்குத் தேவையில்லாமலும் ஓவென வெடித்து அலறிவிட்டாள். அவளுடைய பிரக்ஞைக்கும் பேச்சுக்கு மான அனுசரணை அந்த நொடியிலேயே பிறழ்ந்து விட்டது. பவியா இது, விச்சு, பவியா இப்படி நிற்பது, அய்யோ, கடைசியில் அவள் இப்படிச் சீரழிந்து போனாளா, உனக்குக் கொடுக்க முடியாமல்போன அமிர்தத்தைக் குரங்குகளுக்குக் கொடுத்துப் பழிதீர்த்துக் கொண்டாளா, விச்சு, நான் பாவி, அத்தனைக்கும் நான்தான் காரணம், தங்கையைக் கொன்றுவிட்டேன், மகளைச் சீரழித்துவிட்டேன், உன் வாழ்க்கை முழுவதை யும் நரகமாக்கிவிட்டேன், எல்லாவற்றிற்கும் சிகரம் வைத்தாற்போல என் அக்காளை வேசியாக்கி அழகு பார்த்துவிட்டேன், பிரமாதம், பிரமாதம், பவி, பவி, என்னை மன்னித்துவிடு பவி, விச்சு இது பயங்கரம், ரொம்பப் பயங்கரம், நாம் உடனே போய்ப் பவியைப் பார்த்து இங்கே அழைத்துக்கொண்டு வந்தேயாக வேண்டும், வா, கிளம்பு, ஆனால் அவளை நெருங்கும் தைரியம் எனக்குண்டா, விச்சு, இது பயங்கரம், ஆனால் இந்தப் பயங்கரத்தைக் கண்டால் எனக்கு ஏனோ பெரிதாகச் சிரிக்க வேண்டும்போல இருக்கிறது மார் வெடிக்கச் சிரிப்பு வருகிறது, வாழ்க்கை இத்தனை அருவருப்பானதா, அதைவிடக் காதல் இத்தனை அபத்தமானதா, நீ என்மேல் கொண்டிருந்த வானளாவிய காதலுக்கு என்னால் செய்ய முடிந்த கைமாறு இத்தனை கொடிய வாழ்வை உனக்குப் பரிசளித்தது

தானா, இதற்குமேல் எந்தக் காதலியும் தன் காதலனை இத்தனைக் குரூரமாக வசப்படுத்தி வைத்திருக்க முடியாது, அய்யோ விச்சு, நீங்கள் யாருமே ஏன் என்னைத் தண்டிக்காமல் விட்டுவிட்டீர்கள், ஏன் என்னை ஒற்றையாளாக மேடையில் ஆடவிட்டு வேடிக்கைபார்த்துக்கொண்டிருந்தீர்கள், ஏன் எல்லோருமே உன் முதுகிற்குப் பின்னால் போய் மறைந்துகொண்டு நீயும் நானும் தனியென்று நினைத்துக் கொள்ளும்படி உன்னை மட்டுமே என் கண்களுக்குக் காட்டிக்கொண்டிருந்தார்கள், அவர்கள் ஏன் இத்தனை இரக்கமற்றவர்களாய் என்னை இந்த விளிம்புவரை கொண்டுவந்து நிறுத்தியிருக்க வேண்டும், எனக்கு ஏன் இப்படிச் சிரிப்பு வருகிறது, இந்த அருவருப்பிலும் அபத்தத்திலும் சிரிப்பதற்கு என்ன இருக்கிறது, ஒருவேளை இவற்றை அழகு என்றும் அர்த்தமுள்ளவை என்றும் நினைத்துக்கொண்டிருந்த என் புத்தியீனத்தை நினைத்து என் மனம்தான் என்னை மீறிச் சிரிக்க முயல்கிறதோ, அது என்னைக் கேலி பண்ணுகிறதோ, உலகின் மிகச் சிறந்த கதாநாயகியென்று தன்னை எண்ணி மனக்கோட்டை கட்டிக்கொண்டிருந்தவள் உண்மையில் உலகின் மிகச் சிறந்த கோமாளியென்று அது தெரிந்துகொண்டுவிட்டதோ, விச்சு, என்னைப் பிடித்துக்கொள், நான் விழுந்துகொண்டிருக்கிறேன், மிக உயரத்திலிருந்து, மிக மிக உயரத்திலிருந்து, தரையைப் பார்க்கவே முடியாதபடி நான் கட்டிவிட்ட உயரமான கோட்டை என்னைத் தள்ளிவிடுகிறது விச்சு, என்னைப் பிடித்துக்கொள், நம் காதலின் பெயரால் இந்தக் கடைசிக் கருணையை மட்டும் என்மீது காட்டிவிடு, விச்சு, என்னை விழ விட்டுவிடாதே, தயவுசெய், தயவுசெய் விச்சு. ஆனால் விஸ்வநாதன் சுமதியின் பிதற்றல்களைப் பொருட்படுத்தவில்லை, தரையில் விழுந்து பாதங்களைக் கட்டிக்கொள்ள முயன்ற அவளைத் தொட்டுத் தூக்கவுமில்லை. லெ ஃப்லர் பூர் லெ சொம் இதழையும் அவளையும் தரையிலேயே விட்டுவிட்டு அவர் தன் அறைக்குள் சென்று உட்புறம் தாழிட்டுக்கொண்டுவிட்டார். இரண்டு நாள்கள் அறையைவிட்டு வெளியே வரவே யில்லை. சுமதியும் அவர் இன்னும் தன் முன் நின்று கொண்டிருப்பதான பிரமையில் தொடர்ந்து தனக்குத் தானே எதையெதையோ பேசிக்கொண்டேயிருந்தாளே

தவிர அறைக் கதவைத் தட்டவில்லை. அவளுடைய புலம்பல் சப்தம் ஒரு நாள் முழுக்கக் கேட்டுக்கொண்டே யிருந்தது. மறுநாள் மதியத்திற்கு மேல் வீடு மௌனமாகி விட்டிருந்தது. அது பின்மாலை நேரத்தில்தான் விஸ்வநாதனின் பிரக்ஞையைத் தொட்டது. அவர் மெதுவாகக் கதவைத் திறந்துகொண்டு வெளியே வந்தார். கூடத்தில் அவர் விட்டுச்சென்ற இடத்திலேயே சுமதி இன்னும் விழுந்துகிடந்தாள். அவள் கைகளில் லெ ஃப்லர் பூர் லெ சொம் கசங்கிக்கிடந்தது. விஸ்வநாதனுக்குச் சுமதி இறந்துவிட்டாளென்பது தெரிந்தது. காதல் காலங்களிலானாலும் சரி, கல்யாணத்திற்குப் பிறகானாலும் சரி ஏதேனுமொரு புதுமையை, அது ஆபத்தானதா, ஆட்சேபத்திற்குரியதா அருவருப்பானதா என்பதைப் பற்றியெல்லாம் கவலைப்படாமல் எப்போதும் கண்டுபிடித்துக் கொண்டேயிருந்த சுமதி விஸ்வநாதனைத் தன் கணவனாகக் கனவுகாணத் தொடங்கியது அவளுடைய பத்தாவது வயதிலிருந்து. அவனுக்கும் பவித்ராவுக்கும் திருமணமான நான்காவது வருடம், தன்னுடைய பத்தொன்பது வயதில் அவள் தன்னுடைய அந்தக் கனவை நிறைவேற்றிக்கொண்டாள். ஐம்பதாவது வயதில் அவள் இறந்துபோனாள். ஆக ஒரு நாற்பதாண்டு காலம் அவள் விஸ்வநாதனுடைய அந்தரங்கத்தோடு கனவிலும் கற்பனையிலும் நிஜத்திலுமாகத் தொடர்ந்து உறவுகொண்டிருந்தாள். இதில் திருமணத்திற்கு முன்னாலும் இதாவின் பிறப்பிற்கு (ஊர்மிளாவின் இறப்பிற்கு) பின்னாலும் அவர்களுக்கிடையே உடலுறவு நடக்கவில்லை. எனில் ஒரு நாற்பதாண்டுகாலத் தாம்பத்தியத்தில் விஸ்வநாதனும் சுமதியும் படுக்கையில் இணைந்திருந்தது ஏகதேசமாக ஒரு மூன்று வருடங் களுக்கு மேல் இருந்திருக்காது. ஆனால் பார்க்கவே மறுத்த பவித்ராவின் நிர்வாணத்தைப் புகைப்படத்திலும், வேண்டாவெறுப்பாகவேனும் ஊர்மிளாவின் உடலை நேரிலும் கண்டிருந்த விஸ்வநாதன் அந்த மூன்று வருடங்கள் உட்படத் தன் வாணாளில் ஒருமுறைகூட சுமதியின் அந்தரங்கத்தைப் பிரத்யட்சமாகக் கண் முன்னே கண்டதேயில்லை. அவனுடைய குழந்தை சுமதியின்மூலமாக உண்டாகப்போவதில்லையென்பதை அவளுடைய விதி முன்பே அறிந்திருந்த காரணத்தாலோ யென்னவோ அது அவளுடைய இன்மையிலும்

அவளை அவன் உணர்ந்துகொண்டேயிருக்கும்படி அவளுடைய புத்தியில் காகிதச் சுருள் விளையாட்டை யொத்த அதீதமான ரசனைகளையும் விளையாட்டு களையும் எப்போதும் பெருக்கிக்கொண்டேயிருந்தது. சுமதி ஓர் இரவிலேனும் தன் உடைகளைக் களையும் போது ஓர் ஆச்சட்டி விளக்கு எரிவதற்குக்கூட ஒத்துக் கொண்டதில்லை. இருட்டுக்குள் அவள் விஸ்வநாதனின் காதுகளில், குருடர்கள்தான் கொடுத்துவைத்தவர்கள் விச்சு என்பாள். நான் உனக்கு என் எல்லா புலன்களை யும் எழுப்ப விரும்புகிறேன், அதற்கு நீ அவசியம் ஒரு குருடனாயிருக்க வேண்டும். சுமதியின் குணம் தெரியுமாதலால் விஸ்வநாதனும் அவளை வெளிச்சத் தில் வெளிப்படச் சொல்லி வற்புறுத்தியதில்லை. அதற்கு அவசியமும் ஏற்பட்டதில்லை. சுமதி தான் சொன்னதைப் போலவே தன் உடலைப் பார்வையைத் தவிர்த்த பிற புலன்களாலேயே விஸ்வநாதன் அறியத் தந்தாள். பார்வையென்பது உண்மையில் மனிதனுக்கு உடலின் பிற புலன்களுடைய வீரியத்தை மங்கச் செய்துவிடும் ஒரு குறைபாடேயென்பதாக விஸ்வநாத னும் அவளுடனான முயக்கத்தில் புரிந்துகொண்டான். உலகிலேயே மிக அழகிய நிர்வாணம் என்பது இன்னும் திறந்து பார்க்கப்படாத உடல்தானென்பதையும் சுமதிதான் அவனுக்குக் கற்றுத்தந்தாள் (அந்தத் தருணங்களில் தவிர்க்கவியலாமல் அவனுக்கு அந்தக் கண்டுபிடிப்பை அதைத் தேடி அலைந்துகொண்டே யிருந்த ரெகுபதியிடம் ஓடிப்போய்ச் சொல்ல வேண்டு மென்கிற உந்துதல் உண்டாகும்). அவளைத் தொட்டும் கேட்டும் முகர்ந்தும் சுவைத்தும் காய்ந்தும் நனைந்தும் நுழைந்தும் அழிந்தும் விஸ்வநாதன் அதைச் சரியாகவே கற்றுக்கொண்டான். சுமதியின் அசாதாரணம் அதுதான். அது ஒரு சுழல். அது தன் மையத்திற்குள் விஸ்வநாதனை இழுக்கும் ஒவ்வொரு தடவையும் அறைக்கு வெளியே புழுதியில் எறியப்பட்ட பவித்ராயென்னும் நல்ல வீணையின் இருப்பை மறக்கச் செய்யும் பலத்தை மட்டுமன்று, சில வருடங்களுக்குப் பிறகு ஊர்மிளாவின் உடலைக் கண்ணுற நேர்ந்த ஒவ்வொரு நொடியிலும் இல்லாததைப் போலவே இருந்துகொண்டிருந்த தன் இருப்பையே மீண்டும் மீண்டும் நினைவில் கொண்டுவந்து, சுமதியின் உடல் இப்படி இருந்திருக்குமா, அப்படி இருந்திருக்குமா

என்று அதையே கற்பனை செய்ய முயலும் பலவீனத்தை யும் அவனுக்கு ஒருசேரக் கொடுத்தது. பவித்ரா கணித்து வைத்திருந்ததைப் போல் தீவிரமான ஒரு ரசிக்கும் மனநிலையில் அவளுடைய காதல் ஒவ்வொரு கணத்திலும் அடுத்த கணத்தின் அநிச்சயத்தின்மூலம் வாழ்வை உயிர்ப்புள்ளதாய்ச் செய்துகொண்டேயிருந்தது என்பதையும் அதன் குரூரத்திலிருந்த குழந்தைமையையும் ஒருவனால் நிச்சயம் உணர்ந்துகொள்ள முடியும் தான். தன் காதலனிடமிருந்து ஒரு கண இரக்கத்தைக் கூட இரந்து பெற விரும்பாத கம்பீரமான காதல் அது. அதனால்தானோயென்னவோ வாழ்வின் இன்பங்களத்தனையையும் அதன் காலடியிலேயே பலியிட்டு முடித்த அந்தப் பரிதாபத்திற்குரிய காதலனின் கண்களிலிருந்து அவள் பிரேதத்தின் மேல் ஒரு துளிக் கண்ணீரைக்கூட வரவழைக்கச் சக்தியற்றதாய் முடிந்து போனது. ஆனால் பவித்ராவின் பலவீனமும் மென்மை யும் அவள் இறந்து பதினாறு வருடங்களுக்குப் பிறகும் வாராணசியின் புனிதப் படித்துறைகளெதிலும் தன்னை எரிக்க வேண்டாமென்று அவள் கேட்டுக்கொண் டிருந்தன் பேரில் அவள் உடல் தகனம் செய்யப்பட்ட கங்கையின் கிழக்குக் கரையிலிருந்த தர்பூசணித் தோட்டமொன்றினுள் லோத்தர் அவள் கணவரை அழைத்துச்சென்று நிறுத்தியபோது பக்கத்தில் வயதுவந்த மகள் நின்றுகொண்டிருக்கிறாளென்கிற ஓர்மைகூட இன்றி அவரை வெட்கமில்லாமல் குழந்தை யைப் போல கதறியழ வைக்கிறது. சாகும்வரை அவள் கன்னியாகவே வாழ்ந்து முடிந்தாளென்று லோத்தர் சொன்னதைக் கேட்டு விஸ்வநாதன் சுயநலமிக்க மனநிம்மதியையும் வேதனையையும் அடைகிறார். எத்தனை பரிதாபத்திற்குரியவள் அவள், நல்ல விதமாகவோ கெட்ட விதமாகவோ சுமதியின் வாழ்க்கைக்கு அவளுடைய காதல் ஒரு சாகஸத் தன்மையையும் அதனாலேயே ஓர் அடையாளத்தையும் கொடுத்துக்கொண்டிருந்தது, ஊர்மிளா இதாவை ஈன்று இந்த மண்ணில் தன் தடத்தை வெறுப்புடனாவது பதித்துச் சென்றுவிட்டாள், ஆனால் பவித்ரா என்று ஒருத்தி இந்தவுலகில் வாழ்ந்து மறைந்ததற்கான சாட்சி களாக எஞ்சி நிற்பவை அவளுடைய நிர்வாணப் புகைப்படங்களைத் தவிர வேறு எதுவுமேயில்லையே யென்கிற யதார்த்தம் அவர் நெஞ்சை வெடிக்கச்

செய்துவிடும்போலயிருக்கிறது. அதோடு அந்தத் தடங்கள் தான் சாகும்வரை தன்னைக் குற்றவாளிக் கூண்டிலிருந்து கீழிறங்க அனுமதிக்காது என்பதுவும் அவருக்குத் தெரிந்தேயிருக்கிறது. சுமதியின் இறப்பிற்காக இதா ஊருக்கு வந்தபோதிலிருந்தே அவளிடமும் பின்பு இதாவுடன் சேர்ந்து பவித்ராவுக்கான தாமதத் திவசத்தை மணிகர்ணிகா கட்டத்தில் செய்து முடித்துவிட்டு லோத்தரின் இருப்பிடத்திற்குத் திரும்பித் தாங்கள் வந்த காரியத்தைப் பற்றிப் பேசத் துவங்குகிற போது அவரிடமும் அதைச் சொல்லித்தான் புலம்பிக் கொண்டேயிருக்கிறார். பவித்ராவின் நிர்வாணம் சுமதியின் காதலை முன்வைத்து அவர் அவளைக் கொல்லாமல் கொன்றுகொண்டிருந்ததற்கான சாட்சி, இதா சொல்வதுபோல காதல் என்பதை இருவருக் கிடையில் மட்டும் நிகழ்வதாகக் குறுக்கிப் பார்க்கும் பைத்தியக்காரக் கலாசாரத்தை நோக்கிய பரிகாசம், அது வாழ்வின் மீதான அத்தனை நம்பிக்கைகளையும் வாழ்வதற்கான காரணங்களையும் மனிதயினத்தின் முடிவிலியான தொடர்ச்சியையும் என்றென்றைக்குமாக அர்த்தமிழந்துபோகும்படி செய்துவிடக்கூடியது, அது அப்படி முடிந்துவிடக் கூடாது, ஏனென்றால் எத்தனை விமர்சனங்களுக்கப்பாலும் காதல் என்பது தன்னளவில் அழகானது, மதிக்கத்தக்கது, ஆனால் அன்பின் பெருக்கால் நெகிழ்த்தப்படாத பவித்ராவின் நிழல் நிர்வாணமோ அவள் பலதடவை முயன்றும் தன் விருப்பப்படி நிகழ்த்திக்கொள்ள முடியாமலே போய் விட்ட சுயசாவின் சித்திரம் (இதாவும் லோத்தரும் இதைக் கேட்டு ஒருவரையொருவர் ரகசியமாகப் பார்த்து வேதனையுடன் புன்னகைத்துக்கொள்கிறார்கள்), மட்டுமன்று, அதை அப்படிக் காட்சியாக்கியதன் மூலம் தன்மேல் கண்களைப் பதிக்கும் ஒவ்வொரு வரையும் குற்றவாளியெனத் தீர்ப்பெழுதித் தூக்கில் தொங்கவிடும் குரூரத்தின் உருவகமும்கூட, அதுதான் அதிகப் பழிவாங்கும் தன்மை கொண்டது, உண்மையில் பவித்ரா அப்படிப்பட்ட குணத்தைக் கொண்டவளல்ல ளென்கிற நிலையில் அவளைச் சூனியக்காரியாகக் காட்டும் அந்தப் புகைப்படங்களின் இருப்பிற்குக் காரணங்களும் இல்லையென்று விஸ்வநாதன் எண்ணுகிறார், எனவே அவற்றை லோத்தரிடமிருந்து பெற்றுத் தீயிட்டுக் கொளுத்தி அழிப்பதற்குத் தனக்குக்

கணவன் என்கிற முறையில் உரிமையும் ஒப்புவிப்பதற்கு லோத்தருக்குக் கடமையும் இருப்பதாகவும் அவர் நம்புகிறார். ஆனால் யார் எப்படி வாதிட்டாலும் தான் உயிரோடிருக்கும்வரை பவித்ராவின் நினைவு களை யாருக்கும் தரப்போவதில்லையென்று லோத்தர் இதாவிடம் அவர்களுடைய இரண்டாவது சந்திப்பி லேயே தீர்மானமாகச் சொல்லிவிட்டிருந்தார். ஏற்கெனவே லெ ஃப்லர் பூர் லெ சொம் இதழ்களின் வழியே உலகம் பூராவும் பரவிவிட்ட அந்தப் புகைப்படங்கள் இனி அழிக்கவே இயலாதபடி உலகின் ஏதாவதொரு ரசிகனின் தனிப்பட்ட நூலகத்திலோ சேகரிப்பாளர்களின் பழம்பொருள் காப்பகத்திலோ நடைபாதையோரப் பழைய புத்தகக் கடைகளிலோ தப்பித்து யாராலாவது பார்க்கப்பட்டுக்கொண்டே தானிருக்கும் என்கிற தர்க்க வாதங்களுக்கும், அவை உணர்ச்சிகள் கரைகொள்ளாமல் தளும்பி உடலாகச் சிதறும் தருணங்களை வெளிப்படுத்துவனவேயன்றி உடலை வெறும் சதைத் திரட்சியாக வெளிக்காட்டுவன அல்ல, அந்த உணர்ச்சிகளும் மைதுனக் கிளர்ச்சி சார்ந்தவை மட்டுமல்ல, அவை அவர் அவளுடன் கழித்த, உடல் சம்பந்தமற்ற, ஸ்படிகத் தூய்மை கொண்ட, ஆனந்தமயமான நாள்களின் நினைவுகள், நட்பு என்பதன் மிகச் சரியான அர்த்தத்தில் அதன் நேரடிச் சாட்சிகள், ஒவ்வொரு புகைப்படமும், அது பொதுவெளியில் எடுக்கப்படவோ பார்க்கப்படவோ பேசப்படவோ தடை செய்யப்பட்ட கருப்பொருளைக் கொண்டதென்கிற வகையில் தன் வாணாள் முழுவதிலும் பார்த்து ரசிக்கப் போதுமான, வியப்பு குறையாத, ரகசிய சாகஸக் கதைகளின் கருவூலம், அவருடைய அழகியல் பார்வையும் நிர்வாணம் குறித்த மனப்பதிவுகளும் தொடர்ந்து புதுப்பிக்கப்பட்டுக் கொண்டேயிருந்ததற்கான சான்றிதழ், சாவிற்கப்பாலும் பவித்ரா அவர்மேல் கொண்டிருந்த அன்பின் அடையாளம் (பவித்ரா இறந்ததற்குப் பிறகுச் சில காலம் அவளைப் பார்ப்பதற்கு முன்னால் மேற்கொண் டிருந்த வழக்கப்படி வேறு பெண்களைப் படிமிகளாக்கித் தன் பணியைச் செய்துகொண்டிருந்த லோத்தர் அவர்கள் பவித்ரா தன்னை வெளிப்படுத்திக்கொண்ட அபாயகரமான சூழல்களுக்குள் தங்களை நிறுத்திக் கொள்ள பயமும் அருவருப்பும் கொண்டு பிடிவாதமாக

மறுத்துவிட்டதாலும் சாதாரணமான படங்களை எடுத்து அனுப்பும் சிரத்தையைப் பவித்ராவுடன் இணைந்து சந்தித்த கலையுச்சங்களின் அனுபவம் வெகுவாகக் குறைத்துவிட்டிருந்ததாலும் நிர்வாகத் தரப்பிலிருந்தே தரப்பட்ட அழுத்தத்தாலும் விரைவிலேயே தன் வேலையை ராஜினாமா செய்து விட்டு வாராணசியின் சுற்றுலா பயணிகளைப் புகைப்படங்களெடுத்துக் கிடைக்கும் வருவாயில் சில வருடங்களைக் கடத்திய பிறகு அதிலும் சலிப்புற்று நிரந்தரமாகவே கலைக்கூடத்தை மூடிவிட்டுக் கேவத்தின் வருகையை மட்டும் லௌகீகக் காரணங் களுக்காக அனுமதித்துக்கொண்டு மற்றபடி தன் இருப்பையே வெளியுலகிற்குக் காட்டிக்கொள்ளாதபடி மனிதர்களிடமிருந்து தன்னை முற்றிலுமாக விலக்கிக் கொண்டுவிடும் முயற்சிகளை மேற்கொண்டபோது, நோய்ப்படுக்கையில் விழுந்ததுமே அதுவரையில் தன் உணர்வுகளுக்கு மதிப்பளித்துத் தன்னைத் தீண்டாமலே யிருந்த அவனுடைய கண்ணியத்திற்கும் தன் தனிமையின் மேல் மேவிய இரக்கத்தால் தானும் வேறு பெண்களைத் தேடிப்போவதைத் துறந்துவிட்ட மனவுறுதிக்கும் தான் செய்யும் கைமாறு என்கிற அறிவிப்புடன் பவித்ராவால் அவசர அவசரமாக அவன் பெயருக்கு மாற்றப்பட்டுவிட்டிருந்த அவளுடைய வங்கிச் சேமிப்புத்தான் அவனுக்கு அதைச் சாத்திய மாக்கிக் கொடுத்தது), சுருக்கமாகச் சொன்னால் பவித்ராவின் புகைப்படங்கள் லோத்தர் அவளுடைய மரணத்திற்குப் பின்னான தன் வாழ்வை முழுவதுமாக வாழ்ந்து முடிப்பதற்கான ஒரே ஆதார விசையாய் இருந்துகொண்டிருப்பவை என்கிற உணர்வுபூர்வமான காரணங்களுக்குமப்பால் பவித்ராவின் நிர்வாணம் மற்றவர்கள் நினைப்பதுபோல் உடலைச் சிதைக்கும் மரணத்திற்கும் உடலின் பரிபூரண அழகிற்குமான உறவை அல்லது துவந்தத்தைச் சொல்லும் கலை வெளிப்பாடாக மட்டுமன்று, தான் வாழ்ந்து கொண்டுதான் இருக்கிறோமெனுமோர் ஆதாரமான உண்மையை, சந்தோஷத்தை, போதையை, ஆச்சரியத்தை அவளுக்கே உறுதி செய்துகொண்டிருந்த ஆவணமாகவும் தன்னை வெளிப்படுத்திக்கொண் டிருந்தது, மட்டுமன்று, யாருக்கும் சாத்தியப்படவே முடியாத வகையில் தன் உடலைக் கற்பனை செய்து

அதைப் படங்களாகப் பதிவு செய்யும் வாய்ப்பை லோத்தருக்கும் தந்து அவனுள் ஒளிந்துகொண்டிருந்த, அவனே தேடிக்கொண்டிருந்த கலைஞனை எழுப்பி, சாதித்தோமென்கிற ஆத்ம திருப்தியை அவனுள்ளும் நிரப்பிக்கொண்டிருந்தது, விதி அவள் தன்னை நிரூபித்துக்கொள்ள அவளுக்கு மிகக் குறைவான கால அவகாசத்தைத்தான் வழங்கியிருந்தது, ஏழே வருடங்கள், அந்தக் காலக்கெடுவிற்குள் அவள் தன் முப்பது வருட வாழ்க்கையில் பார்க்காதவற்றை, அடுத்த முப்பது வருடங்களில் பார்த்திருக்க வேண்டியவற்றை, பார்த்து முடித்துவிட்டாள், இரண்டு முறை லெ ஃப்பலர் பூர் லெ சொம் நிர்வாகம் அவளைப் பாரீஸுக்கு அழைத்துக் கௌரவித்தது, இந்தியாவைப் போலல்லாது அங்கே கலைவயப்படுத்தப்பட்ட உடலுக்கு ஒரு சமூக அந்தஸ்து உண்டு, (அவர்கள் அவளை அவளுடைய செவ்வியல் காலக் கற்பனைகளின் காரணமாக மாட்டா ஹாரி என்றுதான் செல்லமாக அழைத்தார்கள், பவித்ரா இறந்ததைக் கடைசிவரை நான் அவர்களுக்குச் சொல்லவேயில்லை), பவித்ரா ஒரு குழந்தையைப் போல அதன் வீதிகளில் லோத்தருடைய கைகளைப் பிடித்துக்கொண்டு அலைந்துதிரிந்தாள், அவனை வற்புறுத்தி செபானைர் தெருவில் அறையெடுத்து இரண்டு நாள்கள் தங்கிப் பெண்களுடன் பேசிக் குதூகலித்தாள், ஸேன் நதிக்கரையின் கிழட்டு நடைபாதை ஓவியன் ஒருவனுக்கு லெ ஃப்பலர் பூர் லெ சொம் இதழின் விற்பனையை உயர்த்திய தன் விலை மதிப்புமிக்க உடலை இலவசமாகத் திறந்து காட்டிக்கொண்டு நின்றாள், வாராணசியிலும், ஒவ்வொரு புகைப்படத் தொகுப்பிற்குமான தன் கற்பனைகளின் வழியே ஆபத்தின் விளிம்பில் அவனைக் கொண்டுபோய் நிறுத்திச் சிரித்துக்கொண்டு தானிருந்தாள் (ஞான்வாபி மசூதியை மீட்கிறோமென்று உள்ளூர் ஹிந்து மகாசபா தலைவர்கள் மசூதி வாசலில் போராட்டம் நடத்திக் கலவரம் உண்டானதன்பேரில் நீதிபதி சதுர்வேதி நகருக்குள் நூற்றுநாற்பத்துநான்கை அமல்படுத்திய சமயத்தில் ஆள் நடமாட்டமற்றுக் கிடந்த லால்கான் கல்லறையில் பட்டப்பகலில் அவளைச் சந்திரமதியாகப் படமெடுப்பதற்காகக் கேவத்தின் உதவியுடன் மூன்று ஆண்களும் இரண்டு பெண்களும் சுவரேறிக் குதித்தது அதற்கொரு உதாரணம்),

தன்னிடம் ஏற்கெனவேயிருந்த இந்தி மொழிப் பரிச்சயத்தை வளர்த்துக்கொண்டு துளஸிதாஸையும் கபீரையும் தன் ஓய்வுநேர நண்பர்களாக்கிக்கொண்டாள் (துளஸிதாஸ் குறிப்பாக, அவரிடமிருந்துதான் அவள் தன்னுடைய ஐந்தாவது புகைப்படத் தொகுப்பிற்கான நிழல் சீதைப் படிமத்தைப் பெற்றுக்கொண்டாள், அக்னிப்பிரவேசத்தின்போது சாவைச் சாட்சியாக மட்டுமே பக்கத்தில் நிறுத்திவைத்துவிட்டு உடல் சிதையாமல் வெளியே வரும் நிழல் சீதை அவள் பின்பு தனக்காக வளர்த்துக்கொண்ட கற்பனை), நடனப் பயிற்சி இருக்கவேயிருந்தது, மேலதிகமாக, வசதியான வாழ்க்கையைத் தன் நண்பனுக்காகவும் உடலின்பத்தைச் சுயதிருப்திக்காகவும் துறந்ததன்மூலம் ஒருவிதமான, பலவீனங்களை வெற்றிகொண்டுவிட்ட கர்வத்தையும் ஏற்படுத்திக்கொண்டாள், வேறென்ன மகிழ்ச்சியின் சித்திரங்களைத் தீட்டிவிட முடியும் ஒரு பெண்ணால் வரையறுக்கப்பட்டுவிட்ட காலக் கித்தானில். ஆக லோத்தரைப் பொறுத்தவரையில் பவித்ராவினுடைய ஒவ்வொரு நிழற்படமும் அவள் உயிரோடிருந்ததற்கான, உயிரோடிருத்தல் என்னும் கருத்தாக்கத்தின் அதிகபட்சமான பொருள்கோடலின் அழிக்க முடியாத, அழிக்கப்படக் கூடாத தடங்கள், எனவே அவர் அவற்றை விஸ்வநாதனிடம் கையளிப்பதாக இல்லை. இருவருக்கும் நடுவே சாவித்ரி புகைப்படத் தொகுப்பில் இடம்பெற்றிருப்பது அஸி கட்டம்தான் என்பதை உறுதி செய்துகொண்டதில் திடீரென்று ஒரு புதிய திறப்பைக் கண்டுபிடித்த இதாவுக்கும் தன் உத்தேசத்தை எப்படி அவர்களுக்குப் புரியவைப்பது என்று தெரியவில்லை. உதாரணங்களைக் கொண்டு சாதிக்க முடியுமென்று நம்பிக்கையிருந்தாலும் அதைச் செய்யவும் அவள் அஞ்சுகிறாள். தொடர்ந்து பேச்சை வளர்த்துவதன்மூலம் அதன் போக்கில் மாற்று வார்த்தைகளைப் பெற்று அந்த வழியை ஒதுக்கிச் சென்றுவிட முடியுமாவென்றும் யோசிக்கிறாள். ஆனால் இப்போது அந்தி துவங்கி முகம் மறையும் இருட்டோடு (விளக்கைப் போட வேண்டுமென்று மூவரில் யாருக்குமே தோன்றவில்லை) பெருத்த மௌனமும் வந்து அறையை அடைத்துக்கொண்டு விட்டிருக்கிறது. முதியவர்களையும் குழப்பத்தோடு களைப்பும் மேவிவிட்டிருக்கிறது. மனைவியை மீட்கும்

தீவிரத்தில் தன்னை மறந்திருந்த விஸ்வநாதனின் உடல் மெதுவே தன்னிலைக்குத் திரும்பி வழக்கமான மாலைக் காற்றின் உபாதைகள் குறித்த பிரக்ஞைக்குள் தவிர்க்கவியலாமல் விழுகிறது. பவித்ரா உயிரோடு இல்லையென்கிற அதிர்ச்சி வேறு அவ்வப்போது அச்சப்படும்படியான கேவல்களை அவருடைய ஒடுங்கிப்போன மார்பிலிருந்து இழுத்துக்கொண்டிருக்கிறது. லோத்தரும் தன் தள்ளாமையின் முனகலுக்குச் செவிசாய்க்க வேண்டிய கட்டாயத்திலிருக்கிறார். அவர்கள் இருவருமே பேச்சை மறுநாள் அதே அறையில் பகல் பொழுதில் தொடர்வது என்று அறிவித்துவிட்டு எழுகிறார்கள். இதாவுக்கோ அதிக சக்தியை வேண்டிய நீண்ட உரையாடலுக்குப் பிறகு அவளுடைய புலன்களும் வழக்கமான ஒரு ஊசி அல்லது ஒரு சிட்டிகை இழுப்பு அல்லது அதக்கலுக்கான அரிப்பை வெளிப்படுத்தத் தொடங்கியிருக்கின்றனதானென்றாலும் அவர்களுடைய அந்த அறிவிப்பு ஏமாற்றமளிப்பதாயிருக்கிறது. களைப்பினால் மட்டுமல்லாமல் அவர்கள் தனக்குப் பதில் சொல்வதைத் தள்ளிப்போட விரும்புகிறார்களென்பதும் அவளுக்குத் தெரிகிறது. அவள் தொடர்ந்து பேச விரும்புகிறாள். ஆனால் அவர்களைத் தொடர்ந்து பேசும்படியோ கேட்கும்படியோ செய்ய அவளால் இயலவில்லை. அறுந்த பல்லி வாலைப் போல உரையாடல் அந்தரத்தில் துடித்துக்கொண்டிருக்க லோத்தர் கையளிக்கிற லெ ஃப்ப்லர் பூர் லெ சொம் இதழ்கள் மற்றும் பவித்ராவின் தாலி உள்ளிட்ட நகைகள் மற்றும் புடவைகளோடு புத்தகங்கள், நடனச் சலங்கை இத்யாதி சில்லரை வஸ்துகளும் அடங்கிய ஒரு பெரிய தோல் பெட்டியைப் பெற்றுக்கொண்டு (பவித்ரா ஓசூரிலிருந்து கொண்டுவந்த தகரப் பெட்டி அவள் நினைவாக லோத்தரிடமே இருக்கும்) விடைபெற்றுக்கொள்வது தவிர்க்க முடியாததாகிவிடுகிறது. அவர்கள் விடுதிக்குத் திரும்புகிறார்கள். அறைக்குள் நுழைந்ததுமே அவசர அவசரமாகக் கீழுதட்டிற்கும் ஈறுகளுக்கும் நடுவில் ஒரு சிட்டிகை அமிலத் துகளைத் தீற்றிக்கொண்டு புருவங்களின் மத்தியில் அதன் அசுவை வரையத் துவங்கியிருந்தவற்றை ஒரு கண்ணால் பார்த்தவாறே மறுகண்ணால் தன் தகப்பன் பவித்ராவின் புகைப்படங்களைத் திரும்பத் திரும்பப் பார்த்து ஒவ்வொரு தடவை

பார்க்கும்போதும் அது அந்தப் பக்கங்களிலிருந்து மாயமாய் மறைந்துபோயிருக்குமென்றும் அப்படியெல்லாம் ஓர் அபத்தம் தன் வாழ்வில் நடக்கவேயில்லையென்பதும் நோய்மையின் உக்கிரத்தில் எழுப்பப்பட்ட ஒரு துர்க்கனவே அதுவென்பதும் தனக்குத் தெரிந்துவிடுமென்றும் குழந்தைத்தனமாக நம்பியவராயும் (ரெகுபதி நாயக்கரின் வீட்டில் அதைப் பார்த்த கணத்திலிருந்தே அவருடைய மனநிலை அப்படித் தானிருந்தது) அது அப்படி நடக்காதது மட்டுமின்றி ஒவ்வொரு தடவையும் அந்தப் பயங்கரம் ஒரு புதிய காட்சியாயும் புதிய திகிலாயுமே அவர் பார்வையில் தோன்றிக்கொண்டேயிருப்பதைத் தாங்கிக்கொள்ள முடியாமல் திரும்பத் திரும்பத் திடுக்கிட்டுத் திணறுகிறவராயும் மார்பில் அடித்துப் புலம்பிக் கொண்டேயிருப்பதை இமைக்காமல் பார்த்துக்கொண்டிருக்கும் அவளுக்கு லோத்தரின் அறையில் தான் எவ்வளவு பேசியிருந்தாலும் அவர்களைத் தன் உத்தேசத்தைப் புரிந்துகொள்ள வைப்பதில் வெற்றி பெற்றிருக்க முடியாது என்று தெரிகிறது. லோத்தர் பவித்ராவை உண்மையில் வாழவைத்தானா அல்லது எல்லா பிறழ்வுகளுக்குமே இனிப்பு தடவிய ஒரு தர்க்க நியாயத்தை வைத்திருக்கும் மேற்கத்திய வாதத்தால் மயக்கித் தன்வசப்படுத்தி அழித்தானா என்பதை முடிவு செய்துகொள்ள முடியாத பைத்தியம் பிடிக்கும் குழப்பத்திலோ அல்லது தனக்குள்ளிருந்த கணவனின் பொறாமைக் கண்களாலோ அவனை மறுபடி சந்திக்கும் வலு தன் மனதிலும் உடலிலும் இல்லையென்றும் எனவே இதாவே போய் மறுநாள் பேச வேண்டியவற்றைப் பேசித் தன் மனைவியினுடைய மறிநிலைப் படிமங்களை வாங்கிவந்துவிடுமாறும் தூங்கும்வரையிலும் அவர் தன்னைக் கெஞ்சிக்கொண்டிருந்ததை அசூயையுடனும் பரிதாபத்துடனும் அவள் கேட்டுக்கொண்டிருக்கிறாள். நான் பேசிய எதையுமே நீங்கள் காதுகளில் வாங்கவில்லையா என்று ஆற்றாமையுடன் வினவவும் செய்கிறாள். விஸ்வநாதன் காதுகளில் அந்தக் கேள்வியும் விழவில்லை. கொலை தற்கொலை, இருப்பு மரணம், தூலம் மாயம், கணவன் நண்பன், ஓசூர் வாராணசி, கற்பனை நிஜம் என்று வாழ்வின் நதிக்கு நீள வசத்தில் இரண்டே கரைகள் என்று பிடிவாதம் பிடிக்கும் அந்த ஆண்களுக்குக் குறுக்கு

வசத்தில் தொடக்கம் முடிவு என்று அதற்கு மேலும் இரண்டு கரைகள் உண்டு என்பதையும் சில சமயம் நதியடிப் படுகையும் வானமும்கூட அதன் கரைகளாக முடியும் என்பதையும் எப்படி விளக்குவது என்றும் அவளுக்கு ஆயாசமாக இருக்கிறது. விளக்க வேண்டிய அவசியமென்ன என்றும் ஓர் எண்ணம் அதன் போக்கில் உண்டாகிறது. லோத்தரின் அறையில் பேச்சைத் தொடர முடியாமல் போனது ஒருவிதத்தில் நல்லதுதான் என்று அவள் நினைத்துக்கொள்கிறாள். மறுநாள் அவரைச் சென்று சந்திப்பதாக வாக்களித்துத் தகப்பனின் புலம்பலைச் சமாதானப்படுத்த முயல் கிறாள் (ஆனால் அதை அவள் நிறைவேற்றப் போவதில்லை). நள்ளிரவைத் தாண்டி ஒருவழியாய்த் தன்னை மீறிய அசதியிலும் மருந்துகளின் ஆதிக்கத்திலும் விஸ்வநாதன் நித்திரை போவதற்காகக் காத்துக் கொண்டிருக்கிறவள் அதற்குப் பிறகும் அபோதத்தில் தொடர்ந்துகொண்டிருந்த அவருடைய வழக்கமான, பவித்ரா குறித்த பிதற்றல்களின் பின்னணி ஒலியுடன் கட்டிலினருகே இழுத்துப் போட்டுக்கொண்ட மேசை விளக்கின் வெளிச்சத்தில் விடிந்ததும் கிருஷ்ணாவின் கைகளில் ஒப்படைக்கவிருக்கும் சாவித்ரியையும் அவள் நின்றுகொண்டிருக்கும் அஸி கட்டத்தையும் கடைசியாக ஒருமுறை தீரப் பார்க்க விரும்புகிறவளைப் போல திரும்பக் கையிலெடுத்து வைத்துக்கொள்கிறாள் (அய்யா, பெரியவரே, கூச்சப்படாமல் அந்தப் படத்தைக் கண்களை விரித்து நன்றாகப் பாருங்கள், அது அஸி கட்டம்தான், ஆனால் அதிலிருக்கும் பெண் நீங்கள் நினைப்பதுபோல நானில்லை, சாயலில் என்னைப் போலவே இருக்கும் அந்தப் பெண்ணின் நிர்வாணத்தைக் காட்டி உங்களை மயக்கும் சோனுவின் சூது என்றும் நீங்கள் எண்ணிவிட வேண்டியதில்லை, உங்கள் காட்வார் அதிகாரத்தின்கீழ் தவறுகளேதும் நடப்பதாகப் பதற்றமுறவும் தேவையில்லை, ஏனெனில் உங்கள் கையிலிருப்பது சமீபத்தில் எடுக்கப்பட்ட படமேயில்லை, அது இருபத்தியொரு வருடங்களுக்கு முன்னால் இதே அஸி கட்டத்தில் கங்கை நதியின் மீது எடுக்கப்பட்ட படம், அதற்கு மூன்று வருடங்கள் கழித்துத்தான் நீங்கள் அஸி கட்டத்தின் காட்வாராக ஆகிறீர்கள், இப்போது அந்தப் படங்கள் சம்பந்தப்பட்ட யாருமே உயிருடனும் இல்லை, அவற்றை வெளியிட்ட

அந்த வெளிநாட்டுப் பத்திரிகை நின்றுபோயும் வருடங்களாகிவிட்டது, உங்களுக்கும் அதற்கும் சம்பந்தமில்லை, எனவே அவசியமில்லாத கவலைகளில் விழுந்துவிடாமலும் கூச்சப்படாமலும் அதை இன்னொரு முறை பாருங்கள், படித்துறை, பிறகு அந்தப் பெண் இரண்டையும் தவிர வேறு எதையாவது உங்களால் அடையாளம் காண முடிகிறதா, இரவு, நதி, பல்கலைக்கழகம், படகுகள் உள்ளிட்ட வழக்கமான கங்கைக்கரைக் காட்சிகளுக்கப்பால் வேறேதாவது உங்கள் கண்களுக்குப் படுகிறதா, அந்தப் படகுகளின் வரிசையைக் கூர்ந்து கவனியுங்கள், பிரத்யேகமாக எதையாவது உங்களால் அடையாளம் காண முடிகிறதா, குறிப்பாக அந்த வரிசையில் மறுக்க முடியாத ஊழைப் போல மூன்றாவதாகத் தென்பட்டுக் கொண்டிருக்கும் படகை, ஆம், உங்கள் கண்கள் வியப்பிலோ வெறுப்பிலோ விரிவது சரியான காரணத்தின் மேல்தான், சிருங்கிதான் அது, கனவிற்கும் மரணத்திற்கும் ஒப்பான, வாழ்வின் மறுகரைக்கு ஏன் செல்ல வேண்டுமெனப் பயணிப்பவர்களை யோசிக்க வைக்கிற, ஒரு சின்னஞ்சிறு சொர்க்கத்தைத் தனக்குள் சிருஷ்டித்து வைத்திருக்கும் மிகப் பழைய, பெரிய, தன் மரச்சுவரின் மீதான நுண்ணிய வேலைப்பாடு களாலும் தலையில் பொருத்தப்பட்டிருக்கும் மரத்தா லான குக ராஜனின் முகவடிவத்தாலும் தனித்துவம் பெற்ற சோனுவின் படகு, அடையாளம் தெரிகிறதா, மேலும் அதன் பக்கலில் நிற்கும் பிற படகுகளும் அந்தப் புகைப்படம் எடுக்கப்பட்ட வருடத்தில் சோனு குடும்பத்திற்குச் சொந்தமானவையாய் இருந்தவை தானே, வாராணசியின் புகழ்மிக்க படித்துறைகளில் படகுகளைக் கட்டுவதற்கும் சவாரியேற்றுவதற்கும் அந்தந்தப் படித்துறைகளை நிர்வகிக்கும் காட்வாருக்குத் தான் அதிகாரம் உண்டு என்பதும் உண்மைதானே, இதுதான் அந்தப் படங்களில் நீங்கள் பார்க்க வேண்டுமென நான் விரும்பியது, தர்க்கப்படி நான் இதைச் சோனுவிடம்தான் காட்டியிருக்க வேண்டும், ஆனால் உங்களிடம் காட்டுகிறேன், காரணம் அந்தப் படங்களிலிருக்கும், நீங்கள் அவளை நானென்று நினைத்துத் திகைக்குமளவிற்கு என்னுடைய சாயல் மேவியிருக்கும் பெண்மணி, மன்னித்துக்கொள்ளுங்கள், அது நான் சொல்லித் தெரிய வேண்டிய அவசியமில்லை,

நிறைய தைரியம் தேவைப்பட்டதுதான் இந்த முடிவை எடுப்பதற்கு, இரவு முழுவதும் இவளுடைய ஆன்மா வோடு இதை முன்னிறுத்தி உரையாட வேண்டியிருந்தது, ஆக நான் உங்களுடன் விளையாட விரும்பும் விளையாட்டும் இதுதான், சோனு அஸி கட்டத்தைத் திரும்ப வெல்வதற்கான வலுவான சாட்சி இப்போது உங்கள் கையில், ஆனால் சோனு ஒரு பெண்ணின் அந்தரங்கத்தை அதற்காகப் பணயமாக வைக்க விரும்ப மாட்டான், அவனை எனக்கு நன்றாகத் தெரியும், அதனால்தான் அவனுக்குப் பதிலாக நான் அவனுக்குத் தெரிவிக்காமலேயே உங்களுடன் விளையாட வந்தேன், படத்திலிருப்பவள் இறந்துபோயும் பதினெட்டு வருடங்களாகிவிட்டன, இனி அவள் எதைப் பற்றிக் கவலைப்பட வேண்டும், எத்தனையோ ஆண்களின் கற்பனைகளுக்கு வடிகாலாகப் பயன்பட்டிருக்கக்கூடிய, எத்தனையோ மரணங்களின் கதைகளைச் சொல்லிக் கொண்டிருந்திருக்கக்கூடிய இந்தப் படம், ஒரு ஏழைக் குடும்பத்தின் நல்வாழ்விற்குப் பயன்படுமென்றால் அது கங்கையில் மூழ்கியதற்குச் சமதையான ஆன்ம சாந்தியை அவளுக்கும் தந்துவிடும்தானே, நானும் சோனுவும் சேர்ந்து உங்களை மறைமுகமாக மிரட்டுவதாகவோ அதை நான் இனிப்பும் துயரமும் தடவிய சொற்களில் வெளிப்படுத்துவதாகவோ தயவுசெய்து நினைத்துவிடாதீர்கள், உங்கள் அனுமதியில்லாமல் இதை நான் உங்களுக்கெதிராகப் பயன்படுத்த மாட்டேனென்று நீங்கள் உறுதியாகவே நம்பலாம், நான் இங்கே வந்தது உங்களை மிரட்டுவதற்காகவோ பேரம் பேசுவதற்காகவோ அல்ல, ஒரு நேர்மையான சூதாட்டத்தின் அனுபவ மென்பது எத்தனை பெருமிதம் கொள்ளவைக்கும் போதையென்பதை அறிந்துகொள்ளும் ஒரு வாய்ப்பை நான் உங்களுக்குப் புரியவைக்க விரும்பினேன், அதன்மூலம் வாய்ப்பு மறுக்கப்பட்ட சூதாடியின் வேதனையையும் நீங்கள் புரிந்துகொள்வீர்கள் என்கிற நம்பிக்கையின் மேல், உங்களுக்கெதிரான ஒரு வலுவான, தூலமான, உங்கள் அதிகாரத்திற்குப் பயப்படாத, ஒரு சாட்சி இந்த உலகில் இதோ இருக்கிறது, வெற்றிபெற முடியுமென்று தெரிந்தும் அதை மறைப்பதன்மூலம் உங்களுடைய மனச்சாட்சியாக அதை அதூலமாக்க முடியுமாவென்று முயல்கிறேன், நீங்கள் கேட்டுக்

கொண்டபடி இது ஏறக்குறைய என்னை இந்த நதியில் மூழ்கடித்துக்கொள்ளும் பணயம்தான் என்பதை நீங்களும் மறுக்க மாட்டீர்கள், மறுதலையாக நீங்கள் எதைப் பணயமாக வைத்து அஸி கட்டத்தை நிஜமாகவே வெல்லப்போகிறீர்கள் என்பதுதான் விளையாட்டு, கடந்த பதினெட்டு வருடங்களாக நீங்கள் இரவுகளில் உறங்குவதில்லையென்று சோனு என்னிடம் சொன்னான், உங்களைப் பார்த்தால் அது உண்மையாக இருக்குமென்றுதான் எனக்கும் தோன்றுகிறது, எனில் இதோ, உங்கள் உறக்கத்திற்கான ஒரு வாய்ப்பு உங்கள் முன் நீங்கள் பகடையை உருட்டுவதற்காகக் காத்திருக்கிறது, விளையாடுவதும் விளையாடாததும் உங்கள் விருப்பம், மற்றபடி சோனுவிற்காகக் கங்கையில் குதிக்குமளவிற்கு அவனுடன் நான் இன்னும் நெருங்கிப் பழகிவிடவில்லை, அவனை எனக்கு இங்கு வருவதற்கு முன்பு தெரியவும் தெரியாது, நான் வாராணசி வந்தே ஒரு மாதமும் சில நாள்களும்தான் கடந்திருக்கின்றன, நாளை காலை இதைவிட்டு வெளியேறவும் போகிறேன், ஆனால் இவ்வளவு குறுகிய காலத்திற்குள் அவன் இத்தனை ஆபத்தான விஷயத்தில் தனக்காக ஈடுபடுமளவிற்கு என்னை வசீகரித்திருக்கிறானா என்றால் ஒருவகையில் ஆமாம், அவன் தன் அப்பாவித்தனத்தின் வழியே எனக்குக் கற்றுக் கொடுத்த, வார்த்தைகளுக்கு எப்போது மந்திரத்தன்மை வாய்க்கும் என்கிற வித்தையை அறிந்து கொண்டதற்குப் பிறகு உண்டான ஈர்ப்பாக இருக்கலாம் அது, இன்னொரு வகையில் மிகத் தற்செயலாக அவனுடைய வாழ்வும் இந்தப் புகைப்படங்களும் ஒரு புள்ளியில் சந்திக்கும் தருணம் வாய்த்தபோது அது அவனிடமிருந்து கற்றுக்கொண்ட வித்தையைப் பிரயோகித்துப்பார்க்கும் ஒரு சந்தர்ப்பத்தையும் எனக்கு வழங்குவதாகத் தோன்றியபோது, அதைத் தவறவிடுவது அந்த அப்பாவித்தனத்திற்கும் வித்தைக்கும் மட்டுமல்லாமல் நிர்வாணத்தின் சாதாரணத்துவம்பற்றித் திரும்பத் திரும்ப எடுத்துரைத்துக்கொண்டிருக்கும் என் குருவிற்கும் தெரிந்தே செய்யும் துரோகமாகி விடுமென்கிற மனச்சாட்சியின் குத்தல், அவ்வளவுதான், ஒரு விஷயத்தை என்னால் உறுதியாகச் சொல்ல முடியும், சோனுவின் குடும்பத்தைப் போலவே இந்த

அஸி கட்டத்தை நம்பி வாழும் குடும்பம்தான் உங்களுடையதும், நீங்கள் இதை இழந்தால் பெயர்கள் இடம் மாறுமே தவிர ஏழ்மை ஒழிந்துவிடாது, இதையும் எனக்கு சோனுதான் சொன்னான், எனவே நான் எதையும் தீர்க்க வரவில்லை, தீர்ப்பது என்பது ஒரு வன்முறை, அது நியாயம் அநியாயம் என்கிற இரட்டைகளுக்கப்பால் மூன்றாவதாக ஒரு தீர்வு இருக்கலாமென்பதை அறிந்திராதது, அதன் நீதி எப்போதுமே ஒரு பக்கம் வலியையும் பழிவாங்கும் எண்ணத்தையும் விதைத்துக்கொண்டேயிருக்கும் தன்மை கொண்டது என்பது ஓர் இதழியல் மாணவியாக நான் கற்றுக்கொண்ட பாடங்களில் ஒன்று, நான் சிலவற்றைப் பேசுவதோடு நிறுத்திக்கொண்டு முடிவை உங்களிடமே விட்டுவிட்டுக் கிளம்புகிறேன், சாகும்வரை தீண்டவே படாத தன் உடலை இரண்டு ஆண்களிடம் தொலைத்துவிட்டு விடுதலை தேடி இந்தக் கங்கையின் வெளியில் ஒருவேளை அலைந்துகொண்டிருக்கக்கூடிய ஓர் இறந்த பெண்ணின் ஆன்மாவை சாந்தி பெற வைக்க முடியுமா என்று முயன்றுபார்க்கவே அதற்கு உங்களால் உதவ முடியுமென்கிற நம்பிக்கையுடன் நான் இங்கே வந்தேன், சோனு சொன்ன அளவிற்கோ (அவன் உங்கள் மீதான வெறுப்பில் உங்களைப் பற்றி மிகையாக என்னிடம் பேசியிருப்பானாயிருக்கும்) அவன் சொன்னவற்றின் வழியே நான் கற்பனை செய்துவைத்திருந்த அளவிற்கோ நீங்கள் அத்தனைக் கடினமானவரில்லை, உங்களுக்கு என் வந்தனம், உங்கள் பெண்ணுக்கும் என் வாழ்த்துகள், அவள் மிக அழகாக இருக்கிறாள்). தியான மந்திரம்போல பவித்ராவின் பெயர் விஸ்வநாதனின் குரலில் சீரான இடைவெளியில் செவிகளில் ஒலித்துக்கொண்டேயிருக்கக் கைவிரல்களின் அசைவில் மெருகெண்ணெய்த் தாள்களின் பரப்பில் அவளுடைய உடல் விறைப்பதும் நெளிவதும் மறைவதும் தோன்றுவதும் நெற்றிப் பூக்களின் நீட்சியாகவே அவள் கண்களின் முன் படர்ந்து நிறைகிறது. நாள் முழுக்கச் சச்சரவுகளும் கவலைகளும் அச்சங்களும் அசூயை உணர்வுகளும் கோபதாபங்களும் காமமும் கலையும் புனிதமும் பாவமும் மரணமும் தத்துவங்களும் சாகஸங்களும் ஒன்றோடொன்று மோதிக் களைத்து ஓய்ந்துபோயிருந்த

ஏகாந்தமான இரவின் நிசப்த வெளியில் பவித்ரா நிதானமாக, ரகசியமாக, தன் மகள் முன் தன்னைத் திரும்ப ஒருமுறை (எத்தனைக் கண்களுக்குப் பிறகு, எத்தனை ஆயிரமாவது தடவை) மலர்த்துகிறாள். இதாவின் கண்களென்னும் கண்ணாடியின் முன் தன் வாழ்வில் முதல் தடவையாகத் தன் நிர்வாணத்தைக் கொண்டுவந்து நிறுத்துகிறாள். முதலில் தனக்காக. பிறகு, ரசிப்பதற்கோ வியப்பதற்கோ பரிதாபப்படு வதற்கோ திறக்காத, எந்த நோக்கமுமற்ற, யாருக்காகவு மில்லாத, தன்னைப் பார்த்துக்கொண்டிருக்கும் கண்களையும் தன் நிர்வாணத்தின் ஒரு பகுதியாகவே இணைத்துக்கொள்ளும், எனவே பார்ப்பதும் பார்க்கப்படுவதுமாகத் தன்னை இரண்டாகப் பிரித்துத் தனக்கு வெளியே நிறுத்திவைக்கும் அழகியல் பிரக்ஞை யும் அற்றுப்போன ஒரு வெறும் வெளிப்படலாக. நிலவின் ஒளியைப் போல அல்லது ஒரு குளிர்ந்த இரவில் கணப்பின் அணுக்கத்தைப் போல அதுவுமல்லது பிரகிருதியின் இருப்பில் அதுவோர் அம்சம். நீ என் பிரதிபலிப்பு மட்டுமே என்கிறாள் பவித்ரா. இதாவும் அதை ஆமோதிக்கவே விரும்புகிறாள். லோத்தர் தன் வீட்டின் வாயிற்கதவைத் திறந்து சோனுவின் முதுகிற்குப் பின்னால் நின்றிருந்த அவளை முதன்முதலாகப் பார்த்த கணத்தில் அவர் வாய் பவித்ரா என்று கூவிப் பிளந்ததும் அவள் நினைவிற்கு வருகிறது. அவள் ஒரு தடவை அருகே பலவீனமான குறட்டையொலியுடன் உறங்கிக்கொண்டிருக்கும் தன் தந்தையைத் திரும்பிப்பார்த்துவிட்டு எழுந்து நின்று மெல்லத் தன் உடைகளை அவிழ்த்துவிட்டு மீண்டும் படுக்கையில் படுத்துக்கொண்ட பின் மல்லாந்த நிலையில் பவித்ராவைத் திரும்பக் கையிலெடுத்துக் கொள்கிறாள். சரிதான் பவித்ரா. இதா பலமுறை தன் முழுவுடலைக் கண்ணாடியில் பார்த்துக்கொண் டிருக்கிறாள். அவளுடைய அம்மாவைச் சாயைகளும் பிரதிபலிப்புகளும் கிளர்த்தியதைப் போல அஃதால் ஒருபோதும் அவளைக் கிளர்த்த முடிந்ததில்லை. அவள் தன்னைத்தானே ரசித்துக்கொண்டதெல்லாம் தனிமையின் ஏகாந்தத்தில் (பூக்குழந்தைகள் சூழ இருக்கும்போதும் அது அவளுக்குக் கிடைக்கும்) வெளி தன்னைப் பார்த்துக்கொண்டிருப்பதாகத் தோன்றும் கணங்களில் அதைத் தன்னுருவாகக் கற்பனை செய்து

கொள்ளும்போது மட்டும்தான். அது அவள் தனக்கு அடிக்கடி நிகழ்த்திக்கொள்ளக்கூடிய ஒன்றும்கூட. அந்த வகையில் இதா எப்போதுமே தன்னை ஒரு மகத்துவத்தின் பிரதிபலிப்பாகவே உணர்ந்துகொண்டிருந்தவள்தான். அந்த உணர்வின் போதையே தனி. பல்லிடுக்கிலிருந்து அமிலத்தின் மரத்துகள் சுவை உள்நாவிற்குள் கசிந்துகொண்டிருக்க அவள் பவித்ராவைத் தன்மேல் படர்த்தி மிதமாக அணைத்துக் கொள்கிறாள். பவித்ரா விம்முவதை உணர முடிகிறது. அவள் உடல் மெதுவாகக் குலுங்குகிறது. இதாவின் முலைகளின் மேல் கண்ணீரின் வெம்மை பரவுகிறது. பவித்ரா தான் வாழ விரும்புவதாகத் தெரிவிக்கிறாள். இதா அவள் முகத்தை நிமிர்த்தி முத்தமிட்டுப் பவித்ரா வாழ வேண்டுமென்றே தானும் விரும்புவதாகப் பதில் சொல்கிறாள். இதா பிறப்பதைப் பயந்தவள்தான் பவித்ரா, இதா தன் மரணமென்றே நினைத்து வீட்டை விட்டு வெளியேறினாள். தன்னைத் தீண்டவிடாமல் தன் அருகிலேயே நிறுத்திக்கொண்டிருந்த அவளுடைய மரணம் காகித வெளியிலிருந்து நீண்டு இப்போது இதாவைத் தீண்டுகிறது. இதா பவித்ராவைப் போலவே தன் மர்மத்தில் அதன் பிசுபிசுப்பை உணர்கிறாள். ஆனால் கிணற்றடியிலோ சமையலறையிலோ நதியாழத்திலோபோல உடனே பரவசமெய்தி மயங்கி விடவில்லை. இப்போது அவள் தானும் அதைத் தன் விரல்களால் தைரியமாகத் தீண்டுகிறாள், தடவுகிறாள், கண்களை மூடி மூச்சை ஆழ்ந்து உள்ளிழுத்து முகர்ந்து பார்க்கிறாள், நா நுனியால் தொட்டுச் சுவைக்கிறாள். மீண்டும் பவித்ராவின் முகத்தைக் கண்ணெதிரே நிமிர்த்திப் பார்த்துப் புளகாங்கிதத்துடன் லேசாகச் சிரித்து மீண்டும் அணைத்து முத்தமிடுகிறாள். மரணம் வேறன்று, பவித்ராதான் மரணம், அவள் யாரையும் தன்னருகில் நிறுத்திக்கொள்ளவில்லை, அவள்தான் ஆண்களின் பிரக்ஞையில் தன்னை நிறுத்திக்கொண்டிருந்தாள், அவளைக் கண்டுதான் அவர்கள் அஞ்சினார்கள், அவளுடைய வியக்தியின் தீவிரத்தைத் தான் துணி கொண்டு போர்த்தி அமர்த்தித் தங்களைத் தப்புவித்துக்கொண்டார்கள், பிறகு அவள் உடலைக் கூடத் தங்களின் பார்வையாகவே உருவாக்கிக்கொண்டு விட்டார்கள், அவளை உருவிலியாக்கிவிட்டார்கள், மரணத்தின் புராணங்கள் ஆண்களால் எழுதப்படும்

வரை புராணத்தில் மரணம் ஆணாகவேதான் இருக்கும். என் நிர்வாணம் என்பதும் லோத்தரின் பார்வைதானென்றால் கலையும்கூட என் சிறைதானா மகளே, மன்னித்துக்கொள், உன் பெயர்கூட எனக்குத் தெரியாது என்கிறாள் பவித்ரா. அவள் உடல் இதாவின் அணைப்பைத் தகர்த்துவிடும்போல பலமாகக் குலுங்கவாரம்பித்திருக்கிறது. இதா அதை ஆதூரத்துடன் தோளிலிருந்து புட்டம்வரை நீளத் தடவுகிறாள். அவசியமில்லை பவித்ரா, நான் உங்கள் பிரதிபலிப்பாக இருந்து உங்களைத் தூலமாக்குவேன், என் பெயர் உங்களுக்குத் தெரியாதவரை நானும் பவித்ராதான் இல்லையா, தெரியாமையின் வழியேதான் இனி உங்கள் உடல் நீட்சிகொள்ள வேண்டியிருக்கிறது, தலைமுறைகளைத் தாண்டும் ஒரே உடலாக. இதா பவித்ராவை இன்னும் இறுக அணைத்துக்கொள்கிறாள், அவளுடைய உடலெங்கும் தன் உதடுகளைப் பதித்தெடுக்கிறாள், அவளைக் கீழே கிடத்திச் சுமை அழுத்தாவண்ணம் மென்மையாகத் தன்னைக் குப்புற மேலேற்றிக் கொள்கிறாள். இடுப்பின் கீழே அசைகிறாள். சாம்பலின் வாடையடிக்கும் சுடலைத் தரை, புரளும் பக்கங்களிலிருந்து பெருகும் சிதை வெளிச்சம், வேகும் உடல்கள், புலம்பும் குரல்கள், மாறும் வானிலை (பவித்ரா சிலிர்ப்புடன் முனகுகிறாள்), சிதறும் பாடை மலர்கள். சமாதி மௌனம், நதி வெள்ளம், (இதா பவித்ராவின் வாயைத் தன் வாயால் பொத்தித் தன் முனகலையும் தடுத்துக்கொள்கிறாள்) படித்துறைச் சிதிலம், அரண்மனைத் தனிமை, உப்பரிகைத் துயரம், துடுப்பின் அசைவு (கட்டில் அசைந்து அருகில் உறங்கிக்கொண்டிருப்பவரை எழுப்பிவிடாத கவனத்துடனும் அதே சமயத்தில் தேவையான வேகத்துடனும் இதா தன் உடலை இயக்க வேண்டியிருக்கிறது), ஓடப் பாட்டு, மரக்குடில், படகு வரிசை, காலாதீதப் பயணம் (நிலை கொண்ட ஒற்றைப் புள்ளியின் மீதான ஆழ்ந்த உள்ளசைவில், தொலைவுகளைக் கடந்து ஓடுகின்ற பிறவற்றை முந்திச் செல்லும் ரிக் வேதப் புலம்பல்களின் அமானுஷ்ய வேகம்), நதிப் பிணங்கள், கல்லறைக் கழுகுகள், சாவித்ரி, சிருங்கி, மரக் குகன். வசந்த ருது உடல்மேல் வியர்வையாகப் பொழிய இரவு அவசரப்படாமல் காத்திருக்கிறது. நெடுநேர முயக்கத்திற்குப் பின் பவித்ரா முழுவதுமாக எழுந்து அடங்கிய பிறகே

இதாவுக்கு வெளிக் காற்றின் ஸ்பரிசம் தன் உடலை வருடிக்கொண்டிருக்கும் உணர்வு திடீரெனப் பிரக்ஞையில் உறைக்கிறது. சிறிய திடுக்கிடலுடன் அவள் பரவசத்தின் மேவலில் மங்கியிருந்த பார்வையைப் பவித்ராவிலிருந்து விலக்கி அறை வாசலை நோக்கித் திருப்புகிறாள். மறதிதான். வாயிற்கதவு உட்புறம் தாழிடப்படாமலேயிருக்கிறது. இதா சில நிமிடங்கள் இருந்த இடத்திலிருந்தே செங்குத்துக்கோடாகப் பிளந்திருந்த மெல்லிய இடைவெளியின் வழியாகத் தெரிந்தும் மறைந்தும் ஊசலாடிக்கொண்டிருந்த நிசியை உற்றுப்பார்த்துக்கொண்டிருக்கிறாள். பிறகு முழு அம்மணமாகவே எழுந்துசென்று கதவை அடைகிறாள். தாழில் கை வைத்தவள் அதை இழுப்பதற்கு முன் பிளவைப் பெரிதாக்காமல் ஒரு கண்ணை அதில் பதித்து வெளியே பார்க்கிறாள். விடுதியின் பின்னிரவுக் கதவுகள் உயிர்ப்பற்றேதானிருக்கின்றன. சற்று துணிச்சலுடன் கதவை இன்னும் சற்று விரியத் திறந்து வெளியே தலையை நுழைத்துச் சந்திரசாலைக்கு மேலேறிச்செல்லும் பக்கவாட்டுப் படிக்கட்டுகளையும் உற்றுப்பார்க்கிறாள். அவையும் அமைதியாகவே தானிருக்கின்றன. அவள் முகத்தில் புன்னகையொன்று கீறலிடுகிறது. கிசுகிசுப்பான குரலில் ஒருமுறை ஏய், சோனு என்று கூப்பிடுகிறாள். ஒரு நிமிடம் எதிர்வினைக்காகக் காத்திருக்கிறாள். பிறகு அது கிடைத்துவிட்ட திருப்தியுடன் கதவைச் சார்த்தி உள்பக்கம் தாழிட்டு விட்டு மீண்டும் படுக்கைக்கு வந்து திரும்பப் பவித்ராவை ஸ்தனங்களின் நடுவே அழுத்திக் கட்டிக் கொண்டு நிச்சலனமான மனதுடன் உறங்கத் தொடங்குகிறாள்.

பா.வெ
06.09.2018
இரவு 09:25